தமிழரின் சமயங்கள்

நாயக்கர் காலம் முதல் நவீன காலம் வரை

அருணன்

விகடன்
பிரசுரம்

Title: THAMIZHARIN SAMAYANGAL
© ARUNAN

ISBN: 978-81-949465-2-6

விகடன் பிரசுரம்: **1075**

நூல் தலைப்பு:
தமிழரின் சமயங்கள்

நூல் ஆசிரியர்:
© அருணன்

முதற்பதிப்பு : **பிப்ரவரி, 2021**

விலை : ₹**220**

பதிப்பாளர்:
பா.சீனிவாசன்

தலைமைப் பொறுப்பாளர்:
எம்.அப்பாஸ் அலி

உதவி பொறுப்பாசிரியர்:
அ.அன்பழகன்

உதவி ஆசிரியர்:
ப.சுப்ரமணி

வடிவமைப்பு:
மா.முகமது இம்ரான்

இந்தப் புத்தகத்தின் எந்த ஒரு பகுதியையும் பதிப்பாளரின் எழுத்துபூர்வமான முன் அனுமதி பெறாமல் மறுபிரசுரம் செய்வதோ, அச்சு மற்றும் மின்னணு ஊடகங்களில் மறுபதிப்பு செய்வதோ காப்புரிமைச் சட்டப்படி தடை செய்யப்பட்டதாகும். புத்தக விமரிசனத்துக்கு மட்டும் இந்தப் புத்தகத்திலிருந்து மேற்கோள் காட்ட அனுமதிக்கப்படுகிறது.

விகடன் பிரசுரம்

757, அண்ணா சாலை, சென்னை-600 002.

எடிட்டோரியல் பிரிவு போன்: 044-2888 4600
விற்பனைப் பிரிவு போன்: 044-4263 4283
Website: http://books.vikatan.com
e-mail:books@vikatan.com

பதிப்புரை

தமிழரின் மதங்கள் – வேத காலம், சங்க காலம், சாம்ராஜ்ஜிய காலம் ஆகியவற்றில் எவ்வாறெல்லாம் இருந்தன, மாறின என்பதைப் பற்றி 'தமிழரின் மதங்கள்' நூலில் குறிப்பிட்டிருந்தார் நூலாசிரியர் அருணன்.

இந்த நூலில், நாயக்கர் காலம், ஆங்கிலேயர் காலம், நவீன காலம் என மூன்று காலகட்டத்தில் தமிழரின் சமயங்கள் எவ்வாறெல்லாம் வளர்ந்தன, சிதைந்தன, பரப்பப்பட்டன என்பதைப் பற்றி ஆய்வு நோக்கில் ஆய்ந்திருக்கிறார்.

கிறிஸ்தவ மதம் தமிழர்களிடையே எவ்வழியில் எவ்வாறெல்லாம் பரப்பப்பட்டது, இஸ்லாம் மதத்தினர் அவ்வாறு தங்கள் மதத்தைப் பரப்ப ஏன் முனைப்புக் காட்டவில்லை, பெரு தெய்வ வழிபாட்டு முறையிலிருந்து விலகி, நாட்டார் தெய்வ வழிபாடு முறை ஏன் தோன்றியது எனவும் விளக்கியிருக்கிறார்.

இந்து மதத்தில் ஆகமக் கோயிலில் தெய்வ வழிபாட்டுக்கு சைவப் படையல் என்றால், நாட்டார் தெய்வ வழிபாட்டுக்கு அசைவப் படையல்– ஆனால் இரண்டும் நிகழ்வது இந்து மதத்தில்தான். இந்த வேறுபாடு ஏன் ஏற்பட்டது என்பதைப் பற்றி தக்க தர்க்கங்களுடனும் கூறுகிறது இந்த நூல்.

தமிழரின் மதங்களைப்பற்றித் தெரிந்துகொள்ள இந்த நூல் உதவும்!

தமிழரின் அரசியல் அறிய ஆன்மிகப் புரிதலும் அவசியம்!

மணிமேகலையில் 'சமயக்கணக்கர்தம் திறம் கேட்ட காதை' என்றோர் அத்தியாயம் உள்ளது. புத்த மதத்தைச் சார்ந்த மணிமேகலை இதர மதத்தவருடன் வாது செய்து வென்றதாக அது கூறும். இன்று நாம் மதம் என்பதை அன்று சமயம் என்றார்கள் எனலாம். 'சமயக்கணக்கர்' எனும் சொல்லாட்சி அபாரமானது. அந்தந்த சமயத்தில் விற்பன்னராக இருப்பவரைச் சந்தித்து அவள் வாதிட்டு வென்றிருக்கிறாள். அதாவது வென்றதாகப் புனைந்திருக்கிறார் மதுரை கூலவாணிகன் சாத்தனார். அன்று அத்தகைய உரையாடல் நடந்திருக்கிறது அல்லது நடக்க வாய்ப்பு இருந்திருக்கிறது. மதுரைக்காரனாகிய நானும், சமயங்களுடன் மானசீகமாக நடத்திய ஓர் உரையாடலின் விளைவே இந்த நூல்.

இதற்காக நான் இங்கே எடுத்துக்கொண்ட காலம் நாயக்கர் ஆட்சி தொட்டு தொடர்வது. இதில் நாயக்கர் காலம், ஆங்கிலேயர் காலம், நவீன காலம் எனும் மூன்று காலங்கள் வருகின்றன. இதற்கு முந்தைய காலங்களில் எழுந்த, இயங்கிய சமயங்கள் பற்றி 'தமிழரின் மதங்கள்' எனும் நூலில் விவரித்திருக்கிறேன். அவற்றின் தொடர்ச்சியும் தாக்கமும், இந்தக் காலங்களில் இருந்தாலும் இவற்றில் எழுந்த, இயங்கிய சமயங்களே இன்றளவும் மேனியழியாமல் தொடர்கின்றன. இந்தக் காலத்தில் தமிழர்கள் சந்திக்கும் ஆன்மிகச் சிக்கலுக்கு இவையே காரணம். அதனால் இந்தக் காலத்தின் சமயங்கள் தனித்துவமானவை, கவனமாக ஆராயத்தக்கவை.

இதற்கு முந்தைய காலங்களில் எழுந்த மதங்கள் எல்லாம் இந்தத் துணைக்கண்டத்தைச் சார்ந்தவை. தனது ஆதி வழிபாட்டு முறைமைகளோடு சேர்த்து வடக்கே இருந்து வந்த வேத மதம், சமணம், புத்தம், ஆசீவகம் போன்றவற்றையும் தமிழன் ஏற்றுக்கொண்டான். பிறகு வீரியத்துடன் புறப்பட்ட சைவ, வைணவ மதங்களையும் சுவீகரித்துக்கொண்டான். ஆனால், இந்தக் காலங்களில்தான் இந்தத் துணைக்கண்டத்துக்கு அப்பாலிருந்து, கடல்தாண்டி இஸ்லாமும் கிறிஸ்தவமும் வந்தன. அவற்றையும் அவன் தயக்கமின்றி தன்வயப்படுத்திக்கொண்டான். இன்றைக்குத் தமிழ்நாட்டின் பிரதான மதங்கள் மூன்று என்றால், அவற்றில் இரண்டு இவை.

இன்னோர் ஆச்சர்யமாக 'இந்து மதம்' என்பது எழுந்தது. முந்தைய காலங்களில் இது இல்லை. 'இந்து' எனும் சொல்லே புழக்கத்தில் இல்லை. ஆங்கிலேயர் காலத்தில்தான் சட்டபூர்வ அந்தஸ்து பெற்றது. இன்று தமிழர்களில் சுமார் 88% பேர் தங்களை இந்துக்கள் என்று மக்கள்தொகைக் கணக்கீட்டில் பதிவுசெய்திருக்கிறார்கள். மிகக் குறுகிய காலத்தில் இது சாதிக்கப்பட்டது. சிவ மதத்தவர், விஷ்ணு மதத்தவர் என்றும், அந்தந்தக் கோத்திரத்தாலும் சாதியாலும் தங்களை அடையாளப்படுத்தி வந்தவர்கள் இன்று 'இந்துக்கள்' என்கிறார்கள்.

சைவமும் வைணவமும் மட்டுமல்ல, நாட்டார் தெய்வ வழிபாடும் இதில் இணைந்து நிற்கிறது. இன்னும் விநோதம், இப்படி இணைந்து

நின்றுகொண்டே தத்தம் தனித்துவங்களையும் காப்பாற்றி வருவது. ஆகமக் கோயில்களில் மரக்கறி உணவுப் படையல் என்றால், நாட்டார் தெய்வக் கோயில்களில் ஆட்டுக்கறி உணவுப் படையல். முன்னதில் பக்தர் பெயரில் அர்ச்சனை என்றால் பின்னதில் சாமியாடியின் குறி சொல்லல். முன்னதில் மேள தாள நாதஸ்வரம் என்றால், பின்னதில் உருமியோடு உடுக்கின் சத்தம். ஆனாலும் எல்லாம் இந்து மதம்!

இவையெல்லாம் எப்படி நடந்தன, இவற்றின் பின்புலம் என்ன என்பதை அறியாமல், தமிழரின் சமய வாழ்வை நம்மால் புரிந்துகொள்ள முடியாது. அதிலும் இன்று ஆன்மிக உலகில் மட்டுமல்ல, அரசியல் உலகிலும் மதங்கள் பெரிதும் பேசப்படுகின்றன. 'ஆன்மிக அரசியல்' எனும் சொல்லாடலும் உருவாகிப்போனது.

'சிறுபான்மை மதங்கள் தாஜா செய்யப்படுகின்றன', 'கோயில் நிர்வாகத்தில் அரசு ஏன் தலையிட வேண்டும்?', 'உரிய பயிற்சி பெற்ற அனைத்து சாதியினரும் அர்ச்சகராக வேண்டும்', 'ஆகம விதிகளின்படியே வழிபாட்டு முறை இருக்க வேண்டும்', 'அர்ச்சனை மொழியாக ஏன் சம்ஸ்கிருதம்? தமிழே வேண்டும்' - இப்படி திசையெங்கும் பல குரல்கள் கேட்கின்றன. சமய உணர்வு தனி வாழ்வாகவும் பொது வாழ்வாகவும் பின்னிப்பிணைந்து காட்சி அளிக்கிறது. இதை உள்வாங்க இந்த நூல் வாசகருக்கு வழிகாட்டக்கூடும்.

தமிழக வரலாறை அரசியல் நோக்கில் ஏற்கெனவே நான் அவதானித்திருக்கிறேன். ஆனால், ஆன்மிக நோக்கில் அலசுவது புது அனுபவத்தைத் தந்தது. தமிழர்களின் புறவாழ்வாம் அரசியலை அவர்களின் அகவாழ்வாம் ஆன்மிகத்தோடு சேர்த்துப் பார்த்தால்தான் முழுப் புரிதல் கிடைக்கும் என்பது உறுதியானது. படித்துப் பாருங்கள் உங்களுக்கும் அப்படிப் படக்கூடும்.

பல நூலகங்களுக்கும் சென்று நூல் வேட்டையாடியிருக்கிறேன். அப்போது கையில் சிக்காத சில நூல்கள் இப்போது இருந்த இடத்திலிருந்தே கிடைத்தன. இணையம் அந்தப் புண்ணியத்தைக் கட்டிக்கொண்டது. உதாரணமாக 'ஸ்ரீரங்கம் கோயில் ஒழுகு', கங்காதேவி எழுதிய 'மதுரா விஜயம்', 'ஆதினங்களது வரலாறுகள்.' அதுபோலவே சில அபூர்வமான ஆய்வுக் கட்டுரைகள்.

இந்தக் கொரோனா காலத்திலும் நூல் வெளியீட்டில் தளராது ஈடுபட்டிருக்கும் விகடன் பிரசுரத்தார் புத்தகப் பிரியர்களின் பாராட்டுக்குரியவர்கள். 'தமிழரின் வாழ்வியல் சிந்தனைகள்', 'தமிழரின் மதங்கள்' எனும் எனது முந்தைய நூல்களை வெளியிட்ட விகடன் குழுமம், இதையும் அழகுற வெளியிட்டுள்ளது. அதன் ஆசிரியர் குழுவுக்கும், ஊழியர்களுக்கும் எனது நெஞ்சார்ந்த நன்றி.

- அருணன்

தொடர்புக்கு: arunan.kathiresan@gmail.com

அருணன்

இலக்கிய விமர்சகராகத் தனது எழுத்து வாழ்வைத் தொடங்கிய பேராசிரியர் அருணன் நாவலாசிரியர், சமூக வரலாற்றாளர், வாழ்க்கைச் சரிதம் சொல்பவர், நாட்டுப்புற ஆய்வாளர், தத்துவப் பாரம்பர்யம் போதிப்பவர் என்று பல பரிணாமங்களை எடுத்தார். 'முப்பெருங் கவிஞர்கள்', 'கடம்பவனம்', 'தமிழகத்தில் சமூக சீர்திருத்தம்', 'அண்ணா: ஆட்சியைப் பிடித்த வரலாறு', 'கொலைக்களங்களின் வாக்குமூலம்', 'தமிழரின் தத்துவ மரபு' ஆகியவற்றை வரிசைக்கிரமமான எடுத்துக்காட்டாகச் சொல்லலாம். இவரின் இருபெரும் படைப்புகள், எட்டு பாகங்களைக் கொண்ட 'காலந்தோறும் பிராமணியம்' மற்றும் ஐந்து பாகங்களைக் கொண்ட 'கடவுளின் கதை'.

தமிழ்நாடு முற்போக்கு எழுத்தாளர் கலைஞர்கள் சங்கத்தோடு தொடக்க காலந்தொட்டு தன்னை இணைத்துக்கொண்டிருப்பவர். தற்போது தமிழக மக்கள் ஒற்றுமை மேடையோடு பயணித்துக்கொண்டிருக்கிறார். தொலைக்காட்சி விவாதங்களில் இவரின் அர்த்தம் செறிந்த பங்களிப்பின் காரணமாக, இவரை வாசித்தவர்கள், இயக்கப் பணிகள் காரணமாக நேசித்தவர்களைத் தாண்டி இன்னொரு பெரிய வட்டம் இவரை அறிந்திருக்கிறது. இவரின் 'தமிழரின் வாழ்வியல் சிந்தனைகள்', 'தமிழரின் மதங்கள்; சங்க காலம் முதல் சாம்ராஜ்ஜிய காலம் வரை' எனும் இரண்டு நூலை அடுத்து விகடன் பிரசுரம் வெளியிடும் மூன்றாவது நூல் இது.

உள்ளே...

நாயக்கர் காலம்

1. மதுரை சுல்தானகம் 9
2. நாயக்கர் ஆட்சி 16
3. விஜயநகர ஆட்சியில் மத வாழ்வு 27
4. வைணவமும் சைவமும் 32
5. நாட்டார் தெய்வ வழிபாடு 46
6. இஸ்லாம் 61
7. கிறிஸ்தவம் 74
8. தமிழ்ச் சமணம் 88
9. நாயக்கர் காலத்தைத் திரும்பிப் பார்த்தால் 94

ஆங்கிலேயர் காலம்

10. ஆங்கிலேயர் ஆட்சி 102
11. இந்து மதம் 108
12. கிறிஸ்தவம் 148
13. இஸ்லாம் 162
14. தமிழ்ப் புத்தம் 172
15. ஆங்கிலேயர் காலத்தைத் திரும்பிப் பார்த்தால் 180

நவீன காலம்

16. இந்தியர் ஆட்சி 190
17. இந்து மதம் 195
18. இஸ்லாம் 217
19. கிறிஸ்தவம் 236
20. நவீன காலத்தைத் திரும்பிப் பார்த்தால் 248

1

மதுரை சுல்தானகம்

சோழ சாம்ராஜ்ஜியம் நலிவுற்று பாண்டிய சாம்ராஜ்ஜியம் எழுந்தாலும் அது தாயாதி சண்டையோடுதான் பிறந்தது. அதில் தலையிட அடுத்தவர்களை அழைக்கும் போக்கும் இருந்தது. வரலாற்றாளர் எஸ். கிருஷ்ணசுவாமி ஐயங்கார் கூறுகிறார்: “கி.பி 1170 அல்லது 1171-ல் மதுரையின் அரியணைக்கு இரு போட்டியாளர்கள் இருந்தார்கள். அவர்களில் ஒருவனாகிய பராக்கிரம பாண்டியன் இன்னொருவனாகிய குலசேகர பாண்டியனால் சுற்றி வளைக்கப்பட்டிருந்தான். முன்னவன் சிலோனின் பராக்கிரமபாகுவின் உதவியை நாடினான். அவனும் ஒரு பெரும் படையை அனுப்ப முடிவு செய்தான்.

இதற்கிடையில் பராக்கிரம பாண்டியனைப் பிடித்து அவனது மனைவிகள் குழந்தைகளுடன் கொலை செய்துவிட்டு அரியணையில் அமர்ந்துவிட்டான் குலசேகர பாண்டியன். ஆனாலும் சிலோனின் தளபதி லங்காபுர தண்டநாதன் தலைமையில் படை வந்தது. அது குலசேகர பாண்டியனை தோற்கடித்து, தப்பிப் பிழைத்திருந்த பராக்கிரம பாண்டியனின் புதல்வன் வீரபாண்டியனை மதுரை அரியணையில் அமர்த்தியது. இது இலங்கையின் மகாவம்ச நூல் தரும் செய்தி. ஆனால் மாண்டுபோன குலசேகர பாண்டியனின் புதல்வன் விக்கிரம பாண்டியனுக்கு ஆதரவாக மூன்றாம் குலோத்துங்க சோழன் களம் இறங்கி, மதுரையைக் கைப்பற்றி அவனை அரியணையில் அமர்த்தினான்.”

பாண்டிய சாம்ராஜ்ஜியத்தின் வரலாறே இப்படி சகோதர யுத்தமாகவும், அடுத்த நாட்டு அரசர்களை அதில் தலையிட வைப்பதாகவும் இருந்ததால் அது சவலைப்பிள்ளையாகவே

நடைபோட்டது. இது டில்லி சுல்தான்களின் தலையீட்டைக் கோருகிற அளவுக்குச் சென்றது. அரச வாரிசுகளுக்கு மூதாதையர் பெயர்களே வைக்கப்பட்டன. அப்படி கி.பி. 1311 வாக்கில் ஒரு குலசேகர பாண்டியன் வந்தான்.

அவனது பட்டத்து ராணிக்கு பிறந்த மூத்தவன் சுந்தர பாண்டியன்; ஆசை நாயகிக்குப் பிறந்தவன் இளையவன் வீரபாண்டியன். தந்தையானவர் வீரபாண்டியனுக்கு முடிசூட்டினார். இதனால் ஆத்திரங்கொண்ட சுந்தர பாண்டியன் தந்தையைக் கொலை செய்து அரியணையைக் கைப்பற்றினான். வீரபாண்டியன் விடவில்லை. போர் தொடுத்து அவனை விரட்டி மீண்டும் மதுரையைப் பிடித்தான். "விரட்டப்பட்ட சுந்தர பாண்டியன் டில்லி சுல்தானின் உதவியை நாடினான். நேரடியாகவோ அல்லது அப்போது தென்னகத்தில் இருந்த அவனின் தளபதி மாலிக்காபூர் மூலமாகவோ அதைச் செய்தான். சுந்தர பாண்டியனின் வேண்டுகோள் மாலிக்காபூருக்கு வசதியாக அமைந்தது. இது வாசஃப் தரும் தகவல்கள்" என்கிறார் கிருஷ்ணசுவாமி ஐயங்கார்.

வாசஃப் யார் என்றால் இதே காலத்தில் வாழ்ந்த ஈரானிய வரலாற்றாளர். அவர் எழுதிய 'தாரிக் இ வாசஃப்' எனும் நூலில் இந்த விபரங்கள் உள்ளன. எனவே இது நம்பத்தகுந்ததே. இப்படித்தான் தமிழகத்தில் டில்லி சுல்தான்களின் படையெடுப்பு வெற்றிகரமாக நடந்தது. அவர்களது நோக்கம் இங்குள்ள செல்வத்தைக் கொள்ளையடித்துச் செல்வது. அது கோயில்களிலும் இருந்ததால் அதற்குள்ளும் புகுந்தார்கள். உற்சவர்கள் தங்கத்தாலும் செய்யப்பட்டிருந்ததால் அவற்றையும் கைப்பற்றினார்கள். உருவ வழிபாடு இல்லாத முஸ்லிம்களுக்கு அவை வெறும் தங்கச் சிலைகளே.

டில்லியிலிருந்து மாலிக்காபூர் படையெடுத்து வந்தபோது வழியில் ஹொய்சள மன்னன் மூன்றாம் வல்லாளனை எதிர்கொள்ள வேண்டியிருந்தது. அந்த ராஜ்ஜியம் கன்னடப் பகுதியைப் பிரதானமாகவும் தெலுங்கு மற்றும் தமிழகத்தின் ஒரு பகுதியையும் கொண்டது. அதன் தலைநகரம் இன்றைய கர்னாடகத்தின் ஹளபேடு என்றால், இரண்டாம் தலைநகரம் திருவண்ணாமலை. ஸ்ரீரங்கத்தின் அருகில் இருந்த கண்ணனூர்குப்பம் வரையிலும் அவன்

ஆளுகை நீண்டிருந்தது. ஆனாலும் மாலிக்காபூரின் பெரும் படையை முறியடிக்க முடியாது என எண்ணி சமாதானத் தூது அனுப்பினான். ''வல்லாளனை முஸ்லிமாக அல்லது ஷிம்மியாக மாற்றவே நான் வந்திருக்கிறேன்; இரண்டில் ஒன்று நடக்காவிட்டால் கொல்லுவேன்'' என்று பதில் அனுப்பினான் மாலிக்காபூர். ஷிம்மி என்றால் ஜிஷ்யா எனும் வரி கட்டி முஸ்லிம்களுக்கு இணையான அரசியல் உரிமையைப் பெறுவது. இதைக் கேட்ட வல்லாளன் "தனது புனித பூணூலைத் தவிர" சகல சொத்துக்களையும் தரச் சம்மதித்தான். இது எஸ். கிருஷ்ணசுவாமி ஐயங்கார் தரும் தகவல்.

பழைய மதுரை
மீனாட்சி அம்மன் கோயில்

ஆக வேத மத ராஜாக்களை எல்லாம் கட்டாய மதமாற்றம் செய்யும் நோக்கம் இல்லை மாலிக்காபூருக்கு. அவர்களது செல்வத்தை அபகரிப்பதுதான் அவனது திட்டம் என்பது நிச்சயமாகிறது. இதற்குப் பிறகும் வல்லாளனே ஹொய்சள நாட்டின் மன்னனாகத் தொடர்ந்தான். மாலிக்காபூர் அங்கிருந்து மதுரைக்கு வந்து இங்கிருந்த செல்வத்தையும் அள்ளிக்கொண்டு டில்லி திரும்பினான்.

தமிழகத்தின் மீது மாலிக்காபூரின் படையெடுப்பு கி.பி. 1311-ல் நடந்தது என்றால், குஸ்ருகானின் படையெடுப்பு 1314-ல் நடந்தது. உலுக்கானின் படையெடுப்பு 1323-ல் நடந்தது. முதல் இரண்டும் செல்வக் கொள்ளையடிப்போடு டில்லி திரும்புவதில் முடிந்தது. ஆனால் மூன்றாவது அப்படியாக இல்லை. உலுக்கான்தான் 1325-ல் முகம்மது பின் துக்ளக் என்ற பெயரில் டில்லி சுல்தானாகப் பட்டத்துக்கு வந்தவன்.

இவனுக்கு செல்வக் கொள்ளையடிப்போடு தென்னிந்தியாவை ஆளும் ஆசையும் வந்தது. அதை ஐந்து மாகாணங்களாகப் பிரித்து அவற்றை ஆளத் தனது பிரதிநிதிகளை நியமித்தான். அப்படித்தான் தமிழகம் மாபார்

எனும் மாகாணம் ஆனது. அப்படியாக பாண்டிய நாடு டில்லி சுல்தானின் ஆட்சியின்கீழ் வந்தது. இந்தியாவானது டில்லி முதல் மதுரை வரை ஒரே ஆட்சியின்கீழ் வந்தது சுல்தான்களின் காலத்தில்தான். அப்படிப் பார்த்தால் இந்தியாவையும், இந்திய அரசையும் உருவாக்கியது அல்லது அதற்கு அச்சாரம் போட்டது முஸ்லிம் மன்னர்களே!

எனினும் டில்லியில் துக்ளக்கின் ஆட்சி பலவீனப்பட்டதைக் கண்டு மதுரையில் அதன் பிரதிநிதியாக, அதாவது ஆளுநராக இருந்த ஜலாலுதீன் ஆசன்கான் 1335-ல் மதுரையை சுதந்திர நாடாக அறிவித்தான். இப்படியாக மதுரை சுல்தானகம் பிறந்தது. ஆளுநர் தனக்கு அடங்கி நடக்கவேண்டும் என்று அவனது புதல்வனைத் தன்னிடத்தில் வேலைக்கு அமர்த்தியிருந்தான் துக்ளக். தந்தை செய்த துரோகம் கண்டு பிள்ளையைக் கொன்று போட்டான். தனது பிள்ளைக்கு ஏற்படும் கதியை உணர்ந்திருந்தே சுதந்திரவான் ஆனான் ஜலாலுதீன். இது சுதந்திரத்தின் மீதான ஆசையா, பதவி மீதான ஆசையா என்று யாரே அறிவார்? இவனது நோக்கில் இது சுதந்திரம், துக்ளக்கின் நோக்கில் துரோகம்.

உண்மை என்னவென்றால் டில்லியிலிருந்து மதுரையை ஆளும் வகையில் இன்னும் நல்ல போக்குவரத்து வசதி இல்லை. அன்று அங்கிருந்து இங்கு வர படைகளுக்கு பல மாதங்கள் ஆயின. இதை அறிந்துதான் டில்லியின் பிரதிநிதிகள் கலகக் கொடி உயர்த்தினார்கள். ரயில் கண்டுபிடித்த ஆங்கிலேயர்களால்தான் லண்டனிலிருந்து டில்லியையும், டில்லியிலிருந்து மதுரையையும் ஆள முடிந்தது என்பதை மனதில் கொண்டால் நிலப்பிரபுத்துவ யுகத்துக்கும் முதலாளித்துவ யுகத்துக்கும் இடையிலான அரசியல் வித்தியாசம் புரிபடும்.

1340-44 ஆண்டுகளில் மதுரையின் சுல்தானாக இருந்தவன் கியாத்துதீன் முகமது தம்கானி. இந்தக் காலத்தில்தான் மதுரை வந்தார் மொராக்காவின் யாத்ரிகர் இபுன் பத்தூதா. அவரது நினைவுக் குறிப்புகளில் உள்ள மதுரை பற்றிய பகுதியை தனது நூலின் பின்னிணைப்பாகக் கொடுத்துள்ளார் கிருஷ்ணசுவாமி ஐயங்கார். அதைப்படித்தால் அன்றைய மதுரையின் ஒரு முகம் தெரிகிறது.

"கியாத்துதீன் நாட்டுக்கு அருகே வல்லாள தேவன் எனும் காஃபீரின் நாடு இருந்தது. அவன் ஒரு முக்கியமான

இந்து ராஜா. அவனது படையில் ஒரு லட்சம் வீரர்கள் இருந்தார்கள். மேலும் கிரிமினல்கள் மற்றும் அடிமைகளாக இருந்த முசல்மான்கள் 20 ஆயிரம் பேர் இருந்தார்கள். குப்பம் அருகில் இருந்த முசல்மான்களின் மிகப்பெரிய, வலுவான ஓர் இருப்பிடத்தை அந்த காஃபீர் ராஜா சுற்றி வளைத்து விட்டான். அவர்களை மீட்க மதுரை சுல்தான் படையோடு சென்றான். இந்துக்கள் படுமோசமான தோல்வியைச் சந்தித்தார்கள்" என்கிறார் பத்தூதா.

டில்லி சுல்தானால் தென்னிந்தியாவை கட்டுக்குள் வைக்க முடியாமல்போனதும் ஹொய்சள நாட்டின் மூன்றாம் வல்லாளனும் தைரியம் கொண்டு முஸ்லிம்களைத் தாக்கத் துணிந்தான். அவர்களைக் காப்பாற்றினான் மதுரை சுல்தான் என்பது இதிலிருந்து தெரிகிறது. ராஜாக்கள் தங்கள் அதிகாரத்தை நிலைநிறுத்த நடந்த போர்களில் இந்து, முஸ்லிம்கள் இரு பகுதியினரும் பாதிக்கப்பட்டார்கள். ராஜாக்களின் மதங்கள் வேறுபட்டிருந்ததால் ஏதோ அந்த இரு மதத்து மக்களுக்கு இடையேயான மோதலாக அது தோற்றம் காட்டியது. அப்படியாகவே யாத்ரிகர்களும் பதிவு செய்திருக்கிறார்கள்.

தங்களிடமிருந்து பிற மதத்தவரை வேறுபடுத்திக்காட்ட காஃபீர் எனும் சொல்லைப் பயன்படுத்தினார்கள் முஸ்லிம்கள். அது அனைத்து பிற மதத்தவரையும் குறித்தது. இங்கிருந்தவர்களைக் குறிப்பாகச் சொல்ல இந்துக்கள் எனும் பதத்தைப் பயன்படுத்தத் தொடங்கினார்கள். கி.பி.1000 வாக்கில் கஜினி முகமதுவோடு இங்கு வந்த அல்பெரூணி என்பார் இந்த தேசத்தைப் பற்றிய தனது நூலுக்கு தந்த பெயர் 'ஹிந்த்.' இப்படியாக அது முஸ்லிம்கள் வைத்த பெயராக இருந்தது. தேசத்திற்கு வைத்த பெயர் விரைவிலேயே மக்களது மதத்துக்கானது. ஆமாம், இந்துக்களுக்கு அப்படியாக பெயர் சூட்டியது முஸ்லிம்களே!

முஸ்லிம்களை ஒடுக்கினான் வல்லாளன் எனும் ஆத்திரத்தில் இந்துக்களை கொடுமைப்படுத்தினான் கியாத்துதீன். இதை ஏற்கவில்லை பத்தூதாவின் நல்ல உள்ளம். இந்த மதுரை சுல்தானை கொடூர சித்தம் கொண்டவன் எனச் சாடியுள்ளார். அதனாலேயே இறைவன் அவனது மரணத்தை விரைவுபடுத்தினான் என்று குறிப்பிட்டுள்ளார். ஆனால் அவனது மரணம் தனித்து வரவில்லை. அதுவொரு

கொள்ளை நோயாக வந்து மதுரையை சூறையாடியது. ஆம், அந்தக் காலத்திலேயே கொரோனா போன்ற ஒரு வைரஸ் தாக்கியது!

"நான் மதுரைக்குத் திரும்பியபோது அதையொரு கொள்ளை நோய் பீடித்திருந்தது. மக்கள் சட்சட்டென்று மாண்டார்கள். இந்த ஊரில் நானொரு இளம் பெண் அடிமையை வாங்கினேன். நல்ல ஆரோக்கியத்தோடு அவள் இருப்பதாகச் சொல்லப்பட்டது.

ஆனால் அடுத்த நாளே மாண்டுபோனாள். கியாத்தூதின் மதுரைக்குள் நுழைந்தபோது அவனது தாயும் மனைவியும் மகனும் இறந்துபோயிருந்தார்கள். மூன்று நாட்கள்தான் ஊரில் இருந்தான். ஒரு பராசங்கம் தொலைவிலிருந்த நதிக்கரைக்குச் சென்றான். அங்கே காஃபீர்களின் கோயில் இருந்தது. என்னை வேறு இடத்திற்குப்போகச் சொன்னான். அப்படியாக நான் வேறு இடம் சென்றபோது 'சுல்தான் இறந்துவிட்டார்' எனும் சேதி வந்தது" என்கிறார் பத்தூதா.

கி.பி. 14-ம் நூற்றாண்டில் வைசூரி போன்ற ஏதோவொரு கொள்ளை நோய்க்கு மதுரை இரையாகியிருந்தது தெரிய வருகிறது. அதன் தீனிக்கு சுல்தானின் குடும்பமும் தப்பவில்லை. கொடுமை என்னவென்றால் இரக்க நெஞ்சம் படைத்த பத்தூதாவும் தப்பவில்லை. அதற்கு சுல்தான், யாத்ரீகர் என்றெல்லாம் வேறுபாடு இல்லை. அது சகட்டுமேனிக்கு மனிதர்களைச் சாய்த்துச் சென்றது. ஆனால் அதிர்ஷ்டவசமாக அந்த நோயிலிருந்து பத்தூதா மீண்டெழுந்தார். எப்படி தெரியுமா?

"அந்த மரணக் காய்ச்சல் என்னையும் தாக்கியது. இங்கே எளிதாகக் கிடைத்த புளியை உண்ணச் சொல்லி இறைவன் என்னைத் தூண்டினார். ஒரு பவுண்டு புளியை எடுத்து அதைத் தண்ணீரில் போட்டு அந்தப் பானத்தை நான் அருந்தினேன். மூன்று நாட்களில் நன்றாக உணர்ந்தேன்" என்று குறிப்பிட்டிருக்கிறார். தமிழர்கள் தயாரித்த அந்தப் பானகம்தான் வைசூரியிலிருந்து மக்களைக் காப்பாற்றியிருக்கிறது. இப்போதும் மாரியம்மன் திருவிழாவின்போது பானகம் விநியோகிப்பதன் வரலாறு இதுதான்போலும்! அப்புறம், பச்சையான அடிமை முறையானது அன்று மதுரையில் இருந்திருக்கிறது என்பதும் பத்தூதாவின் பதிவிலிருந்து தெரிய வருகிறது.

கியாத்தூதினுக்குப் பிறகு நசுருதீன் என்பான் பட்டத்துக்கு வந்தான். இவனது முடிசூட்டு விழாவை விவரித்திருக்கிறார் பத்தூதா. புகழும் புலவருக்கு பரிசு, ஃபக்கீர்களுக்கும் ஏழைகளுக்கும் தானம், இந்த யாத்ரீகருக்கு உதவி என்று வேத மத ராஜாவின் பட்டாபிஷேகம் போலவே அது நடந்திருக்கிறது. பத்தூதா சீனாவை நோக்கி தனது பயணத்தை தொடங்கினார்.

இங்கே மதுரையில் சுல்தான்களின் ஆட்சி தொடர்ந்தது. ஃபக்ருதின் முபாரக் ஷா 1358-68 எனும் பத்து ஆண்டுகள் ஆட்சிக்கட்டிலில் அமர்ந்திருந்தான். அவனுக்குப் பிறகு வந்த அலாவுதீன் சிக்கந்தர் ஷாவும் 1368-78 என இன்னொரு பத்து ஆண்டுகள் ஆட்சி நடத்தினான். ஆனால் அவனே மதுரை சுல்தானகத்தின் கடைசி சுல்தானாகிப் போனான். விஜயநகரப் பேரரசின் குமாரகம்பணின் வாளுக்கு இரையாகி அவன் மாண்டான். 1335-78 என 43 ஆண்டுகள் நடந்த மதுரை சுல்தான்களின் ஆட்சி முடிவுக்கு வந்தது. சாம்ராஜ்ஜிய காலத்துக்கும் நாயக்கர் காலத்துக்கும் இடைப்பட்ட இந்தக் காலம் வரலாற்றின் ஏடுகளிலிருந்து பறந்துபோனது, மக்களின் மனங்களிலிருந்து மறந்துபோனது. அதற்குக் காரணம் அதன் குறுகிய காலம் என்றாலும் அவர்கள் முஸ்லிம்கள் என்பதும் நமது பாரபட்சமான வரலாற்றாளர்கள் மனதில் விளையாடியிருக்கலாம்.

அவர்களது ஆட்சி பற்றிய செய்திகள் பெரிதாக எழுதப்படவில்லை. மதுரை கோரிப்பாளையம் தர்காவில் இப்போதும் உள்ள பக்ருதின் மற்றும் சிக்கந்தரின் சமாதிகள் அந்தப் பழைய சரித்திரத்தை மௌனமாகச் சொல்லியபடி உள்ளன. திருப்பரங்குன்றத்தில் உள்ள சிக்கந்தர் தர்காவும் அவனது நினைவாக எழுந்தது எனப்படுகிறது. சமாதியான ஒரு சரித்திரம் சமாதிகளின் மூலம் நினைவுபடுத்தப்படும் விசித்திரம் நடக்கிறது.

மதுரை சுல்தான்களின் சுமார் அரை நூற்றாண்டுகால ஆட்சியிலும் வைகைக் கரையில் மீனாட்சி - சொக்கநாதர் கோயில் இருந்ததும், அப்போதும் இங்கே முஸ்லிம்களின் எண்ணிக்கை சொற்பம்தான் என்பதும் அவர்கள் கட்டாய மத மாற்றத்தில் இறங்கவில்லை என்பதற்கான அழியாச் சாட்சியங்கள்.

2

நாயக்கர் ஆட்சி

ஹொய்சள தேசத்தின் வல்லாளனை மதுரை சுல்தான் வீழ்த்தியதை அறிந்தோம். அந்த சாம்பல் மேட்டிலிருந்து ஒரு புதிய அரசு உதயமானது. அதுதான் விஜயநகரப் பேரரசு. ஆதிசங்கரர் நிறுவிய சிருங்கேரி மடத்தின் தலைவராக இருந்தவர் வித்யாதீர்த்தர். அதாவது அன்றைய சங்கராச்சாரியார். அவரது சீடர் வித்யாரண்யர் என்பார். இவரது தூண்டுதலின் பேரில்தான் ஹரிகரன்-புக்கன் எனும் சகோதரர்கள் துங்கபத்ரா நதிக்கரையில் விஜய நகரத்தை அமைத்து, அதைத் தலைநகராகக்கொண்டு ஒரு சாம்ராஜ்ஜியத்தை உருவாக்கினர். இதன் இடிபாடுகள் இன்றும் கர்நாடகத்தின் ஹம்பியில் உள்ளன. இதன் இன்னொரு பெயராக 'கர்நாட ராஜயம்' என்று சில கல்வெட்டுகளில் இருப்பது இது அடிப்படையில் ஒரு கன்னட சாம்ராஜ்ஜியம் என்பதைச் சுட்டுகிறது.

புக்கனின் ஒரு புதல்வன்தான் குமாரகம்பணன். திருக்கலக்குடி கல்வெட்டு கூறுகிறது: "அந்தக் காலம் துலுக்கன் காலம். கடவுளர்களுக்கு விடப்பட்ட தேவதான நிலங்களுக்கு குடிமை என்று வரி போடப்பட்டது. எனினும் கோயில் வழிபாடு குறைவின்றி நடந்தது. கோயில் நிலங்களை கிராமக் குத்தகைதாரர்கள் முறை வைத்து உழவு செய்தார்கள். இந்தக் கட்டத்தில் கம்பண உடையார் தெற்கே படையெடுத்து வந்து துலுக்கனை வீழ்த்தி நாடு முழுக்க ஒரு நிலையான நிர்வாகத்தை உருவாக்கினார். கோயில்களில்

தற்போதைய மதுரை மீனாட்சி அம்மன் கோயில்

எல்லாம் முறையான பூஜை நடக்கிறதா என்று மேற்பார்வை செய்ய பல நாயக்கன்மார்களை நியமித்தார்."

இந்தக் கல்வெட்டின் காலம் கி.பி. 1358. மதுரையில் சுல்தானின் ஆட்சி இறுதியாக வீழ்த்தப்பட்டது 1378-ல். அப்படியெனில் இருபது ஆண்டு காலம் இந்தப் படையெடுப்பு விட்டுவிட்டு நடந்தது எனலாம். துலுக்கன் என்பது துருக்கன் (துருக்கியர்) என்பதன் மரூவு. முஸ்லிம்களை அந்நியர்கள் என்று சித்திரிக்க இந்தச் சொல்லைப் பயன்படுத்தினார்கள் போலும். இன்று அது பழிச்சொல்லாகப் பயன்படுத்தப்படுவதை அறிவோம். ஆனால் தமிழர்களைப் பொறுத்தவரை அந்த 14-ம் நூற்றாண்டில் கர்நாடகத்தவரும் அந்நியரே, மொழியால் வேறுபட்டுப் போயிருந்தார்கள்.

சோழ-பாண்டிய சாம்ராஜ்ஜிய காலத்தில் வேத மதத்தவருக்கு இருந்த சில சலுகைகள் முஸ்லிம்களின் ஆட்சியில் பறிபோயிருந்தது தெளிவாகிறது. வரி கட்டத் தேவையில்லாது அவர்கள் அனுபவித்து வந்த தேவதான நிலங்களுக்கு இப்போது வரி போடப்பட்டிருந்தது. இது போதாதா அவர்கள் வன்மம் கொள்ள? ஆனாலும் கோயில் பூஜைகள் குறைவில்லாமல் நடந்தன முஸ்லிம்களின் ஆட்சியில் என்பது கவனிக்கத்தக்கது. அப்படியும் விஜயநகர ஆட்சியையே அவர்கள் விரும்பினார்கள். காரணம் அது மனுதர்ம ஆட்சியாக, வருணாசிரம சமூகத்தை நிலைநாட்டுவதாக இருந்தது.

இரண்டாம் ஹரிகரனை (1377-1404) பற்றிய ஒரு கல்வெட்டு இப்படிக் கூறியது: ''கலி யுகத்தின் யுதிஷ்டிரர். வருணாசிரமத்தின், அந்த ஒழுங்கின் ஆதரவாளர். சேர, சோழ, பாண்டியர்களின் யஜமானர். வேதங்களுக்கான விளக்கவுரைகளை வெளியிட்டவர். வேதங்களின் கட்டளைகளை நிறைவேற்றும் யஜமானர், புரோகிதர்களுக்கு வேலை கொடுத்தவர்.'' ஆக விஜயநகர சாம்ராஜ்ஜியவாதிகள் வேத மதத்தையே தங்களின் அரச மதமாகக் கொண்டிருந்தார்கள் என்பது நிச்சயமாகிறது. இத்தகையவர்கள் தமிழகத்தின் மூவேந்தர்களுக்கும் மேலே எனச் சொல்வதில் வேத மதத்தவருக்கு கூச்சம் இல்லை.

இத்தகைய விஜயநகர ஆட்சியைத்தான் மதுரையில் சுல்தானை வென்று நிறுவினான் குமாரகம்பணன். இதை 'மதுரா விஜயம்' எனும் சம்ஸ்கிருத காவியமாகப் பாடியிருக்கிறாள், அவனது ராணிகளில் ஒருத்தியாகிய கங்கா தேவி. இந்த நூலின் சாரத்தை அதற்கான முன்னுரையில் ஆங்கிலத்தில் தந்துள்ளார் திருவாங்கூர் சமஸ்தானத்தின் தொல்லியல் அதிகாரியாக இருந்த டி.ஏ.கோபிநாத ராவ். காவியத்தின் தொடக்கம் இப்படியாக உள்ளது என்கிறார்:

''புக்கராயரின் வடிவிலே அந்த மனுவே வந்து பிறந்தது போல குடிமக்கள் அவரிடம் சந்தேகங்கள் கேட்டனர். தர்மம், அர்த்தம், காமம் எனும் மூன்றுக்கும் அவர் மனம் சமமான முக்கியத்துவம் கொடுத்தாலும் புருஷார்த்தத்தின் பக்கமே அவர் சாய்ந்திருந்தார்.'' ஆக மனுவாத ஆட்சிதான் நடந்தது.

அத்தகையவரின் சார்பாக தமிழகத்தின் மீது படையெடுத்து வந்தான் குமாரகம்பணன். அவன் யுத்தகளத்துக்குக் கிளம்பிய காட்சி: ''பிராமணர்கள் அதர்வண மந்திரத்தை ஓதி அவன் வெற்றிபெற ஆசிர்வதித்தார்கள். அவனது குதிரை பயணிக்க சோழ, கேரள, பாண்டிய ராஜாக்கள் வழி அமைத்துக் கொடுத்தார்கள்.'' வேத மத பேரரசருக்கு தமிழக வேந்தர்கள் அடிமைகளாகிப் போனார்கள் என்பதே புகழ்மாலையாக இருந்தது.

இப்படியாக தமிழகத்துக்குள் நுழைந்தவன் முதலில் தாக்கியது தொண்டை மண்டலத்தை. ''திராவிட ராஜா சம்புவராயரை வீழ்த்தி காஞ்சிபுரத்தை தனது

தலைமையகமாகக் கொண்டான். அங்கிருந்து இன்னும் தெற்கிலிருந்த வன்யராஜாக்களையும், மதுரையிலிருந்த துலுக்க ராஜாவையும் தாக்கத் தயாரானான்'' என்கிறது அந்த வரலாற்றுக் காவியம். சம்புவரையர்கள் சோழர் காலத்திலேயே சிற்றரசர்களாக இருந்தவர்கள். அவர்களின் இன்றைய வாரிசை திராவிட ராஜா என்றது கவனிக்கத்தக்கது. அப்படியெனில் ஒரு தமிழ் வேந்தர் அப்படி அன்று அழைக்கப்பட்டிருந்தது உறுதியாகிறது. அதுபோல வட தமிழகத்தில் அன்றே ஒருவர் வன்னிய ராஜா எனக் கூறப்பட்டதும் குறிக்கத்தக்கது.

''வருணங்களுக்கான தர்மத்தின்படி தொண்டை மண்டலத்தை ஆளத் தொடங்கினான் கம்பணன். மகத, மாளவ, செவுன, சிங்கள, திரமிள, கேரள, கவுல நாடுகள் அவையில் அவனது தரிசனத்தைப் பெற வாசலில் காத்துக் கிடந்தன.'' காவியம் என்பதால் நாடுகளின் பட்டியலில் உயர்வு நவிற்சி அணி இருக்கலாம். ஆனால் வர்ணாசிரமப்படி அவன் ஆட்சி செய்தான் என்பதோ அல்லது ஒரு நாட்டின் பெயர் திரமிள என்பதோ அப்படி இருக்க முடியாது. ஆக திராவிட, திரமிள எனும் சொற்கள் அன்று ராஜா மற்றும் நாடு சார்ந்து இருந்திருக்கின்றன.

இந்த நிலையில்தான் அந்த சம்பவம் நடந்தது. ஒரு வினோதமான பெண்மணி கம்பணன் முன்பு தோன்றி கீழ்வருமாறு புகார் செய்ததாக 'மதுரா விஜயம்' கூறுகிறது: "ஓ ராஜனே, ஒரு காலத்தில் மனிதர்கள் வாழ்ந்த வியாக்ரபுரி (பெரும்பரபுலியூர் -சிதம்பரம்) இன்று அதன் பெயருக்கு ஏற்ப புலிகள் வாழும் இடமாகிப் போனது. ஸ்ரீரங்கத்தின் விமானம் சிதிலமாகி உதிர்கிறது. அது ரங்கநாதர் மீது விழாமல் ஆதிசேஷன்தான் காத்துக்கொண்டிருக்கிறான். ஆடை இழந்த கஜரன்யன், முன்பு யானையைக் கொன்று அதன் தோலைத் தரித்தான். அந்த நிலை மீண்டும் அந்த இடத்திற்கு (ஸ்ரீரங்கம் அருகில் உள்ள திருவானைக்கா) வந்திருக்கிறது. பல கோயில்களிலும் கர்ப்பகிரகங்கள் பாழடைந்துபோயின, மண்டபங்கள் செடிகொடிகள் மண்டிப் போயின. அவற்றின் அழகான மரக் கதவுகளைக் கரையான் அரித்துவிட்டது. யாகதம்ப புகை வந்துகொண்டிருந்த அக்ரகாரங்களிலிருந்து இப்போது முகமதியர்கள் மாமிசம் வறுக்கும் வாடை வருகிறது. வேதங்களின் புனித சத்தம் வந்த இடத்தில்

இப்போது முரடர்களின் காட்டுக் கூச்சல் கேட்கிறது."

அன்று தமிழகத்தின் பெரும் பகுதியை ஆண்டுகொண்டிருந்த மதுரை சுல்தானின் ஆட்சியில் வேத மதத்தவரும், பிராமணர்களும் பாதிக்கப்பட்டிருந்தது தெரிகிறது. இதனால் முஸ்லிம்கள் மீது அவர்களுக்கு ஏற்பட்டிருந்த வன்மமும் புரிபடுகிறது. இங்கே ஸ்ரீரங்கம் விஷ்ணு கோயிலுக்காகவும், சிதம்பரம் சிவன் கோயிலுக்காகவும் அந்தப் பெண்மணி பேசுகிறாள். பொது எதிரியை வீழ்த்த, அதுவரை மோதிக்கொண்டிருந்த வைணவ மதமும் சைவ மதமும் இப்போது கை கோர்த்திருந்தன. இதை வேத மதம் ஒழுங்கு செய்தது எனலாம்.

இப்படியாகப் புகார் செய்த பெண்மணி கம்பனனிடம் ஒரு வாளைக் கொடுத்துச் சொன்னாள்: "அந்தக் காலத்தில் மதுராவில் கம்சனை கிருஷ்ணன் வெட்டிச் சாய்த்தது போல ஓ ராஜனே, தென் மதுரைக்குச் சென்று லோக எதிரியாகிய முசல்மான் ராஜாவை வெட்டிச் சாய்த்து ராமர் சேதுவில் வெற்றிக் கம்பங்களை நடுவாயாக." இது மதுரை சுல்தானுக்கு எதிராக விஜயநகர இளவரசனை தூண்டிய வேலை. இதற்காக இந்தப் பெண்மணி பாண்டி நாட்டின் வேத மதத்தவர்களால் அனுப்பப்பட்டிருக்க வேண்டும். தனது பணியை அவள் செவ்வனே செய்தாள் என படுகிறது காவியத்தின் அந்தப் பகுதியைப் படித்தால்.

"வல்லாளன் ராஜ்ஜியத்தை அழித்த, சோழ, பாண்டிய அரசுகளைக் கைப்பற்றியவனின் தலை முடிவில் தரையில் உருண்டு புழுதியைத் தொட்டது. வெற்றியாளர் மீது தேவர்கள் வானிலிருந்து பூமாரி பொழிந்தனர்" என்று அந்தக் காவியம் முடிவடைகிறது.

இந்த வெற்றிக்குப் பின்னர் தமிழகத்தின் பாண்டி மண்டலம், சோழ மண்டலம், கொங்கு மண்டலம் என அனைத்துப் பகுதிகளும் விஜயநகரப் பேரரசின் கட்டுப்பாட்டின்கீழ் வந்தன. இயேசு சபை பாதிரியார் புரையன்ஸா 1659-ல் எழுதிய கடிதத்தின்படி "விஜயநகரத்தின் சிற்றரசுகளான மதுரை, தஞ்சை, செஞ்சி நாயக்கர்கள் வசம் குமரிமுனையிலிருந்து கிழக்கு தொடர்ச்சி மலை வரை இருந்தது." ஆனால் நாயக்கர்கள் தெலுங்கு பேசுவோர்களாக இருந்ததால் உள்ளூர் சிற்றரசர்களை பெயருக்கு ஆட்சியாளர்களாக வைத்திருந்தார்கள். சோழர், பாண்டியர் வாரிசுகள்கூட

திருமலை நாயக்கர் மஹால்

அதற்குப் பயன்படுத்தப்பட்டார்கள்.

இதிலே இவர்களுக்கிடையே அதிகாரப் போட்டி வேறு நடந்தது. மதுரை சுல்தான் வீழ்த்தப்பட்ட அந்த 1378 முதல் 1509 வரை தமிழகத்தில் ஒரு நிலையான ஆட்சி நிர்வாகம் நடந்ததாகச் சொல்ல முடியாது. 130 ஆண்டுகள் சிற்றரசர்களின் ஆளுகைகள், அதனால் எழுந்த மோதல்கள் என்பதே தமிழக அரசியல் வரலாறாக இருந்தது. இதனால் மக்கள் எவ்வளவு அவதிக்கு ஆளாகியிருப்பார்கள் என்பதை எளிதில் ஊகிக்கலாம். 1509-ல் விஜயநகரப் பேரரசராக கிருஷ்ண தேவராயர் வந்த பிறகுதான் இவை முடிவுக்கு வந்தன. பாண்டிய நாட்டை சந்திரசேகர பாண்டியனிடமிருந்து சோழன் கைப்பற்றிக்கொண்டான். ராயரிடம் பாண்டியன் முறையிடவும் அவர் நாகம நாயக்கர் தலைமையில் ஒரு பெரும் படையை மதுரைக்கு அனுப்பினார்.

அவருக்கு தரப்பட்ட வேலை சோழனிடமிருந்து மதுரையைக் கைப்பற்றிப் பாண்டியனிடம் ஒப்படைப்பது. அவர் பாதியைத்தான் நிறைவேற்றினார். அதாவது சோழனிடமிருந்து மதுரையை மீட்டவர் அதைப் பாண்டியனிடம் தரவில்லை, தானே வைத்துக்கொண்டார்! பஞ்சாயத்துப் பண்ண வந்தவரே உரிமையாளராகிப்

போனார். இதை அறிந்து கோபம் கொண்ட ராயர் தனது அடைப்பக்காரனாக இருந்த விஸ்வநாதனை ஒரு படையோடு அனுப்பி நாகம நாயக்கரைப் பிடித்துவரச் சொன்னார். அவன் யார் என்றால் நாகமரின் புதல்வன்! ஆனாலும் தந்தையைக் கைது செய்து வந்து ராயர் முன்பு நிறுத்தினான். அவனது நேர்மையைப் பாராட்டும் வகையில் மதுரையை ஆளும் பொறுப்பை அவனிடம் ஒப்படைத்தார் ராயர்.

இப்படித்தான் மதுரை நாயக்கர்களின் ஆட்சி ஆரம்பமானது. இது நடந்தது 1529-ல். தெலுங்கராகிய விஸ்வநாத நாயக்கரின் ஆட்சியை நிலைநிறுத்த உதவியாக இருந்தது அவரின் தளவாயாகிய தமிழர் அரியநாத முதலியார். மதுரையைச் சுற்றி 72 கொத்தளங்களுடன் கோட்டையை எழுப்பினார். கொத்தளங்களைக் காக்கும் பொறுப்பு 72 பாளையக்காரர்களுக்குத் தரப்பட்டது. ராஜ்ஜியமானது 72 பாளையங்களாகப் பிரிக்கப்பட்டு நாயக்கர்களின் சொந்தபந்தங்கள் பாளையக்காரர்களாக நியமிக்கப்பட்டார்கள். இது தெளிவான நிலப்பிரபுத்துவ கட்டமைப்பாக இருந்தது. அந்தந்த பாளையத்து மக்களிடமிருந்து வரி வசூலித்து அதில் ஒரு பகுதியை மதுரை நாயக்க மன்னருக்கு கொடுத்தது மட்டுமல்லாது, மன்னர் படையெடுத்துச் சென்றால் தத்தமது பாளையத்தின் சார்பில் ஒரு படையையும் அனுப்பினார்கள் பாளையக்காரர்கள்.

விஸ்வநாத நாயக்கர் தொட்டு ராணி மீனாட்சி வரை 13 நாயக்கர்களின் ஆட்சி மதுரையில் நடைபெற்றது. இதில் முதல் 6 பேர் விஜய நகரத்துக்குக் கட்டுப்பட்டு நடந்து வந்தார்கள் என்றால் அடுத்த 7 பேர் அதிலிருந்து விடுபட்டு சுதந்திரவான்களாக இருந்தார்கள். இதை முதலில் சாதித்தது திருமலை நாயக்கர். அவர் ஆட்சிக்கு வந்தது 1623-ல். விஜயநகரப் பேரரசு பீஜப்பூர் சுல்தானகத்தின் தாக்குதலால் பலவீனப்பட்ட நிலையைப் பயன்படுத்திக்கொண்டு அதன் பிடியிலிருந்து தன்னை விடுவித்துக்கொண்டார் திருமலை.

பாதிரியார் புரையன்ஸா குறிப்பிட்டார்: "விஜயநகரத்துக்கு மதுரை நாயக்கர்கள் வெகு காலமாய் ஒழுங்காகக் கப்பம் கட்டி வந்தார்கள். ஆனால் அவர்களின் பலம் பெருகியதும் அகந்தையும் பெருகியது. இதைத் தொல்லையாகக் கருதத் தொடங்கினார்கள். தனது தந்தை வழியில் நடைபோட்டு

வந்த திருமலை இதிலிருந்து விடுபட முடிவு செய்தார். விஜய நகரத்தை நேரடியாக எதிர்க்க இன்னும் பலமில்லாத நிலையில் குறுக்கு வழியில் பயணித்தார். அதாவது பல்லாண்டுகளாக மதிப்பு வாய்ந்த பரிசுகளை அனுப்பினாரே தவிர முறையான கப்பம் கட்டவில்லை.

விஜயநகரம் மதுரையின் மீது போர்ப் பிரகடனம் செய்தது. அதை எதிர்கொள்ள தஞ்சை மற்றும் செஞ்சி நாயக்கர்களோடு ரகசிய கூட்டணி அமைத்தார் திருமலை. அதை விஜயநகரத்திற்கு தெரிவித்துவிட்டார் செஞ்சியார். இதனால் ஆத்திரம் கொண்ட திருமலை செஞ்சியைத் தாக்குமாறு கோல்கொண்டா சுல்தானை தூண்டிவிட்டார். இதுவே நல்வாய்ப்பு என முகம்மதியர்கள் அந்த ராஜ்ஜியத்தை தாக்கி சிதைத்தார்கள்."

அன்றைய ராஜ்ஜிய வாழ்வை இது தெளிவாகப் புரிய வைக்கிறது. எந்த மத, எந்த மொழி ராஜாவாக இருந்தாலும் தனது அதிகாரத்தை நிலைநாட்ட எதுவும் செய்வார்கள், அதையே ராஜதந்திரம் என்பார்கள். போதாக்குறைக்கு சாணக்கியர் எழுதிய அர்த்த சாஸ்திரமும், அதைச் சொல்லித்தரும் பண்டிதர்களும் இருந்தார்கள். இது இங்கு மட்டுமல்ல உலகில் நிலவிய நிலப்பிரபுத்துவ சமுதாயத்தின் பொதுக் குணமாக இருந்தது. இதற்குள்ளேதான், போனால் போகிறதென்று மக்களை ஓரளவு கவனித்துக்கொண்ட அரசர்களும் இருந்தார்கள், அதையும் செய்யாத முழு முரடர்களும் இருந்தார்கள்.

செஞ்சி மீது கோல்கொண்டா சுல்தானை ஏவிவிட்டது கண்டு மைசூர் ராஜா திகைத்துப் போனார். திருமலை தனக்கு எதிராகவும் திரும்பக்கூடும் என நினைத்து அவர் மீது பாய்ந்தார். "அவர் அனுப்பிய படையானது கையில் சிக்கிய ஆண் பெண் குழந்தைகளின் மூக்குகளை அறுத்து மூட்டைகளாகக் கட்டி ஏதோ வெற்றிக் கோப்பைகள் போல மைசூருக்கு அனுப்பியது! நாயக்கரின் படையும் மைசூர் ராஜ்ஜியத்திற்குள் புகுந்து சிக்கியவர்களின் மூக்குகளை அறுத்தது. இந்த மனித நேயமற்ற யுத்தம் 'மூக்கறுப்புப் போர்' என்றே பெயர் பெற்றது. இதைத் தொடங்கிவைத்த மைசூர் ராஜாவின் மூக்கும் தப்பவில்லை!' என்று விவரித்திருக்கிறார் அதே பாதிரியார் புரையன்ஸா.

மதுரை மற்றும் திருச்சியை தலைநகராகக்கொண்டு ஆண்டார்கள் நாயக்க மன்னர்கள். இரு நகரங்களிலும் கலையழகுடனான கட்டடங்களை எழுப்பினார்கள். திருமலை கட்டிய நாயக்கர் மஹால் இன்றைக்கும் யாத்ரிகர்களை ஈர்த்து வருகிறது. ராஜராஜன் தஞ்சையில் கட்டியது கல் அதிசயம் என்றால் திருமலை மதுரையில் எழுப்பியது சுதை அதிசயம். மரமோ இரும்போ இல்லாமல் ஒரு புதுவகை சுண்ணாம்பு மற்றும் செங்கலால் அவ்வளவு பெரிய தூண்களையும் வேலைப்பாடுடனான மண்டபங்களையும் கட்டினார் திருமலை.

சங்க காலத்து மூவேந்தர்கள் தொட்டு பிற்கால மூவேந்தர்கள் வரை, இடையில் வந்த பல்லவர் காலத்திலும் ஒரு பெண் அரசராக இருந்தது இல்லை. தமிழ்ச் சமூகம் தந்தைவழிச் சமுதாயமாக, ஆணாதிக்கச் சமுதாயமாகவே இருந்தது. நாயக்கர் காலத்தில்தான் ஓர் அதிசயம் நடந்தது. ராணி மங்கம்மாளின் ஆட்சி வந்தது. மன்னர் சொக்கநாத நாயக்கரை மணந்தாள் மங்கம்மாள். ஆனால் அவளைத் தனது பட்டத்து ராணியாக ஏற்காமல் தஞ்சை நாயக்கர் மகளை மணக்க முயன்றார், அதற்காகவே ஒரு யுத்தம் நடத்தினார். அப்படியும் காரியம் கைகூடாததால் மங்கம்மாளை ராணியாக அங்கீகரித்தார். அரண்மனை வாழ்வு எவ்வளவு ஆடம்பரமானதோ அவ்வளவு அவமானகரமானதும்கூட பெண்களுக்கு.

இவர்களின் மகன் முத்துவீரப்ப நாயக்கருக்கு 15 வயதாகும்போதே சொக்கநாதர் மறைந்ததால் மகன் பட்டத்துக்கு வந்தான். அவனும் இள வயதிலேயே மாண்டு போனான், பெரியம்மை நோய் வந்து. அப்போது அவனது மனைவி கருவுற்றிருந்ததால் அவளை உடன்கட்டை ஏற அனுமதிக்கவில்லை மங்கம்மாள். அவளும் உடன்கட்டை ஏறவில்லை என்பதை கவனிக்கவும். அந்த நாளில் நாயக்க மன்னர்கள் இறந்தால் பிரதான ராணிகள் உடன்கட்டை ஏறுவது வழமையாக இருந்தது. "இந்த மக்களின் காட்டுமிராண்டித்தனமான பழக்கத்தின்படி திருமலையின் சிதையோடு அவரது 200 மனைவிகளில் அதிமுக்கியமானவர்கள் சேர்த்து வைத்து எரிக்கப்பட்டார்கள்" என்று குறிப்பிட்டிருக்கிறார் புரையன்ஸா.

பிள்ளையைப் பெற்றுக்கொடுக்க உயிரோடு இருக்க

வேண்டும் என்று தனது மருமகளை வற்புறுத்தி சம்மதிக்க வைத்தாள் மங்கம்மாள். அவளும் ஓர் ஆண் குழந்தையைப் பெற்றுக்கொடுத்துவிட்டு சிறிது நாளிலேயே தற்கொலை செய்துகொண்டாள். விதவை ராணியை இகழ்ச்சியாகப் பார்த்தது அன்றைய சமூகம். அதைத் தாங்க முடியாமல்தான் அவள் அந்த விபரீத முடிவுக்குப் போயிருக்க வேண்டும். ஆச்சரியமான விஷயம் மங்கம்மாள் அந்த சமூகத்தை சட்டை செய்யாமல் இருந்தது மட்டுமல்லாது, தனது பேரனின் சார்பாக நாட்டை ஆளத்தொடங்கியது! அரசப் பிரதிநிதி என்ற வகையில்தான் ஆட்சி நடத்தினாள் என்றாலும் அதுவே அன்று அதிசயம், அற்புதம்!

இன்றும் மதுரை மக்கள் நெஞ்சில் மங்கம்மாள் நிற்கிறாள். அவள் உருவாக்கிய சத்திரம் அதன் ரயில் நிலைய வாயிலை நோக்கியிருந்து பயணிகளை இப்போதும் வரவேற்கிறது. அவள் கட்டிய அழகான மாளிகையில்தான் காந்தி மியூசியம் உள்ளது. அவள் அமைத்த தமுக்கம் மைதானத்தில்தான் எத்தனையோ சரித்திர முக்கியத்துவம் வாய்ந்த பொதுக்கூட்டங்கள் நடந்துள்ளன. அவள் போட்ட சாலைகள் அவள் பெயரைச் சொல்லின. சோகமான விஷயம் என்னவென்றால் அவள் வளர்த்த பேரனே பட்டத்துக்கு வந்ததும் சிறையில் அடைத்தது! அங்கேதான் அவள் உயிர் பிரிந்தது! பெண்ணரசியே ஆனாலும் பெண் என்பதால் இந்தச் சமுதாயம் அவளிடம் மோசமாகவே நடந்துகொண்டது. மீனாட்சி அம்மன் நகரா மண்டபத்தில் உள்ள மங்கம்மாள் சிலை தாயை வணங்கியபடி நீதி கேட்டு நிற்கிறது.

வரலாற்றில் ஒவ்வொரு முக்கிய நிகழ்வும் இருமுறை நடக்கிறது என்பது உண்மையே. மதுரையைப் பொறுத்தவரை முதல்முறை அபத்தமாக நடந்தது என்றால், இரண்டாம் முறை சோகமாக நடந்தது. சகோதர சண்டையில் தலையிடுமாறு டில்லி சுல்தானின் மாலிக்காபூரை ஒரு பாண்டியன் அழைத்ததைக் கண்டோம். இப்போது டில்லி மொகலாயரின் சந்தாசாகிப்பை நாயக்கர்கள் அழைத்து அழிந்துபோனதைக் காண்கிறோம்.

1731-ல் விஜயரங்க சொக்கநாத நாயக்கர் இறந்ததும் அவரது மனைவி ராணி மீனாட்சி அரச பொறுப்பை ஏற்றாள். அவர்களுக்கு பிள்ளை இல்லாததால் இந்த

ஏற்பாடு. ஆனாலும் ஓர் ஆண் பிள்ளையை தத்தெடுத்து அவன் சார்பாகவே ஆட்சிப் பொறுப்பை ஏற்றாள்! தந்தை வழிச் சமுதாயம் கவனமாகப் பேணப்பட்டது. இதையும் தாங்க முடியவில்லை அந்த தத்துப்பிள்ளையின் ஒரிஜினில் அப்பாவுக்கு. அவர் பங்காரு திருமலை நாயக்கர். அவருக்கு ஆசை வந்தது, தானே ஆட்சிப் பொறுப்பை நடத்த வேண்டும் என்று.

அப்போது நாயக்கர் ஆட்சியின் தலைநகராக திருச்சி இருந்தது. ராணி மீனாட்சிக்கு எதிராகக் கலகக் கொடி பிடித்தார் பங்காரு; அவருக்குத் துணை சேர்ந்தது முன்னாள் தளவாய் வெங்கடாச்சாரி. அந்த முயற்சி தோற்றதும் மதுரையிலிருந்து இயங்க ஆரம்பித்தார் பங்காரு. இந்தப் போட்டியில் டில்லி மொகலாயருக்கு அடங்கியிருந்த கர்நாடக நவாபை அணுகினார் பங்காரு. மீனாட்சியின் இடத்தில் தன்னை அமர்த்துமாறு அவரைக் கேட்டுக்கொண்டார். அதற்காக ஒரு தொகையைத் தந்தார். அதைப் பெற்றுக் கொண்ட நவாப் அந்தப் பணியை முடிக்க சந்தாசாகிப் என்பாரை நியமித்தார். ராணி மீனாட்சியும் ஒரு பெரும் தொகையோடு சந்தா சாகிப்பின் நட்பைக் கோரினார். இந்த இருவரும் சேர்ந்து பங்காருவை சிவகங்கைக்கு துரத்தியடித்தார்கள்.

கதை இத்தோடு முடியவில்லை. ராணி மீனாட்சியை அரண்மனைக் காவலில் வைத்து விட்டு தானே அரியணையில் உட்கார்ந்துவிட்டார் சந்தா சாகிப். நொந்துபோன ராணி விஷம் குடித்து மாண்டுபோனாள். இப்படியாக நாயக்கர் ஆட்சி முடிவுக்கு வந்தது 1736-ல். இருநூறு ஆண்டு கால நாயக்கர் ஆட்சி பதவி ஆசையால் ஏற்பட்ட உள்நாட்டுப் போராலும், அதில் அடுத்தவர்களைத் தலையிட பணம் பாக்கு வைத்து அழைத்ததாலும் சரிந்துபோனது. இத்தகைய பரபரப்பான அரசியல் திருப்பங்கள் நிகழ்ந்த இந்தக் காலத்தில் தமிழரின் மத வாழ்வு எப்படி இருந்தது என்பதைக் காண்போம்.

3

விஜயநகர ஆட்சியில் மத வாழ்வு

சாம்ராஜ்ஜிய காலத்தில் வேத மதமானது தனது தனி அடையாளத்தைத் துறந்து சைவம் மற்றும் வைணவ மதங்களில் கரைந்ததைக் கண்டோம். அதுவே நாயக்கர் கால நிலைமையாகவும் இருந்தது. விஜயநகர மன்னர்கள் வேத மதத்தின் பிராமணியக் கூறுகளைக் காக்கிறவர்களாகவும், அதனது இரு பிரிவுகளாகிய சைவம் மற்றும் வைணவத்தை ஆதரிப்பவர்களாகவும் விளங்கினார்கள். குறிப்பாக வைணவத்தை பெரிதும் தழுவி நின்றார்கள்.

வெளிநாட்டுப் பயணிகளது குறிப்புகளின்படி இந்த மன்னர்கள் தம்மை 'கோ பிராமண பிரதிபலனாச்சாரியா' என்றும் 'ஹிந்துராய சுரத்ரனா' என்றும் அழைத்துக் கொண்டார்கள். சமூகத்தில் பிராமணர்களின் நிலை மிக உயர்ந்ததாக இருந்தது, ஒவ்வொரு கிராமத்திலும் அவர்கள் திட்டமிட்டு குடியமர்த்தப்பட்டார்கள் என்று சர் சார்லஸ் எல்லியட் கூறியிருப்பதை நீலகண்ட சாஸ்திரியார் மேற்கோள் காட்டியிருக்கிறார். ஹிந்துராய எனும் சொல் அப்போதே புழக்கத்துக்கு வந்திருக்கிறது என்றால் முஸ்லிம்கள் வைத்த அந்தப் பெயர் இப்படியாக அங்கீகரிக்கப்பட்டிருந்தது என்றாகிறது.

சாம்ராஜ்ஜியத்தை கட்டமைத்த ஹரிஹர மற்றும் புக்கர் சகோதரர்கள் சைவர்களாக இருந்தாலும் அவர்களது

குரு வித்யாரண்யர் வைணவராக இருந்ததால் அவரது சிருங்கேரி மடத்துக்கு மான்யங்கள் தந்தார்கள். விஷ்ணுவின் அவதாரமாகிய வராகத்தை தங்களது இலச்சினையாகக் கொண்டார்கள்.

பிற்காலத்திய விஜயநகர மன்னர்கள் வைணவர்களாகவே மாறினார்கள். ஹம்பியிலிருந்த விருபாட்சர் எனும் சிவனை வணங்கினாலும் திருப்பதி வெங்கடாசலபதியே அவர்களின் பிரியமான கடவுளாக ஆனார். எனினும் சைவத்தை அடக்கினார்கள் எனக் கூற முடியாது. விருபாட்சரை 'கர்நாட ராஜ்ய ரக்ஷா மணி' என்று தனது சம்ஸ்கிருத நூலாம் 'ஜம்பாவதி கல்யாணம்' என்பதில் அழைத்திருக்கிறார் கிருஷ்ண தேவராயர்.

ஆச்சரியமான விஷயம் ஆண்டாளின் வாழ்வை 'ஆமுக்தமால்யதா' என்று தெலுங்கு காவியமாக கிருஷ்ண தேவராயர் எழுதியது. ஒருநாள் கனவில் வந்த பகவான் விஷ்ணு ஆண்டாளை தான் மணந்த கதையை தெலுங்கில் எழுதுமாறு ராயரைப் பணித்தார். 'ஏன் தெலுங்கில்?' என்று கேட்டபோது 'இது தெலுங்கு தேசம். நான் தெலுங்கு ராஜா. தெலுங்கு இனிமையானது. உனக்கு சேவை செய்யும் அனைத்து அரசர்களோடு பேசிய பிறகு நாட்டில் உள்ள அனைத்து மொழிகளிலும் தெலுங்கே சிறந்தது என்பது உனக்கு விளங்கவில்லையா?' என்று பதில் கொடுத்தார் விஷ்ணு என்கிறார் ராயர். தனது தெலுங்கு பிரியத்தை விஷ்ணு மீது ஏற்றிச் சொல்கிறார்.

ஆனாலும் தமிழகத்து ஆண்டாளின் கதை அந்தத் தெலுங்குப் பேரரசரின் உள்ளத்தைக் கவர்ந்திருந்தது கவனிக்கத்தக்கது. அது அவரின் விஷ்ணு பக்தியையும் காட்டுகிறது. ரங்கநாதரைப் பிரிந்து ஆண்டாள் தவிப்பதையும், அவளின் அழகையும் சித்திரித்திருக்கிறார். முப்பது பாடல்களில் கேசாதிபாதம் வருணித்திருக்கிறார். இந்தப் பெண்மணியின் கதை நவரசங்களுக்கும் ஏற்றதாக இருந்ததை வசமாகப் பயன்படுத்தியிருக்கிறார்.

"விஜயநகரத்தின் ராயர்கள் வைணவத்தின் பெரும் புரவலர்களாக இருந்தார்கள். கி.பி.1556-ல் ராமராயரின் வேண்டுகோளுக்கு இணங்க ஸ்ரீபெரும்புதூரில் இருந்த ராமானுஜரின் கோயில் மற்றும் அது சார்ந்த நிறுவனங்களைப்

ஆண்டாள்

பராமரிக்க 31 கிராமங்களை வழங்கினார் சதாசிவர்" என்கிறார் நீலகண்ட சாஸ்திரியார்.

அதேநேரத்தில் பிற மதங்களையும் ஆதரித்தார்கள் என்கிறார். "தென்னிந்தியாவின் பிரபலமான கோயில்கள் பலவும் விரிவாக்கப்பட்டன- குறிப்பாக வெளிப்பிராகார கோபுரங்கள், தாவாரங்கள் மற்றும் மண்டபங்கள் கட்டப்பட்டதன் மூலம். தலைநகரமான விஜயநகரத்தில் அக்டோபரில் வரும் ஒன்பது நாள் மகாநவமி விமரிசையாகக் கொண்டாடப்பட்டது. தமது வளத்தைக் காட்டும் விழாவாக ராயர்கள் அதை நடத்தியதாக அதைக்காண வாய்ப்புக்

கிடைத்த வெளிநாட்டுப் பயணிகள் குறிப்பிட்டிருக்கிறார்கள். பெண் கடவுள்களுக்கு எருமைகள் மற்றும் ஆடுகள் பலி தருவது, அலகு குத்தி அந்தரத்தில் தொங்குவது போன்ற தவறான நடைமுறைகளும் பரவலாக இருந்தன என்பதையும் அந்தப் பயணிகளின் விவரிப்புகள் சந்தேகத்துக்கிடமின்றிச் சொல்கின்றன" என்கிறார் சாஸ்திரியார்.

சாம்ராஜ்ஜிய காலத்திலேயே சைவத்துக்கும் வைணவத்துக்கும் இடையே மோதல் வந்தது என்றால் இந்தக் காலத்தில் வைணவத்துக்குள்ளேயே வடகலை, தென்கலை எனப் பிளவு ஏற்பட்டு மோதல் வந்தது. கி.பி. 14-ம் நூற்றாண்டில் காஞ்சிபுரத்தில் தோன்றினார் வேதாந்த தேசிகர், ஸ்ரீரங்கத்தில் வாழ்ந்தார் பிள்ளை லோகாச்சாரியார். முன்னவர் வடகலையையும், பின்னவர் தென்கலையையும் உருவாக்கினார்கள். இரு சாராருக்கும் கடவுள் விஷ்ணுவே, மதம் வைணவமே. ஆனால் முதலில் சித்தாந்த ரீதியாக ஏற்பட்ட பிளவு பின்னர் வழிபாட்டு முறைமை ரீதியாகவும் மாறியது.

குரங்குக் குட்டியானது தாயைத் தானே சென்று பற்றிக் கொள்வதுபோல, ஆண்டவனை நாமே சென்று பற்றிக் கொள்ள வேண்டும் என்றது வடகலை. இதை 'மர்க்கட நியாயம்' என்றார்கள். 'மர்க்கடம்' என்றால் குரங்கு என்று பொருள். பூனை தன் குட்டியைக் கவ்விக்கொள்வது போல ஆண்டவனே வந்து பக்தர்களைக் காப்பான் என்றது தென்கலை. இதை 'மார்ஜால நியாயம்' என்றார்கள். 'மார்ஜாலம்' என்றால் பூனை. முக்தி அடைவதில் முன்னதில் பக்தர்களின் பொறுப்பு அதிகம் என்றால் பின்னதில் கடவுளின் பொறுப்பு அதிகம்.

வடகலையில் மனிதப் பிரயத்தனத்துக்கு முக்கியத்துவம் என்பதால் அது வர்ணாசிரமத்தை பக்திக்குள் கொண்டுவந்தது. உயர்ந்த வருணமாகிய பிராமணர்களே தமது முயற்சியின் மூலம் முக்தியைப் பெறமுடியும் என்றது. இதர வருணத்தவர் அடுத்த பிறவியில் பிராமணராகப் பிறந்து முயன்றாலே அது சாத்தியம் என்றது. ஆழ்வார்களில் பிராமணர்களும் உண்டு, பிராமணரல்லாதாரும் உண்டு. அவர்களில் பிராமணருக்கே முக்தி கிடைத்திருக்கும், பிராமணரல்லாதாருக்கு அடுத்த பிறவியில் பிராமணராகப் பிறந்தே கிடைத்திருக்கும் என்றது.

தென்கலையில் கடவுளாகப் பார்த்து முக்தி தருவார் எனப்பட்டதால் அவர் பக்தியைப் பார்த்து அதைத் தருவாரே தவிர வருணத்தைப் பார்த்து அல்ல என்றது.

பிராமணர்களுக்கு முக்கியத்துவம் தந்த வடகலை இயல்பாகவே சம்ஸ்கிருத நூல்களேயே பிரமாணமாகக் கொண்டது. வேதங்களையும், பிரம்ம சூத்திரத்துக்கு ராமானுஜர் எழுதிய ஸ்ரீபாஷ்யத்தை மட்டுமே தனது முதல் நூல்களாகக் கொண்டு ஆழ்வார்கள் பாடிய நாலாயிர 'திவ்யப் பிரபந்தம்' எனும் தமிழ்ப் பாசுரங்களை இரண்டாம் நிலையில் இருத்தியது. தென்கலையோ ஆழ்வார்களின் பாசுரங்களை நான்கு வேதங்களுக்கு இணையாக வைத்தது. இந்த சித்தாந்த, சமூக வேறுபாடுகளிலிருந்து வழிபாட்டு முறையிலும் வேறுபாடுகள் எழுந்தன. இவற்றின் விளைவாக சமரசத்துக்கு வழியில்லாதது போன்று உரசல்களும் மோதல்களும் நடந்தன.

இத்தகையப் பின்புலத்தில் விஜயநகரப் பேரரசர்களின் பிரதிநிதிகளாகவும், பின்னர் சுதந்திரவான்களாகவும் திகழ்ந்த தமிழக நாயக்கர் ஆட்சியில் தமிழர்களின் மத வாழ்வு எப்படி இருந்தது என்பதைக் காண்போம்.

4

வைணவமும் சைவமும்

விஜயநகரப் பேரரசின்கீழ் தமிழகத்தில் மதுரை, செஞ்சி, தஞ்சை ஆகியவற்றை தலைநகர்களாகக்கொண்டு நாயக்கர்களின் ஆட்சி நடந்ததை அறிந்தோம். தங்களது பேரரசர் வைணவ மத ஆதரவாளராக இருக்க அவரது ஆளுகைக்குக் கீழ் இருந்தவர்கள் மட்டும் வேறு பாதையில் போக முடியுமா? இவர்களும் அப்படியாகவே இருந்தார்கள். சொல்லப்போனால் யஜமானரையும் மிஞ்சிய யஜமான விசுவாசிகளாக சிலர் இருந்தார்கள். இதற்கு உதாரணம் செஞ்சியின் கிருஷ்ணப்ப நாயக்கர்.

அண்ணாமலை பல்கலைக்கழகத்தின் வரலாற்றுத்துறைப் பேராசிரியர் ராவ்பகதூர் சி.எஸ்.ஸ்ரீனிவாசாச்சாரி சிதம்பரம் கோயில் விஷயத்தில் அவர் நடந்துகொண்டது பற்றி விரிவாக எழுதியிருக்கிறார். சிதம்பரம் கோயிலில் இருந்த கோவிந்தராஜர் விக்ரகத்தை சோழ ராஜா 'கிருமிகண்ட குலோத்துங்கன்' அகற்றி கடலில் போட்டதாக 'குலோத்துங்க சோழன் உலா', 'ராஜராஜசோழன் உலா' ஆகியவை பெருமையோடு கூறுகின்றன. (அந்தக் காலத்திலேயே கிருமி எனும் வைரஸ் பற்றிய உணர்வு இருந்திருக்கிறது) திருப்பதி நகரில் கோவிந்தராஜர் சன்னதியை ராமானுஜர் உருவாக்கினார்.

பின்னர் விஜயநகரப் பேரரசர்களின் உதவியோடு அந்த சன்னதியை மீண்டும் சிதம்பரத்தில் எழுப்ப வைணவ ஆச்சாரியர்கள் முயன்றதாக பிரபன்னாமிர்தம் கூறுகிறது. 1529-1542-ல் ஆட்சியிலிருந்த அச்சுத மகாராயரின் ஆணைப்படி

கோவிந்தராஜரின் விக்ரகம் சிதம்பரத்தில் பிரதிஷ்டை செய்யப்பட்டதாகவும், நான்கு கிராமங்களின் வருவாயாகிய ஐநூறு பொன் அதற்கு தானமாகத் தரப்பட்டது என்றும் அவரின் சாசனம் ஒன்று தெரிவிக்கிறது.

மன்னார்குடி ராஜகோபாலசுவாமி கோயில்

1586-ல் விஜயநகரப் பேரரசராக முதலாம் வேங்கடர் வந்தார். அவரது குருநாதர் தீவிர வைணவராகிய எட்டூர் குமார திருமலா தாத்தாச்சாரியார். அவர்தான் வேங்கடருக்கு முடிசூட்டியவர். தனது சாம்ராஜ்ஜியமே அவருக்கு காணிக்கை என்றார் சக்கரவர்த்தி. திருப்பதி கோயிலுக்கு தாத்தாச்சாரியார் நிறைய திருப்பணிகளைச் செய்தார் என்பது மட்டுமல்ல, காஞ்சியிலிருந்த வைணவக் கோயில்கள் எல்லாம் அவர் நிர்வாகத்தில் நடந்தன. 'கோடி கன்யாதான' என்பது அவரது சிறப்புப் பெயர்களில் ஒன்று. அதாவது பிராமணப் பண்டிதர்களுக்கு நிறைய கன்னியர்களை தானமாகத் தந்தவர். மத விவகாரங்களில் அவரது வாக்கே வேத வாக்காகத் திகழ்ந்தது.

சிதம்பரம் கோபரம் ஏறி கீழே விழுந்தார்கள்!

இந்தப் பின்புலத்தில்தான் கிருஷ்ணப்ப நாயக்கர் சிதம்பரத்திலிருந்த கோவிந்தராஜர் சன்னதியை விரிவுபடுத்தும் வேலையில் இறங்கினார். இதற்கு அங்கிருந்த நடராஜர் சன்னதியின் தீட்சதர்கள் கடும் எதிர்ப்பு தெரிவித்தார்கள். இதுபற்றி அப்போது தமிழகம் வந்திருந்த இயேசு சபை பாதிரியார் நிக்கோலஸ் பிமெண்டா பதிவு செய்திருக்கிறார். விரிவாக்கப் பணியை கிருஷ்ணப்ப நாயக்கர் மேற்பார்வை பார்த்துக்கொண்டிருந்த அந்த 1597-ல் அங்கே அவரைச் சந்தித்தார். பிமெண்டா குறிப்பிட்டிருக்கிறார்:

"வைணவப் பெருமாளின் சின்னத்தை சிதம்பரம் சைவக் கோயிலில் நிறுவுவது சட்டபூர்வமானதா என்று அப்போது ஒரு பெரும் தகராறு எழுந்திருந்தது. சிலர் மறுத்தார்கள், இதரர்கள் தீவிரமாக ஆதரித்தார்கள். கோயிலின் பொக்கிஷதாரர்களாகிய பூசாரிகள் அதை

நிறுவினால், கோயில் கோபுரம் மீதேறி கீழே விழுவோம் என்று மிரட்டினார்கள். அப்படி விழுகிறவர்களை புதைத்துவிட்டுத் தாங்களும் அப்படிச் செய்யப்போவதாக பிராமணர்கள் சபதம் செய்தார்கள். அதனால் எல்லாம் கிருஷ்ணப்ப நாயக்கர் அசரவில்லை, அவர் அமைதியாக விஷ்ணு சன்னிதானத்தில் நடந்த மராமத்துப் பணிகளை மேற்பார்வை பார்த்தார். எதிராளிகளின் மிரட்டலையும் மீறி அந்த சன்னிதான கட்டுமானப் பணிகள் நடந்தன. நாயக்கர் அங்கிருந்தபோது பூசாரிகள் கோயிலின் ஓர் உயர்ந்த கோபுரம் மீதேறி கீழே விழுந்தார்கள். நான் அதை விட்டு கிளம்பிய நாளில் 20 பேர் அப்படியாக மாண்டு போனார்கள். கோபம் கொண்ட நாயக்கர் மற்றவர்களைச் சுடச் சொல்லி உத்தரவிட்டார். அதில் 2 பேர் கொல்லப்பட்டார்கள். மற்றவர்கள் கலைந்து ஓடினார்கள். இந்த தீவிரத் தகராறில் ஆத்திரங்கொண்ட ஒரு பெண்மணி தனது கழுத்தை தானே அறுத்துக்கொண்டாள்."

சமணம், புத்தத்தை வீழ்த்திய பிறகு வேத மதத்தின் இரு பிரிவுகளாகிய சைவம், வைணவத்துக்கிடையே கடும் மோதல் சாம்ராஜ்ஜிய காலத்தின் பிற்பகுதியிலே எழுந்தது. அது நாயக்கர் காலத்தில் உச்சத்தை எட்டியது என்பதைத்தான் சிதம்பரம் கோயிலில் நடந்த இந்தச் சம்பவம் உணர்த்துகிறது. இதில் விஜயநகரப் பேரரசர்களில் சிலர் நடுநிலை வகித்தார்கள் என்றால் சிலர் வைணவத்துக்கு ஆதரவாகச் சார்பு நிலை எடுத்தார்கள். அதைத்தான் வேங்கடர்-கிருஷ்ணப்ப நாயக்கர் நடவடிக்கைகள் உணர்த்துகின்றன.

தஞ்சை நாயக்கர்கள் பற்றி ஆய்வு செய்திருப்பவர் அண்ணாமலைப் பல்கலைக்கழகத்தின் மற்றொரு பேராசிரியராகிய வி.விருத்தகிரீசன். அவர்களில் யாரும் செஞ்சியின் கிருஷ்ணப்ப நாயக்கர்போல நடந்து கொண்டதாகச் சொல்லவில்லை. அவர்களும் அடிப்படையில் வைணவத்தையே ஆதரித்தார்கள் என்றாலும் சைவத்தின் மீது பாய்ந்ததாகத் தெரியவில்லை.

1560-ல் ஆட்சிக்கு வந்த அச்சுதப்ப நாயக்கர், ஸ்ரீரங்கம் கோயிலுக்கு பல திருப்பணிகளைச் செய்தார். அந்த வைணவக் கோயிலின் வடக்கு மற்றும் மேற்கு கோபுரங்களை எழுப்பினார். கோயிலுக்குள்ளே பல மண்டபங்களைக்

கட்டினார். கர்ப்பக்கிரக விமானத்தை தங்கத்தால் இழைத்தார். ரங்கநாதருக்கு கிரீடம் செய்து தந்தார். இவரது காலத்தில்தான் ஸ்ரீரங்கம் கோயில் புதுப்பொலிவு பெற்றது.

எனினும் தஞ்சை நாயக்கர்களின் இஷ்ட தெய்வமாக இருந்தது மன்னார்குடி ராஜகோபாலசுவாமி. சத்யபாமா, ருக்மணி சமேதராக வீற்றிருக்கும் கிருஷ்ணர்தான் அவர். இந்தக் கோயிலை அச்சுதப்ப நாயக்கர் விரிவுபடுத்தினார். தஞ்சை நாயக்கர்களின் கடைசி வாரிசு 1634-ல் பதவிக்கு வந்த விஜயராகவ நாயக்கர். அவர்தான் ஸ்ரீரங்கம் கோயிலை மன்னார்குடியிலிருந்தே பார்க்கும் வகையில் இந்தக் கோயிலுக்கு உயரமான கோபுரம் எழுப்பினார். மேலும் கோயிலில் பிராகாரங்களையும், மண்டபங்களையும் கட்டினார். அதற்கென குளங்களையும் வெட்டினார். மூலவருக்கு வைரங்கள், ரத்தினங்கள் என அரிய வகை மணிகளாலான படைக்கருவியையும் வழங்கினார். இன்று அது 'தக்ஷிண துவாரகை' என்று வைணவர்களால் போற்றப்படுகிறது என்றால் அதற்குக் காரணம் தஞ்சை நாயக்க மன்னர்களே.

அதேநேரத்தில் அவர்கள் சைவக் கோயில்களுக்கும் திருப்பணிகள் செய்துள்ளனர். அச்சுதப்ப நாயக்கர் திருவண்ணாமலை கோபுரத்துக்கு தங்கக் கலசங்கள் தந்தார், ராமேஸ்வரம் கோயிலுக்கு கோபுரங்கள் கட்டினார். "அச்சுதப்பரின் ஆதரவு சைவம், வைணவம், மத்துவம் என்னும் தஞ்சை நாட்டின் அன்றைய மூன்று பிரதான மதங்களுக்கும் தாராளமாக இருந்தது" என்பது விருத்தகிரீசனின் கணிப்பாகும். மத்துவம் என்பது மத்துவர் உருவாக்கியிருந்த துவைதம் எனும் தத்துவப் பிரிவாகும்.

கோவிந்த தீட்சிதரின் வேத பாடசாலை

செஞ்சி நாயக்கர்கள்போல தஞ்சை நாயக்கர்கள் நடந்து கொள்ளாததற்கு அவர்களின் ராஜகுரு கோவிந்த தீட்சிதர் ஒரு காரணமாக இருக்கக்கூடும். 120 வயது வரை வாழ்ந்ததாகக் கூறப்படும் இவர் சேவப்ப நாயக்கர், அச்சுதப்ப நாயக்கர், ரகுநாத நாயக்கர் எனும் மூன்று மன்னர்களின் தலைமை அமைச்சராகப் பணியாற்றியவர். சங்கரரின் அத்வைத தத்துவப் பிரிவைச் சார்ந்த இவர், சைவ எதிர்ப்பாளராக இல்லாததில் ஆச்சரியம் இல்லை. இவரது இலக்கு எல்லாம்

ராணி மங்கம்மாள்

வேதமதப் பிரிவுகள் அனைத்தையும் ஆதரிப்பதும், அவற்றின் வழி வேதங்களை நிலைநாட்டுவதுமே.

1542-ல் கும்பகோணத்தில் கோவிந்த தீட்சிதர் சோம யாகத்தை பிரம்மாண்டமாக நடத்தினார். அதே இடத்தில் 'ஸ்ரீராஜா வேத காவ்ய பாடசாலை' என்பதைத் தொடங்கினார். அந்தப் பாடசாலை இன்றுவரை இயங்கிவருகிறது. 2016-ல் மகாமகம் நடந்தபோது அது புதுப்பிக்கப்பட்டது. ஓலைச்சுவடிகளைப் பாதுகாக்க 'சரஸ்வதி பண்டாரம்' என்பதையும் தொடங்கினார். அதுவே பின்னாளில் சரஸ்வதி நிலையம் நூலகம் ஆனது.

இவர் வாஜபேய யாகம் நடத்தியபோது, அவருக்கு குடைபிடித்தார் மன்னர் ரகுநாத நாயக்கர் என்கிறார் விருத்தகிரீசன். அப்படியெனில் ஆட்சி அதிகாரத்தில் இந்த ராஜகுருவின் செல்வாக்கு எந்த அளவுக்கு இருந்திருக்கும் என்று எளிதில் ஊகிக்கலாம். இவருக்கு எடைக்கு எடை தங்கம், வெள்ளி தரப்பட்டதாகவும், அதைக்கொண்டே மகாமக் குளத்துக்குப் படிக்கட்டுகளும், மண்டபங்களும் அமைத்தார் என்றும் கூறப்படுகிறது.

இலங்கையில் நாயக்க மன்னர்கள் பெற்ற வெற்றிக்கான கொண்டாட்டத்தின் ஓர் அடையாளமாக, கும்பகோணத்தில் ராமசுவாமி கோயில் கட்டும்படி அவர்களைத் தூண்டினார் தீட்சிதர். இலங்கைக்கும் ராமருக்கும் இடையில் இருப்பதாகச் சொல்லப்பட்ட தொடர்பை இப்படியாகப் பயன்படுத்திக் கொண்டார். கும்பகோணத்தில் இப்போதும் பிரபலமான இந்தக் கோயிலின் உட்சுவர்களில் ராமாயணக் காட்சிகள் ஓவியமாகத் தீட்டப்பட்டுள்ளன. தமிழகத்தில் விஷ்ணுவுக்கு விதவிதமான பெருமாள் கோயில்கள் அமைந்தனவே தவிர அவரது அவதாரமாகிய ராமருக்கு என்று கோயில் இதற்கு முன்பு இருந்ததா என்று தெரியவில்லை. ஆனால் தீட்சிதர் ராமர் வழிபாட்டை தீவிரப்படுத்த முனைந்ததாகத்

தெரிகிறது. இந்தக் கோயிலில் ராமர் சீதாபிராட்டியோடு காட்சியளிக்கிறார்.

ஆயிரங்கால் மண்டபம்

மதுரை நாயக்கர்களின் வரலாறை எழுதியவர் பேராசிரியர் ஆர்.சத்யநாதய்யர். 1529-ல் ஆட்சிக்கு வந்த விஸ்வநாத நாயக்கர் தொடங்கி 1736-ல் விஷம் குடித்து தற்கொலை செய்து கொண்ட ராணி மீனாட்சி வரை விரிவாக எழுதியிருக்கிறார். 200 ஆண்டுகளுக்கும் மேலாக நடந்த இவர்களது ஆட்சியில் வைணவ, சைவக் கோயில்களுக்கு ஏகப்பட்ட திருப்பணிகள் நடந்துள்ளன. தஞ்சை நாயக்கர்கள் போலத்தான் இவர்களின் மத நோக்கும் இருந்தது. தனிப்பட்ட முறையில் மன்னர்கள் வைணவர்கள் என்றாலும் சைவ மதத்தை ஒடுக்கும் வேலையில் இறங்கவில்லை. இதற்கு அடிப்படைக் காரணம் உயர்சாதி குடிமக்களில் பெரும்பாலோர் சைவ மதத்தவராக இருந்தது எனலாம். சாம்ராஜ்ஜிய காலத்தின் நிலைமை இப்போதும் தொடர்ந்திருக்க வேண்டும்.

பழுதுபட்டுக்கிடந்த மதுரை மீனாட்சி கோயிலைப் புதுப்பித்தார் விஸ்வநாதர். அவரின் தளவாயாக இருந்த அரியநாத முதலியார் கட்டியதுதான் இன்றும் கலைப்பொக்கிஷமாய்த் திகழும் இங்குள்ள ஆயிரங்கால் மண்டபம். பெயர் இப்படி என்றாலும் மொத்தமுள்ள தூண்கள் 895. இங்குள்ள சிற்பங்கள் அன்றைய தமிழர்களின் அபார கலை ஆற்றலுக்கு தக்க ஆதாரங்கள். மண்டப

வாசலில் அரியநாதரும் சிலையாய் இருக்கிறார்.

1564-ல் பட்டத்துக்கு வந்த முதலாம் கிருஷ்ணப்ப நாயக்கர், திருநெல்வேலிக்கு அருகே 'கிருஷ்ணாபுரம்' என்று தனது பெயரில் ஓர் ஊரை நிர்மாணித்தார். அங்கு அவர் கட்டிய திருவேங்கடநாதர் கோயில் இப்போதும் வைணவர்களுக்கு ஒரு முக்கியமான தலம். இங்கே சிவன் கோயில் ஒன்றையும் கட்டியது அவரின் பொதுநோக்கை உணர்த்துகிறது. பல அக்ரகாரங்களையும் அமைத்துக் கொடுத்தார். ஊரின் தேவைக்காக ஆறு கிராமங்களை அவர் மான்யமாகக் கொடுத்ததாக 1565-ல் பொறிக்கப்பட்ட இந்த ஊர் கல்வெட்டுகள் தெரிவிக்கின்றன.

1572-ல் ஆட்சிக்கு வந்த வீரப்ப நாயக்கர், சிதம்பரம் கோயிலுக்கு பாதுகாப்பு மதில்களை எழுப்பினார். பல அக்ரகாரங்களுக்கு மான்யங்கள் அளித்தார். மதுரை மீனாட்சி கோயில் திருப்பணிமாலையின்படி அங்கே வெள்ளியம்பலம், வடக்கு கோபுரம், வீரப்ப மண்டபம் போன்றவற்றை அவர் கட்டினார். சுந்தரேஸ்வரர் சன்னதியில் உள்ள 1584-ம் ஆண்டு கல்வெட்டின்படி அருமையான சிற்பத் தூண்கள் உள்ள கம்பத்தடி மண்டபம் அவரால் கட்டப்பட்டது. "கஜானாவின் பெரும்பகுதியை இத்தகைய கோயில் திருப்பணிகளில் செலவழித்தார் வீரப்பர்" என்கிறார் சத்யநாதய்யர். அப்படியெனில் மக்கள் நலவாழ்வுத் திட்டங்களில் இந்த மன்னர் அக்கறை செலுத்தவில்லை என்று பொருள்.

1601-ல் பட்டத்துக்கு வந்த முத்து கிருஷ்ணப்ப நாயக்கர் ஆட்சியில் குறுநில மன்னராக இருந்தவர் தளவாய் சேதுபதி. ராமேஸ்வரத்தில் காணப்படும் அவரின் 1607-ம் ஆண்டு கல்வெட்டின்படி அங்குள்ள கோயிலுக்கு 5 கிராமங்களை அவர் தானமாகத் தந்திருந்தார். 1608 கல்வெட்டின்படி 8 கிராமங்களை அவர் தானமாகத் தந்திருந்தார். இதே ஆண்டிலான ஒரு தாமிரப் பட்டயத்தின்படி அந்தக் கோயில் ஊழியர்களுக்கு நிலம் தானமாகத் தரப்பட்டது பதிவாகியுள்ளது. ஆக, மன்னர் மட்டுமல்ல குறுநில மன்னரும் சைவமதக் கோயில் திருப்பணிகளில் ஈடுபட்டிருந்தது தெரியவருகிறது.

திருமலை நாயக்கரின் மரணத்தில் மர்மமா?

திருமலை நாயக்கர்

1623-ல் ஆட்சிக்கு வந்த திருமலை நாயக்கர்தான் மதுரை நாயக்கர்களிலேயே மிகவும் பிரபலமானவர். அவர் தன்னளவில் வைணவர். அவரது 25 செப்பேடுகளை தமிழக அரசின் தொல்லியல் துறை வெளியிட்டுள்ளது. அவை 'உ' என்ற பிள்ளையார் சுழியோடும், அடுத்து 'றாம செயம்' எனும் சொற்களோடும் உள்ளன. 'தெய்வங்கள் எல்லாம் வணங்குகிற இரண்டு பொருள்களின் மீது நான் அடைக்கலமாகச் செல்கின்றேன். அந்த இரண்டு இராமரின் அடிப்பாதங்கள் ஆகும்' என்கிறது ஒரு செப்பேடு.

கோவிந்த தீட்சிதர் கும்பகோணத்தில் ராமசுவாமி கோயில் கட்டத் தூண்டியதைக் கண்டோம். திருமலை நாயக்கர் காலத்திலும் ராமர் வழிபாடு வைணவ சம்பிரதாயத்தில் ஒரு முக்கிய அம்சமாக இருந்தது தெரிகிறது. மற்றொரு செப்பேடோ 'திருமலை நாயக்கறவர்கள் சிரிவில்லிபுத்தூர் நாச்சியாரை சேவிக்கவேண்டி வந்தார்' என்கிறது. இதிலிருந்தெல்லாம் அவர் பரம வைணவ பக்தர் எனப் புரிகிறது.

மதுரைக் கோட்டையின் வடக்கு வாசல் அனுமார் கோயில் கொத்தளத்தின் காவல் பொறுப்பை வெள்ளியக்குன்றம் பாளையக்காரர் இம்முடி கனகராமைய்யா கவுண்டர் வழியினர் ஏற்று நடத்தினர்; அழகர் கோயிலைக் காக்கும் பொறுப்பை சிறுவாலை பாளையக்காரர் ஏற்று அதற்காக மானியம் பெற்றார் என்கிறது மற்றொரு செப்பேடு. வைணவக் கோயில்கள் பராமரிப்பில் திருமலை கவனம் செலுத்தினார் எனத் தெரிகிறது.

ஆனால், மதுரையின் பிரதானக் கோயிலாகிய மீனாட்சி ஆலயம் சைவ மதத்தைச் சார்ந்தது. அதன்பால் அவரின் நோக்கு எப்படி இருந்தது? வரலாற்றாளர் மு.கோவிந்தசாமி ஐயரை ஆதாரமாகக்கொண்டு அ.கி.பரந்தாமனார் கூறுகிறார்: "திருமலை நாயக்கர் காலத்தில் மதுரைக் கோயில் ஆட்சி அபிஷேக பண்டாரம் என்பவரிடம் இருந்தது.

பண்டாரத்தின் ஆட்சியில் கோயில் சீர்கேடான நிலையில் கிடந்தது. வழிபாட்டு முறைகள் நன்றாக நடபெறவில்லை. கோயில் வருவாய் முழுவதும் அப்பண்டாரத்தால் கொள்ளையடிக்கப்பட்டு வந்தது... கோயிலின் பாழ்பட்ட நிலையை நன்கறிந்த நாயக்கர் கோயிலில் சீர்திருத்தம் செய்ய எண்ணி அப்பண்டாரத்துக்குப் பணம், நிலம் முதலியவற்றைக் கொடுத்து அவரிடமிருந்து கோயில் ஆட்சியை ஏற்றுக்கொண்டார்... கோயில் ஊழியர்களை வற்புறுத்தி வேலை வாங்கத் தொடங்கினார். அதுவரைக்கும் விருப்பம்போல நடந்துகொண்டு கோயில் பணத்தைக் கொள்ளையடித்து வந்த ஊழியர்கள் அப்படிச் செய்ய இயலாமல் போகவே கலகம் செய்யத் தொடங்கினார்கள்.” அரசர் வைணவர் என்பதாலும் அவருக்கு அடங்காமல் முரண்டு பிடித்திருக்கலாம் அந்த சைவக் கோயில் ஊழியர்கள்.

இதன் பொருள், திருமலை வேத மதத்தவரைப் பராமரிக்கவில்லை என்பதல்ல. அவரது செப்பேடுகளை வெளியிட்டுள்ள தமிழகத் தொல்லியல் துறை கூறுகிறது: “சமூகத்தில் மிகுந்த உயர் மதிப்பு உடையவர்களாக பிராமணர் விளங்கினர். தளவாய், பிரதானி பொறுப்புகளை இராமப்பையன், வயித்தியப்பையன் போன்ற பிராமணர்கள் பெற்று புகழுடன் விளங்கினர். சிவப் பிராமணர்களே பெருங்கோயில்களுக்கு வழிபாட்டை நடத்தினர். இராமேசுவரம் கோயில் வழிபாட்டுக்கு தமிழ்நாட்டுக்கு வெளியிலிருந்து பிராமணர்கள் குடியேற்றப்பட்டனர். மகாராஷ்டிரப் பகுதியிலிருந்து பிராமணர்கள் இராமேசுவரம் குடியேற்றப்பட்டு தலைமைக் குருக்களாக நியமிக்கப்பட்டனர் என்கிறது ராமேசுவரம் குருக்கள் இசைவு முறி. ஊர் கிராமணிகளாகவும் பிராமணர்கள் இருந்தனர். வேளாளர் சமூகத்தைச் சார்ந்த பிள்ளை, முதலியார், ரெட்டியார் போன்றோரும் அரசில் முக்கிய இடத்தைப் பெற்றிருந்தனர்”.

ஆக திருமலையின் ஆட்சியில் பிராமணர் மற்றும் வேளாளர் சாதியினரே உச்சத்தில் இருந்தது நிச்சயம். இதில் ‘ராமீசுரம் குருக்கள்மார் சபையார், தமிழ் ஆரியர்’ அனைவருமாக ஒன்றுகூடி கோயிலில் எந்தெந்த தெய்வங்களுக்கு எந்தெந்த பூஜைகள், அதற்குப் பெறும் பங்குகள் பற்றி எழுதிக் கொடுத்த இசைவு முறி செப்பேடு ஒன்று உள்ளது. இங்கு வரும் ‘தமிழ் ஆரியர்’ என்பது வட நாட்டிலிருந்து வரவழைக்கப்பட்ட

பிராமணர்களிலிருந்து உள்ளூர் பிராமணர்களை வேறுபடுத்திக் காட்டும் சொல்லாடல்போலும்.

ஜேம்ஸ் ஹென்ரி நெல்சன் என்பார் ஆங்கிலேய ஆட்சியாளரிடம் வேலை பார்த்தார். அவர்களது மெட்ராஸ் அரசாங்கத்து உத்தரவின்படி 1868-ல் 'மதுரை நாடு: ஒரு கையேடு' எனும் நூலை எழுதினார். அதில் அன்றைய நிலவரம் பற்றி மட்டுமல்லாது சரித்திரமும் சொல்லப்பட்டிருந்தது. இன்றும் மதுரையில் சித்திரைத் திருவிழா நடக்கிறது. அவ்வமயம் அழகர் கோயிலிலிருந்து கள்ளழகர் மதுரைக்கு எழுந்தருளுவார். அவர் வைகையைக் கடக்கும் முன்னே ஊரில் சொக்கநாதர் -மீனாட்சி திருமணம் நடந்தேறிவிடும். அதனால் கோபித்துக்கொண்டு அப்படியே திரும்பிவிடுவார். ஆற்றில் அழகர் இறங்குவதை தரிசிக்க லட்சக்கணக்கில் கூடுகிறார்கள்.

இதுபற்றி நெல்சன் தரும் தகவல்: "அழகர் வருகைக்கும் திருமணத்துக்கும் இடையே உண்மையில் எந்தத் தொடர்பும் இல்லை. திருமலை நாயக்கர் ஆட்சிக்கு முன்பு முன்னது சித்திரையிலும், பின்னது மாசியிலும் என்று வெவ்வேறு காலங்களில் நடந்தன. எண்ணற்ற பக்தர்களின் வசதிக்காக திருமணப் பண்டிகையை சித்திரைக்கு மாற்றினார் திருமலை. இன்றளவும் அப்படியாகவே நடக்கிறது."

பக்தர்களின் வசதிக்காக மாற்றிவிட்டு பிறகு இரண்டுக்கும் இடையே ஒரு தொடர்பை புராணியமாகக் கற்பித்தார்கள் போலும். இதில் வைணவக் கடவுளாகிய அழகரின் வருகைக்கு முக்கியத்துவம் கூடி சைவக் கடவுளரின்

மகாமகக் குளம் - கும்பகோணம்

திருமண வைபோவம் முக்கியத்துவம் குறைந்தது. அழகரை வரவேற்க சகல சாதியினரும் சென்றார்கள். அதிலும் அவர் கள்ளர்களின் அழகர் என்பதால் அந்த சாதியினர் வைகையில் கூடினார்கள். 1939 வரை பட்டியல் சாதியினரும் நாடார்களும் மீனாட்சி கோயிலுக்குள் அனுமதிக்கப்படாதிருந்த நிலையில் இங்கே கூட்டம் குறைவாகத்தான் இருந்திருக்கும்.

பிராமணர்களை திருமலை நாயக்கர் போஷித்தார் என்றாலும் வைணவ -சைவ முரண் வேலை செய்திருக்கும். வைணவராகிய திருமலை சைவக் கோயில் திருவிழா ஒன்றை அவர் இஷ்டத்துக்கு மாற்றியமைத்ததை அவர்கள் விரும்பியிருக்கமாட்டார்கள். இதற்கிடையில் கிறிஸ்தவப் பாதிரியார்களின் வருகை நடந்தது. அதுபற்றி தனியாகப் பார்க்கப் போகிறோம். அவர்களை திருமலை ஆதரித்தது மீனாட்சி கோயில் பூசாரிகளைக் கோபம் கொள்ளவைத்தது என்றும், அவர்கள் திருமலையை கோயிலின் ரகசிய அறைக்குள் விட்டு பாறையால் அடைத்துவிட்டார்கள் என்று மக்கள் மத்தியில் பேச்சு உலாவுகிறது என்றும் கூறுகிறார் நெல்சன்.

இதற்கு வரலாற்று ரீதியான ஆதாரங்கள் இல்லை என்றாலும் இரு தரப்புக்கும்இடையே புகைச்சல் இருந்தது மட்டும் உண்மை. மீனாட்சி சன்னிதானத்தின் வாயிலில் திருமலை தனது மனைவியருடன் அம்மனை வணங்கியபடி சிலையாய் நிற்கிறார்.

பழநி கோயில் சித்தர் மரபில் மாற்றம்

பழநி முருகன் கோயில் இன்றும் மிகப்பிரபலமானது. இதனது தோற்றம், வரலாறு பற்றி சில தொன்மங்கள் உள்ளன. அவற்றில் சில வரலாற்று நபர்களோடும் சம்பந்தப்பட்டவை. அதில் ஒன்று திருமலை நாயக்கரின் தளவாய் இராமப்பையன் பற்றியது.

முருகன் பற்றி ஆய்வு செய்துள்ள ஃபிரெட் டபுள்யூ குளோத்தி தனது நூலின் ஓர் அடிக்குறிப்பாகக் கீழ்வரும் தொன்மத்தைப் பதிவு செய்துள்ளார்:

“பழநி மலையை ஓர்ஆசிரமமாகப் பயன்படுத்தி வந்த சித்தர் போகர், இங்குள்ள மூல விக்ரகத்தை உருவாக்கியவர் எனப்படுகிறது. நவ பாஷாணம் எனப்பட்ட ஒன்பது விஷங்களால் அவர் இதை உருவாக்கினார் என்றும், இதை

பூஜித்தால் அற்புதங்கள் நடக்கும் என்றும் நம்பப்பட்டது. போகரின் சீடராகிய புலிப்பாணியின் வாரிசுகள்தாம் இதன் பூசாரிகளாக இருந்தார்கள் 16-ம் நூற்றாண்டு வரை. மதுரையின் திருமலை நாயக்கரது தளபதி இராமப் பையன்தான் இங்கே ஆதி சைவ சிவாச்சாரியார்களை பூஜைக்கு நியமித்தார் என்கிறது அந்தத் தொன்மம். இந்தப் பாரம்பர்யமானது இந்தக் கோயில் பிற்காலத்தில்தான் முருகனோடு தொடர்புப் படுத்தப்பட்டு சைவ கோயிலாக மாற்றப்பட்டிருக்க வேண்டும் எனும் கருதுகோளைத் தருகிறது.”

இங்குள்ள விக்கிரகம் ஆண்டிக் கோலத்தில் இருப்பது இதை உருவாக்கி, வழிபட்டது ஒரு சித்தராக இருக்க வேண்டும் என்பதை மேலும் பலப்படுத்துகிறது. சித்தர்கள் சிலர் பழைய சமணர் மரபைப் பின்பற்றிய துறவிகள். நிர்வாண நிலை என்பது திகம்பர சமணரின் வழமை. ஒரு சித்தரும் அவரது பரம்பரையினரும் வழிபட்ட விக்ரகத்தை பின்னாளில் சைவக் கோயிலாக ஆக்கியிருக்கலாம். கைலாயத்தில் ஒரு பழத்துக்காக ஏற்பட்ட மோதலில் முருகன் தென்கோடி பழநிக்கு வந்து தனித்து நின்றார் என்பது அந்த ஆக்கத்துக்காகப் புனையப்பட்ட புராணம் எனக் கருத இடமிருக்கிறது. இங்கு இடும்பன் என்பாருக்குள்ள கோயிலும், அவர்தான் மலைகளை காவடியில் வைத்துத் தூக்கி வந்தார் எனும் புராணமும் மலைவாழ் மனிதர்களுக்குச் சொந்தமான பூமியை அவர்களிடமிருந்து கைப்பற்றியதற்கு ஈடாக அவர்களது தலைவரின் நினைவைப் பராமரிக்கும் பழைய மரபாக இருக்கலாம்.

1706-ல் ஆட்சிக்கு வந்து 1732 வரை அதில் இருந்தவர் விஜயரங்க சொக்கநாதர். அதற்குப்பிறகு வந்த ராணி மீனாட்சியின் காலம் வெறும் நான்கு ஆண்டுகளே என்பதால் இவரே மதுரை நாயக்கர்களின் கடைசியர் எனலாம். இவரது பெயரிலேயே மதுரையின் சொக்கநாதர் இருப்பதைக் கவனியுங்கள். திருமலையின் வாழ்விலிருந்து பாடம் கற்றதாலோ என்னவோ இவர் சைவ, வைணவத்தின் தீவிர பக்தராக இருந்தார். இவர் பற்றிய சத்யநாதய்யரின் கணிப்பைக் கேளுங்கள்:

“விஜயரங்கர் ஆழ்ந்த மத நம்பிக்கையாளராக இருந்தார். ராமேஸ்வரத்துக்கு அடிக்கடி சென்றார். அங்குள்ள

கோயிலுக்கு பெரும் நன்கொடைகளைத் தந்தார். இந்த அதீத மத உணர்வானது அரசனின் கடமைகள் பற்றி அவரைக் கவலை கொள்ளவிடாமல் செய்தது. 1708-1728 காலத்திய அவரின் கல்வெட்டுகள் கோயில்களுக்கும் அறக்கட்டளைகளுக்கும் அவர் நிலங்களையும் கிராமங்களையும் தந்ததைக் கூறுகின்றன. இரண்டு ஆண்டுகளுக்கு ஒருமுறை பெரும் கூட்டத்தோடு அவர் ஸ்ரீரங்கம், ஜம்புகேஸ்வரம், மதுரை, திருநெல்வேலி, ஆழ்வார் திருநகரி, ஸ்ரீவைகுண்டம் என்று யாத்திரை சென்றார், அங்குள்ள கடவுள்களுக்கு தாராளமாக தானங்கள் தந்தார்."

நாயக்கர்கள் ஆட்சிக் காலத்தில் வைணவமும், சைவமும் தமிழகத்தில் தழைத்தோங்கின எனும் முடிவுக்கே நாம் வர வேண்டியுள்ளது. சாம்ராஜ்ஜியவாதிகளைப் போல நாயக்க மன்னர்களும் நிலப்பிரபுத்துவ சமூகக் கட்டமைப்பின் தலைவர்களாக இருந்ததால் ஆட்சியதிகாரத்தை செலுத்த அவர்களுக்கும் இந்த இரு மதங்களே வசதியாக இருந்தன. மாற்றம் செய்யவேண்டிய அவசியம் எழவில்லை. இந்த இரண்டில் ஏதோ ஒன்றை கூடுதலாகப் பற்றிக்கொண்டார்கள் அல்லது சமமாக நடத்திக்கொண்டு பயணித்தார்கள்.

வேதமதக் கல்வி

மறுபுறம் இவற்றின்வழி பழைய வேத மதம் தன்னை நன்றாக நிலைநாட்டிக் கொண்டது. கோயில் எனும் அந்த மைய மத நிறுவன நிர்வாகத்திலும், அதன்வழி சமூகத்தின் மத வாழ்விலும் பிராமண, ஷத்திரிய, வைசிய வருணத்தவர் மற்றும் அவை சார்ந்த சாதியினர் ஆதிக்கம் செலுத்தினார்கள் எனலாம். அதிலும் கோயில் கருவறை வழிபாட்டு நிர்வாகம் முழக்க முழுக்க பிராமணர்களிடம் இருந்தது. இதற்கான கருவியாக கல்வியில் ஏகபோகம் என்பதை அவர்கள் கொண்டிருந்தார்கள்.

"மதுரையில் 10,000 மாணவர்கள் 200 முதல் 300 வரையிலானவர்களைக் கொண்ட பல வகுப்புகளில் படித்தார்கள். இவர்கள் அனைவரும் பிராமணர்கள். உயர் விஞ்ஞானங்களுக்கான படிப்புகளில் சேர அவர்கள் மட்டுமே விண்ணப்பிக்க முடியும். மகத்தான நாயக்கர்கள் பெரும் அறக்கட்டளைகளை உருவாக்கியிருந்தார்கள். அவற்றிலிருந்த வரும் வருவாய் ஆசிரியர்கள் மற்றும்

மாணவர்களுக்கு போதுமானதாக இருந்தது'' என்று ராபர்ட் டி நோபிளி 22-11-1610-ல் எழுதிய கடிதத்தை எடுத்துக்காட்டி 'நாயக்கர்கள் தங்களின் கல்விக் கொள்கையாக மதம் மற்றும் விஞ்ஞானப் படிப்புகள் கலந்த புராதன இந்து முறைமையைக் கொண்டிருந்தார்கள், அதை பிராமணர்களுக்கு மட்டுமேயானதாக ஆக்கியிருந்தார்கள். இந்தக் கல்வியை இலவசமாகத் தந்த கோயில்கள் மற்றும் மடங்களுக்கு நாயக்கர்கள் தாராளமாக மான்யங்கள் தந்தார்கள்' என்கிறார் சத்யநாதய்யர்.

வைணவம், சைவம் இரண்டுக்கும் தலைமை தாங்கியது வேதம் கற்ற பிராமணர்களே. இதிலே முன்னவர்கள் தங்களை 'ஐயங்கார்கள்' என அழைத்துக்கொள்ளத் தொடங்கியது நாயக்கர் காலத்திலேயே என்கிறார் ஆராய்ச்சியாளர் ந.சுப்பு ரெட்டியார். அதற்கு முன்பெல்லாம் இரு சாராரும் ஐயர் என்றே அழைக்கப்பட்டார்கள். 'ஐயங்கார்' என்பது பிற்கால வழக்கு. 17-ம் நூற்றாண்டில் பல பிரபந்தங்கள் பாடிய அழகிய மணவாள தாசர் 'பிள்ளைப் பெருமாள் ஐயங்கார்' என வழங்கப்பெறுகிறார்.

இதற்கு முன் இச்சொல்லுக்கு சிறப்பான ஆட்சி இருந்ததாகத் தெரியவில்லை. வரதையன் என்றே இவர் பெயர் வழங்கப்பெற்றது. 16-ம் நூற்றாண்டுக்குப் பின் ஐயங்கார் என்ற சொல்லாட்சி பெருகிவிட்டபடியால் 'ஐயன்', 'ஐயங்கார்' ஆகிவிட்டார் போலும்' என்று அவர் குறிப்பிட்டிருக்கிறார். இப்படித்தான் ஐயங்கார் என்பது வைணவ பிராமணர்களையும், ஐயர் என்பது சைவ பிராமணர்களையும் குறிக்கும் சொற்களாயின.

தங்களின் நிலம் மற்றும் வரிப்பணத்திலிருந்து நல்ல போஷாக்கு பெற்றிருந்த மாபெரும் பிராமணியக் கோயில்களை அண்ணாந்து பார்த்து பெருமூச்சுவிட்டபடியே, சூத்திரர்களும் பஞ்சமர்களும் தத்தம் தெய்வங்களையும், அவற்றுக்கான சிறு கோயில்களையும் பராமரித்துக் கொண்டார்கள். அவையெல்லாம் வேத மதப் பிரிவினரின் பார்வையில் நாட்டார் தெய்வங்களே. அவை பற்றி அடுத்து பார்ப்போம்.

5

நாட்டார் தெய்வ வழிபாடு

சாம்ராஜ்ஜிய காலத்திலேயே பெருந்தெய்வ வழிபாடும் நாட்டார் தெய்வ வழிபாடும் அக்கம்பக்கமாக இருந்து வந்ததைக் கண்டோம். அந்த நிலை நாயக்கர் காலத்தில் தொடர்ந்தது மட்டுமல்லாது சில புது நாட்டார் தெய்வங்கள் சேர்ந்துகொண்டன. பெருந்தெய்வ வழிபாடு எனும் பிராமணிய தெய்வ வழிபாடு எண்ணிக்கையில் பெரும்பான்மையாக இருந்த சூத்திரர்கள், பஞ்சமர்களின் மத வாழ்வாக இந்தக் காலத்திலும் இல்லை. 1868-ல் 'மதுரை நாடு: ஒரு கையேடு' எழுதிய நெல்சனின் இந்த வாக்கு பொதுவாகத் தமிழகத்துக்கும் பொருந்தும், நாயக்கர் காலத்துக்கும் பொருந்தும்:

"மதுரையானது பிரபலமானதொரு பிராமணிய மையம் என்றாலும் ஒட்டுமொத்த மாவட்டமும் தென்னகத்தின் இதர பகுதிகளைப்போல் மத உணர்வில் சுத்தமான திராவிடமாக இருக்கிறது. ஒவ்வொரு 1000 பேர்களிலும் 18 பேர்தான் பிராமணர்கள். (கோயம்பத்தூர், தென்னாற்காடு, சேலம் தவிர தெற்கே இன்னும் குறைவுதான்). மக்களின் மத மற்றும் சமூக வாழ்வில் அவர்களது செல்வாக்கு குறைவு தான். மாவட்டத்தின் பெருவாரியான மக்களிடையே தங்களுடைய சடங்குகளை பிராமணர்களால் திணிக்க முடியாமல் போனதற்கு ஒரு காரணம், அவர்கள் தங்களுடைய திருமணமோ அல்லது இறுதிச் சடங்கோ ஒரு தொழில்முறை புரோகிதரால் நடத்தப்படும் கட்டாயத்தைக் கொண்டில்லை. திருமணத்தில் தாலியை புரோகிதர் கட்டுவதில்லை, மணமகனின் சகோதரி கட்டுகிறாள். புரோகிதர்தான் கட்ட வேண்டும் எனும் வழமை இருந்தால் அதைச் செய்பவர் அந்த

சாதியைச் சேர்ந்தவரே. அவர் மதத் தலைவர் என்பதைவிட சமூகத் தலைவராக இருப்பார்."

இப்படியாகத்தான் பிராமண புரோகிதர்களின் மதத் தலைமை சூத்திர மற்றும் பஞ்சம சாதியினருக்கு இல்லாத நிலையில் அவர்களின் சொந்தக் கடவுள்கள் அவர்களது நெஞ்சிலும் யதார்த்த வாழ்விலும் நிறைந்திருந்தார்கள். "கள்ளர்களின் கடவுளாகிய கருப்பன் மிகப் பிரபலமானவர். அவருக்கு வெள்ளாடு, செம்மறியாடு பலியிடல் மிகவும் பிடிக்கும். அவரின் பூசாரி கள்ளராக அல்லது குயவராக இருப்பார். அவருக்கு பல பெயர்கள். அவரது உருவம் பெரிதாக இருந்தால் பெரிய கருப்பன், சிறிதாக இருந்தால் சின்னக் கருப்பன், திறந்தவெளியில் இருந்தால் மந்தைக் கருப்பன், சங்கிலிகளோடு இருந்தால் சங்கிலிக் கருப்பன்" என்று நுணுக்கமாக விவரித்திருக்கிறார் அந்த ஆங்கிலேயர்.

பதினெட்டாம்படி கருப்பு

அழகர் கோயிலில் பதினெட்டாம்படி கருப்பசாமி உள்ளது. அந்தக் கோயில் பற்றி ஆய்வு செய்துள்ள தொ.பரமசிவன், இந்த சாமி 1608-1769 காலத்தில் தோன்றியிருக்க வேண்டும் என்கிறார். அதாவது நாயக்கர் காலத்தில் எழுந்த ஒரு நாட்டார் தெய்வம் இது. அந்தக் கோயிலின் பிரதான வாயில் கதவுகளே இந்த சாமி. அவை அடைபட்டுள்ளன; ஆண்டுக்கு ஒருமுறைதான் திறப்பு. பதினெட்டு படிகள் உள்ளன. மேற்படியின் ஓரத்தில் மூன்றடி உயரப் பிடியின் மேல் சுமார் எட்டு அடி உயரம் உள்ள அரிவாள் நிறுத்திவைக்கப் பட்டுள்ளது. கோயிலுக்குள் நுழைய வேறு வாசல் உள்ளது. உள்ளே உள்ள அழகருக்கு பிராமண பூசாரி. இவருக்கு குயவர் குலத்து பூசாரி. அங்கே நைவேத்தியமாக ஒரு தனி வகை தோசை. இங்கே ஆடு, கோழி கறி படையல்.

அழகருக்கும் கருப்பசாமிக்கும் இடையிலான தொடர்பு என்னவென்றால் 'நாள்தோறும் அர்த்தசாமப் பூசையில் கோயில் இறைவனுக்குப் படைத்த உணவையும், அணிவித்த மாலையையும் கருப்பசாமிக்கு கொண்டுவந்து படைக்க

பிராமணப் பணியாளர் ஒத்துக்கொண்டுள்ளனர்' என்பதாகும். இது, கருப்பசாமியை அந்த வைணவப் பெருந்தெய்வம் அங்கீகரித்திருப்பதையும், அதேநேரத்தில் தனக்கு அடங்கிய நாட்டார் தெய்வமாகவே கருதுகிறது என்பதையும் குறிக்கிறது.

'திருமால் கோயில்களில் இறைவன் உண்டும், உடுத்தும், அணிந்தும் எஞ்சியவற்றை "சேஷப் பிரசாதம்' எனக் கூறுவது மரபாகும்... எனவே நாள்தோறும் அர்த்தசாமப் பூசையில் திருமால் உண்டு எஞ்சியதையும், அணிந்து களைந்த மாலையையும் கருப்பசாமிக்குப் படைப்பதன் மூலம் கருப்பசாமியைத் திருமாலின் அடியவராக்க உயர்சாதியினரான பிராமணர் முயன்றிருக்கின்றனர்' என்கிறார் தொ.பரமசிவன். எனினும் பதினெட்டாம்படி கருப்பு இன்றளவும் சூத்திரர்களின் கடவுளாகத் தனது தனித்தன்மையோடுதான் இருக்கிறார்.

பதினெட்டாம்படி கருப்பு உருவானது பற்றி 'ஸ்ரீகள்ளழகர் கோயில் வரலாறு' எனும் நூல் கூறுவதன் சாரம்: "ஒரு காலத்தில் மலையாள தேசத்திலிருந்து 18 லாடர்கள் இங்கே திருட வந்தார்கள். மந்திர தந்திரங்களில் கைதேர்ந்தவர்களாகிய அவர்களை கோயில் பட்டர் நாட்டார்களின் உதவியோடு பிடித்துவிட்டார். அவரது உத்தரவின் பேரில் அந்த 18 பேரையும் நாட்டார்கள் வெட்டி அவர்களது தலைகளைக் கோயில் கோபுரவாசல் அடியில் புதைத்துவிட்டனர். அவர்களோடு துணையாக வந்திருந்த கருப்பசாமி என்ற தெய்வம் மட்டும் தன்னை விட்டுவிட்டால் கோயிலின் காவல் தெய்வமாக இருப்பதாகச் சொன்னது. அதனால் அதை மட்டும் விட்டுவிட்டார்கள். அப்படியாக பதினெட்டாம் படிக் கருப்பு எழுந்தார்."

இங்கு வரும் நாட்டார்கள் என்பார் மேலூர்பகுதிவாழ் கள்ளர் சாதியினர் ஆவர். அழகர் கோயிலுக்குள் நுழைந்து விட்ட திருடர்களைப் பிடிக்க அவர்கள் உதவினார்கள் என்பது நடந்திருக்கக்கூடிய ஒன்றே. ஆனால் திருடர்களோடு ஒரு தெய்வம் வந்தது, அது வேண்டுகோள் வைத்தது, அது ஏற்கப்பட்டது என்பது சிறிதும் இதில் பொருந்தவில்லை. நாட்டார்களின் உதவியை அங்கீகரிக்கும் வகையில் அந்த வாசல் அவர்களது தெய்வமாம் கருப்பை வணங்கத்

தரப்பட்டிருக்கலாம். கருப்பசாமி என்பது மதுரைப் பகுதி தெய்வமே தவிர மலையாள தேசத்தது அல்ல. சாமியின் பெயராம் கருப்பு என்பதே இந்த மக்களின் நிறத்தை, இவர்களது தலைவர்களின் நிறத்தைக் குறிக்கிறது.

மேலூர் பகுதி சூத்திர மக்களால் வணங்கப்படும் ஒரு பெண் தெய்வம் ராக்காயி. தொ.பரமசிவன் வெளியிட்டுள்ள 'ராக்காயி வர்ணிப்பு' எனும் நாட்டுப்புறப் பாடலில் பதினெட்டாம்படி கருப்பின் தங்கையாக ராக்காயி சித்திரிக்கப்படுவதும் இந்தக் கருதுகோளுக்கு அரண் சேர்க்கிறது. பெரும்பாலான நாட்டார் தெய்வங்கள் அந்தந்தப் பகுதி வெகுமக்களின் நலனுக்காகத் தியாகம் செய்த அவர்களது தலைவர்களே.

வரலாற்று உணர்வு இல்லாத அக்கால மக்கள் அவர்களை தம் கடவுள்களாக வணங்கியே அவர்களது நினைவைப் பராமரித்தார்கள். அந்த வகையில் மதுரைப் பகுதி மக்களின் ஆதி நாளைய தலைவராக ஒரு கருப்பன் இருந்திருக்கலாம். அவரே பல பெயர்களில் காலங்காலமாக வணங்கப்பட்டு வந்திருக்கலாம். அந்தக் கடவுள்களுக்கும் ஏதோவொரு வகையில் இடம்கொடுக்கும் கட்டாயம் வேதமதப் பிரிவுகளுக்கு ஏற்பட்டிருக்கலாம். அதன் ஓர் எடுத்துக்காட்டே வைணவ அழகர்கோயிலில் உள்ள பதினெட்டாம்படி கருப்பசாமி.

கருமாத்தூர் மூணுசாமி

மதுரையின் வடக்கே உள்ள அழகர் கோயிலுக்கும் மேற்கே உள்ள கருமாத்தூருக்கும் கடவுள் சம்பந்தம் உண்டு. இங்குள்ள மூணுசாமியின் தோற்றுவாய் அங்கிருக்கிறது. மூணுசாமி என்றவுடன் அவர்களை சிவன், விஷ்ணு, பிரம்மாவுடன் சம்பந்தப்படுத்தி கதை கட்டும் புராணீகர்கள் உண்டு. ஆனால் மக்கள் மத்தியில் நிலவும் சில கர்ண பரம்பரைக் கதைகளை அறியும்போது, இது கள்ளர்குல மக்களின் இடப்பெயர்வோடு சம்பந்தப்பட்டது எனப் படுகிறது.

ஆய்வாளர் ஆர்.சுந்தரவந்தியத்தேவன் எடுத்துக்காட்டி யிருக்கும் மூன்று கதைகள் ஒன்றோடுஒன்று சம்பந்தப் பட்டவை. முதல் கதை: கள்ளர்களின் பிரதான தெய்வமாகிய பேய்க்காமன், அழகர் கோயிலின் நான்கு

காவலர்களில் ஒருவராக இருந்தார். அழகரால் இரண்டு முறை அவமானப்படுத்தப்பட்டதன் காரணமாக அந்தப் பணியிலிருந்து அவர் விலகினார். முதல் அவமானம்- சித்திரைத் திருவிழாவுக்கு அவரை உடன் அழைத்துச் செல்ல மறுத்துவிட்டார். இரண்டாம் அவமானம் -அவர் கறிச் சோறு கேட்டபோது அதை மறுத்து தூங்கப் போய்விட்டார். அழகர்கோயில் பிராமண பூசாரி உணவுக்குப் பதிலாக வெற்றிலை கொடுத்தார். இதனால் கோபம் கொண்ட பேய்க்காமன் தன் குதிரை மீதேறி மேற்குமலைப் பகுதிக்குச் சென்று அங்கே தனது சுதந்திர நாட்டை ஸ்தாபித்தார்.

இரண்டாவது கதை: கருமாத்தூரின் மூன்று சாமிகள் கழுவநாதன், அவரின் சகோதரி பேச்சி மற்றும் மாயன். அவர்களும் வடக்குப் பகுதியிலிருந்து மேற்குப் பகுதிக்கு வந்தார்கள். அவர்களை இங்கு தங்க அனுமதிக்கவில்லை பேய்க்காமன். இது தனது பூமி என்று சொல்லி அவர்களை வெளியேறச் சொன்னார். பிரச்னை அழகர் மற்றும் மதுரை மீனாட்சியிடம் சென்றது. மல்யுத்தத்துக்கு ஏற்பாடு செய்யப்பட்டது.

பேய்க்காமன் பெரும் பலசாலி என்பதால் அவரோடு மோத பேச்சியின் மற்றொரு சகோதரராகிய விருமாண்டி வரவழைக்கப்பட்டார். போட்டி வெற்றி தோல்வியின்றி முடிந்ததால் இருவருக்கும் இடையே குதிரைப் பந்தயம் நடத்தப்பட்டது. அதில் பேய்க்காமன் தோற்றுப் போனார். அதனால் கழுவநாதன் உள்ளிட்டோர் கருமாத்தூரில் தங்க அனுமதிக்கப்பட்டார்கள்.

மூன்றாவது கதை: கள்ளர் நாட்டின் காவல் தெய்வம் மானூத்து சமய கருப்பு. அவர் பிராமணர்களின் பரம எதிரி. அவரை அவர்கள் தொடர்ந்து அவமானப்படுத்தி வந்தார்கள். முடிவில் அவரை ஒரு மண்பானைக்குள் அடைத்து வைத்து தங்களது மந்திரத்தின் மூலம் கொல்லத் திட்டம் தீட்டினார்கள். இதை அறிந்த கருப்பு விருமாண்டியின் உதவியை நாடினார். அவருக்கு கூடுதல் பலம் சேர்த்த விருமாண்டி பானைக்குள் போகுமாறும், அவர்கள் மந்திரம் சொல்வதற்கு முன் அதை உடைத்துக்கொண்டு வெளியே வருமாறும் ஆலோசனை கூறினார். அவரும் அப்படியாக வந்து ஆயிரம் பிராமணர்களைக் கொன்றார்.

இந்தக் கதைகளில் வரும் தெய்வம் எனும் சொல்லை நீக்கினால், அழகர்-மீனாட்சிக்கு பதிலாக கோயில் நிர்வாகிகள் என்பதைச் சேர்த்தால் இது அன்று நடந்த ஒரு புலம்பெயர் நிகழ்வு என்பதும், முன்னும் பின்னும் பெயர்ந்தவர்களிடையே ஏற்பட்ட மோதல் என்பதும் தெளிவாகப் புலப்படுகிறது. அதன் முடிவில் தங்களுக்கு ஒரு பூமியை நிச்சயப்படுத்திக் கொடுத்த தம் தலைவர்களையே மூணு சாமிகளாக அந்த மக்கள் இன்றளவும் கும்பிடுகிறார்கள் என்பது நிச்சயமாகிறது. இது குலதெய்வ வழிபாடு என்பதால் பிராமணியப் படையல் முறைக்கு பதிலாகத் தமது முன்னோர்கள் விரும்பி உண்ட அந்தக் கறிச்சோறை இந்த சாமிகளுக்கு படைக்கிறார்கள். கிடா வெட்டு இல்லாமல் தங்களது சாமி கும்பிடலை அவர்களால் நினைத்துப் பார்க்க முடியாது. படையல் என்பதும் முன்னோரை நினைவுகூறும் முறைமையாக உள்ளது.

காத்தவராயன்

பேராசிரியர் நா.வானமாமலை 'காத்தவராயன் கதைப்பாடல்' என்பதைப் பதிப்பித்திருக்கிறார். அதைப் படித்தால் அவனது வாழ்வு வெறும் கற்பிதம் அல்ல, புராணம் அல்ல என்பது எவருக்கும் புரிபடும். காரணம் அதில் திரிசிரபுரத்தை, அதாவது திருச்சியை ஆண்ட ராஜா வருகிறார். இன்னும் கொள்ளிடத்தின் வடகரையும், குணசீலமங்கலம் புத்தூரும், பாச்சூரும் வருகின்றன. இவையெல்லாம் இன்றைக்கும் இருப்பவை. இங்கேயெல்லாம் காத்தவராயன் நடமாடியிருக்கிறான்.

"கதை நடந்த காலத்தைச் சரியாக நிர்ணயித்துக் கூறச் சான்றுகள் எதுவும் கிடைக்கவில்லை. ஆனால் கூறப்படும் சம்பவங்கள் விஜயநகர ஆட்சிக் காலத்துக்கு முந்தியவை என்று தோன்றுகின்றன" என்கிறார் நா.வானமாமலை. மதுரை நாயக்கர்கள் காலத்தில் அவர்களின் ஒரு தலைநகரமாக திருச்சியும் இருந்தது. மதுரை தலைநகராக இருந்தபோது, திருச்சியில் மன்னரது பிரதிநிதியின் ஆட்சி நடந்தது. அப்படியாக திருச்சி அரசியல் வரலாற்றில் ஒரு முக்கிய இடத்தைப் பிடித்தது நாயக்கர் காலத்தில்தான். எனவே காத்தவராயன் வாழ்வு நாயக்கர் காலத்துக்குச் சற்று முன்போ அல்லது அவர்களது காலத்திலோ நடந்திருக்க வாய்ப்புகள் அதிகம்.

காத்தவராயன் கதை பலருக்கும் தெரியும். தனது இசைத் திறனால் ஆரியமாலா எனும் பிராமணப் பெண்ணை அவன் ஈர்த்திருந்தான். அவள் விரும்பி வந்ததால் அழைத்துச் சென்று திருமணம் செய்துகொண்டான். ஆனால் அவன் யார்? 'பார்தனிலே நானும் பறையன் பறையன் என்றேன்' என்று காத்தவராயனின் வாக்குமூலம் உள்ளது. பஞ்சமனாகிய அவன் பிராமணப் பெண்ணை மணப்பது என்பது மனுதர்ம சாஸ்திரத்தின்படி கடும் தண்டனைக்கு உரியது.

அன்று அரசர்கள் அமல்படுத்தி வந்த சட்டம் இந்த சாஸ்திரமே. இந்த மனு நீதிதான் அன்று அரச நீதி. சம்பந்தப்பட்ட பெண்ணே விரும்பி மணந்திருந்தாலும் அது குற்றமே, அதற்கு தண்டனை அந்த பஞ்சமனுக்கு கழுவேற்றம்! அப்படித்தான் காத்தவராயனுக்கு அந்தக் கொடூரத் தண்டனை வழங்கப்பட்டது. மதுரையில் சமணர்களின் ரத்தத்தை ருசி பார்த்திருந்தும் அந்தக் கழுமரத்துக்கு இன்னும் பசி அடங்கவில்லை. ஆணவப் படுகொலையை அரசனே நிறைவேற்றினான்.

ஆச்சர்யமான விஷயம் என்னவென்றால் பஞ்சமர்கள் மட்டுமல்லாது சூத்திரர்கள் பலரும்கூட இந்த தண்டனையை ஏற்கவில்லை. அவர்களுக்கு காத்தவராயன் ஒரு ஹீரோவாகிப் போனான். அவனைப் பற்றிய பேச்சு பெருமிதமாக உலா வந்தது, அந்தப் பாடகன் பற்றி பாட்டு கட்டப்பட்டது, கூத்து நடத்தப்பட்டது. காலப்போக்கில் அவன் கடவுளாகிப் போனான். இனி மரியாதையாக விளிப்போம்.

திருச்சிக்கு அருகே கொள்ளிடத்தின் வடகரையில் உள்ளது வாத்தலை. அங்கே காத்தவராயனுக்கு கோயில் இருக்கிறது. முண்டாசு கட்டி, பெரிய மீசை வைத்த காத்தவராயன் இருக்கிறார். ஒரு புறம் சிவப்பு நிறப் பெண்ணும், மறுபுறம் கரும் பச்சைநிறப் பெண்ணும் இருக்கிறார்கள். சிவந்த பெண் ஆரியமாலா, கரும்பச்சை பெண் ஓந்தாயி. இங்குள்ள மடுவில்தான் ஆரியமாலாவை வைத்திருந்ததாகக் கூறப்படுகிறது. இதுதான் ஒரிஜினல் கோயில். இங்கிருந்து பிடிமண் எடுத்துச் சென்றே பிற இடங்களில் காத்தவராயனுக்கு கோயில் கட்டுகிறார்கள்.

பின்னாளில் காத்தவராயனை காமாட்சியின் மகன் எனக்கூறி அந்தக் கோயிலில் எல்லாம் கழுமரத்தோடு காத்தவராயனுக்கும் சன்னதி கட்டினார்கள். இப்போதும்

பஞ்சமர்கள், சூத்திரர்கள் இரு பிரிவிலும் உள்ள பலரும் அவரை வணங்குகிறார்கள். காத்தவராயனை கழுவில் ஏற்றியதாகக் கூறப்படும் பாச்சூரில் 'கழு மேடு' உள்ளது. அதைச்சுற்றி மதில் எழுப்பப்பட்டுள்ளது. அதை எழுப்பியவர்கள் பரிமணம் பிள்ளை, காத்தா பிள்ளை. பரிமணம் என்பது காத்தனின் மூலப்பெயர். மாமிச உணவு உண்ணும் பிள்ளைமார்களுக்கும் காத்தவராயன் கடவுளாக இருக்கிறார் என்பதற்கு இது ஓர் உதாரணம்.

மதுரை வீரன்

மதுரை வீரன் திருமலை நாயக்கர் காலத்தில் வாழ்ந்தவன் என்பதற்கு 'மதுரை வீரன் அம்மானை' சாட்சியம். 'சக்கிலியன் பெற்றெடுத்த தளஞ்சியனும் நான்தாண்டி' என்று தன்னை அறிமுகப்படுத்தப்படுத்திக் கொள்கிறான் வீரன். இவன் மீது காதல் கொள்கிறாள் பாளையப்பட்டுக்காரர் பொம்மண நாயக்கரின் மகள் பொம்மி. அதை ஏற்று அவளை அழைத்துக்கொண்டு திருச்சிக்குப் போனான் வீரன். நாயக்கர் எனும் சூத்திர சாதிப் பெண்ணை ஒரு பஞ்சமர் குல மகன் மணந்ததை அன்றைய மனுவாத சமுதாயம் ஏற்குமோ? அது கருவிக்கொண்டிருந்தது.

திருச்சி வரை பின்தொடர்ந்த பாளையக்காரரின் ஆட்களை வீரன் விரட்டியடித்ததைக் கண்ட திருச்சியின் விஜயரெங்க சொக்கலிங்க நாயக்கர், அவனைத் தன் காவல் படையில் சேர்த்துக்கொண்டார். கள்ளர் பயம் அதிகமிருந்த அந்த நாளில் அதை எதிர்கொள்ள வீரன் தேவைப்பட்டான் அவருக்கு. வெற்றிகரமாக கள்ளர்களைப் பிடிப்பதைக் கேள்விப்பட்டு மதுரையின் திருமலை நாயக்கரும் அவனை அனுப்பச் சொன்னார்.

மதுரைக்குப் போனார்கள் வீரனும் பொம்மியும். அங்கும் கள்ளர்களை அவன் ஒடுக்கினான். அவன் வீரத்தில் மயங்கினாள் மீனாட்சி கோயில் தாசி வெள்ளையம்மாள். ஏற்கெனவே கருவிக்கொண்டிருந்த சாதிய சமுதாயத்துக்கு ஆத்திரம் அதிகரித்தது. சதி வேலை செய்து வீரனையே குற்றவாளியாக்கி அவனை மாறு கால் மாறு கை

வாங்கினார்கள். மனு சாஸ்திரத்தை மீறுகிறவர்களுக்கு எல்லாம் கழுவேற்றம், மாறு கால் மாறு கை வாங்கல் எனும் கொடூர தண்டனைகளே. இதுவும் ஆணவப் படுகொலையே.

கள்ளர்கள் பயத்திலிருந்து தங்களை விடுவித்த வீரன் மீது திருச்சி, மதுரை மக்கள் பெரும் பிரியம் வைத்திருந்தார்கள். அவனை 'மதுரை வீரன்' என்று கொண்டாடினார்கள். காலப்போக்கில் அவனும் கடவுளாக வணங்கப்பட்டான். அவருக்கு மீனாட்சி கோயிலின் கம்பத்தடி மண்டபத்திலேயே சன்னதி இருந்தது. 'கம்பத்தடி வீரன்' என்றே அழைக்கப்பட்டார். ஆனால் பின்னாளில் கோயில் நிர்வாகம் அதை அங்கிருந்து அகற்றி கோயிலுக்குப் புறத்தே வைத்துவிட்டது. கோயிலின் வெளியே கிழக்கு கோபுர வாசலுக்கு அருகே மதுரை வீர சுவாமியின் சிறு கோயில் உள்ளது. அங்கே பொம்மி, வெள்ளையம்மாளோடு காட்சி தருகிறார் சுவாமி. கோயில் பூசாரியும் சரி, நிர்வாகியும் சரி பிராமணரல்லாதார். மதுரை, திருச்சியில் மட்டுமல்லாது தமிழகத்தின் பல ஊர்களிலும் மதுரை வீர சுவாமிக்கு கோயில்கள் எழுந்தன.

முத்துப்பட்டன்

நா.வானமாமலை 'முத்துப்பட்டன்' வில்லுப்பாட்டைப் பதிப்பித்துள்ளார். அதில் உள்ள சம்பவங்கள மெய்யாலும் நடந்தவை என்றும், 1658-1738 காலத்தில் நடந்திருக்கலாம் என்றும் குறிப்பிட்டுள்ளார். அதாவது நாயக்கர் காலம். இதில் வரும் நாயகிகள் பொம்மக்கா, திம்மக்கா சக்கிலிய குலப் பெண்மணிகள். அவர்களது அழகில் மயங்கிப் போனான் நெல்லைச் சீமையின் விக்கிரமசிங்கபுரத்து பிராமணர் குலத்தில் பிறந்த முத்துப்பட்டன். மகள்களைத் தனக்கு மணமுடித்து தருமாறு தந்தை வாலைப் பகடையிடம் கேட்டான் பட்டன்.

அதிர்ந்துபோன பகடை 'நாற்பது நாளைக்குள் முப்புரிநூலும் குடுமியும்/ மெய்யுடன் அறுத்தெறிந்து எங்களைப்போல் / ஒப்புடன் நீர் செருப்புக் கட்டிவந்தாக்கால்/ எப்படியாகிலும் மக்களைக் கைப்பிடித்துத் தாரேன்' என்றார் அவர். ஒரு பிராமணப் பிள்ளையால் அது சாத்தியம் இல்லை என்பது அவரது கணக்கு. ஆனால் பட்டனோ சொன்ன நிபந்தனைகளை எல்லாம் முடித்து வந்தான். முறுக்கு மீசை வைத்த முதல் பிராமணனாகக் காட்சி அளித்தான்!

சொன்ன வாக்குப்படி அவனுக்குத் தனது பெண்களை மணமுடித்துத் தந்தார் பகடை. பட்டன் தனது வாழ்வை சக்கிலியர்கள் வாழ்வோடு கரைத்துக்கொண்டான். இதைக் கேள்விப்பட்ட அவனது அண்ணன்களுக்கு தாங்க முடியவில்லை. இது தங்களுக்குப் பெரும் இழுக்கு எனப் பொருமினார்கள். இந்த நிலையில் களவுபோன பசுக்கிடையை மீட்கப் போய் கொலையுண்டு வீழ்ந்தான் பட்டன். அவனது உடலோடு உடன்கட்டை ஏறினார்கள் இரு மனைவியரும் என கதை முடிகிறது. கள்வர்களை அனுப்பியதில் சாதி வெறியர்களின் கைவரிசை இருக்கலாம் என ஊகித்தால் தவறாகாது. அப்படியெனில் இதுவும் ஆணவப் படுகொலையே.

காத்தவராயன், மதுரைவீரன் போல முத்துப்பட்டனும் கடவுளாகிப் போனார். பாபநாசம் அருகே பொதிகை மலையில் சொரிமுத்து அய்யனார் கோயில் அருகே பட்டவராயன் கோயில் உள்ளது. அங்கே முத்துப்பட்டன் இடுப்பில் மாடு அறுக்கும் சூரிக் கத்தியோடு காட்சி அளிக்கிறார். ஒருபுறம் பொம்மக்காவும் மறுபுறம் திம்மக்காவும் இருக்கிறார்கள். அவர்களுக்கு உதவிய காச்சி நாயும், பூச்சி நாயும்கூட உள்ளன. நாய் மட்டுமா, மனிதனும் நன்றியுள்ளவனே! தாமிரபரணி ஆறு சலசலத்து ஓடும் அந்தக் கானகம் சுற்றுலாவுக்கு ஏற்ற இடம். நிறைய பக்தர்கள் வழிபடுகிறார்கள்; நேர்த்திக்கடனாகப் பட்டன் பயன்படுத்திய ஈட்டியும் வல்லயமும் சாத்துகிறார்கள்.

வர்ணாசிரமம் என்பது அந்தந்த சாதிக்குள்ளேயே திருமணம் எனும் அகமண முறையால்தான் கட்டிக்காக்கப் பட்டு வந்தது. அதை மீறுகிறவர்களுக்கு கடுந்தண்டனை தரப்பட்டது. அதேநேரத்தில் அந்த மீறலை அடித்தட்டு சாதியினர் விரும்பவே செய்தார்கள். அது அவர்களது சுயமரியாதையின் வெளிப்பாடாக இருந்தது. அதைச் செய்த தீரர்களை சாமிகளாக உயர் பீடத்தில் வைத்து வணங்கினார்கள். நாயக்கர் காலத்தில் இப்படி மூன்று தெய்வங்கள் உருவானது அந்தக் காலம் சாதியக் கட்டு நிறைந்ததாகவும், அதேநேரத்தில் அதை உடைக்கத் துடித்த சில மீறல்கள் நடந்த காலமாகவும் ஒருங்கே இருந்ததை உணர்த்துகிறது. ஆதி காலத்து சாமிகளின் மனிதப் பின்புலம் இன்று தெரியாமல் போனாலும் அண்மைக் காலத்து

சாமிகளின் பின்புலம் பெருமளவு தெரியவே செய்கிறது. அதை உணர்ந்தோ உணராமலோ பக்தர்களின் வழிபாடு நடந்தவண்ணம் உள்ளது.

அண்ணன்மார் சுவாமி

'அண்ணன்மார் சுவாமி கதை' யை கவிஞர் சக்திக்கனல் பதிப்பித்திருக்கிறார். அண்ணன்மார் என்போர் பொன்னர், சங்கர் எனும் சகோதர்கள். இவர்களது வரலாறை 'கொங்கு நாட்டு வேளாளர் காவியம்' என்றே அவர் கூறியிருக்கிறார். இவர்களது தங்கையாம் அருக்காணித் தங்கத்தின் நோக்கில் சொல்லப்படுவதால் இது அண்ணன்மார் கதை.

கதையின் முற்பகுதி அண்ணன்மாரின் பெற்றோராகிய குன்னடையான், தாமரை நாச்சியாரின் அவல வாழ்வைச் சொல்கிறது. பங்காளிகளால் அவர்கள் ஏமாற்றப்படுவதையும் துயருறுவதையும் சித்திரிக்கிறது. 'பங்காளியா பகையாளியா' எனும் சொலவடைக்கு ஏற்றார்போன்ற நடப்புகள். கதையின் பிற்பகுதி வேளாளர் தலைவர்களாகிய பொன்னரும் சங்கரும் வேட்டுவத் தலைவராம் தலையூர்க்காளியுடன் மோதுவதைக் காட்டுகிறது. கதையின் முத்தாய்ப்பு ஒரு பெரும் போர்க்களம், அதில் வீரச்சமர் புரிந்து அண்ணன்மார் இருவரும் மாள்வது, தங்கையின் நெஞ்சை உருக்கும் புலம்பல்.

'கடலும் சமுத்திரமும் கலந்து பிரிந்தாப் போல்/ வெள்ளமது போல வீரமலை வனங்களெல்லாம்/ வேடுதளம் நிற்குதப்போ/ அந்தப்படை சேனை எல்லாம் அணிஅணியாய்/வந்து நிற்க' என்று வேட்டுவர் படையை வருணிக்கிறது கதை. மறுபுறம் அவர்களை வேரறுக்க பொன்னர் களம் இறங்கியதையும் கூறுகிறது இப்படியாக: 'வேடுதளம் உள்ளதெல்லாம்/ பொன்னர் வெட்டிக் கருவறுத்து/ஆணென்று பிறந்ததெல்லாம்/பொன்னர் அறுத்துச் சிரமறிந்தார்.'

ஆக, வேளாளர்களுக்கும் வேட்டுவர்களுக்கும் இடையிலான போராக இது நடந்திருக்கிறது. காட்டை அழித்து நிலத்தைப் பண்படுத்தினால்தான் வேளாண்மை நடக்கும். காட்டைக் காத்தால்தான் வேட்டை நடக்கும். ஒன்றுக்கொன்று முரணான நலன்கள். காட்டைக் கைப்பற்ற வேளாளர்கள் முயல, அதைக் காப்பாற்ற வேடுவர்கள் முயல போர் தவிர்க்க முடியாததாகிப் போனது. இதிலே எழுந்ததுதான் அண்ணன்மார் கதை. இதில் தியாகிகளான

பொன்னர், சங்கரை வேளாளர்கள் போற்றிப் புகழ்ந்ததிலும், காலப்போக்கில் கடவுள்களாக்கி வணங்கியதிலும் ஆச்சர்யம் இல்லை.

இன்றைக்கும் கொங்கு மண்டலத்தில் இவர்களுக்கு பல கோயில்கள் உள்ளன. திருச்சி மாவட்டம் மணப்பாறை அருகில் உள்ள வீரப்பூர்தான் அண்ணன்மார்களின் பூர்விகம். அங்கே இவர்களுக்கும், இவர்களது கதையில் வரும் பெரிய காண்டி அம்மனுக்கும் கோயில்கள் உள்ளன. இங்கு மாசி திருவிழா மிகவும் விசேஷம், லட்சக்கணக்கில் பக்தர்கள் கூடுவார்கள். அண்ணன்மார்சுவாமி கதையில் வரும் நிகழ்வுகள் கி.பி. 15-ம் நூற்றாண்டில் நடந்தாக ஆய்வாளர்கள் கருதுகிறார்கள். அப்படியெனில் நாயக்கர் காலத்தில்தான் இவர்களது வழிபாடு பிரபலமாகியிருக்க வேண்டும்.

சுடலைமாட சுவாமி

தென்பாண்டி மண்டலத்தில் மிகப் பரவலாக வணங்கப்படுவது சுடலைமாட சுவாமி. ஆனால் அவர் இந்தப் பகுதி மக்களின் வாழ்வோடு நேரடித் தொடர்புள்ளவர் அல்ல. அவரைப் பற்றிய கதை அவரது பிறப்பை கைலாசத்தில் இருத்துகிறது. சிவனுக்கும் பார்வதிக்கும் பிறந்தவர் என்றாலும் நர மாமிசத்தில் பிரியம்கொண்டிருந்தார். சுடலைக்குச் சென்று எரியும் பிணங்களை உண்ண ஆரம்பித்தார். கைலாசத்தின் சைவ உணவு முறைக்கு இது ஒத்துவராது என்று அவரை பூமிக்கு அனுப்பிவிட்டார் சிவன். இங்கு வந்தவர் சுடலை காக்கும் மாடனாகிப் போனார்.

இந்தக் கதை நமக்கு காபாலிகர்களையும் காளாமுகர்களையும் நினைவுபடுத்துகிறது. சைவ மதத்தின் பிரிவுகளாக இருந்த அவர்கள் சாம்ராஜ்ஜிய காலம் வரை தமிழகத்தில் இருந்ததை அறிவோம். அதற்குப் பிந்தைய காலத்தில் அவர்கள் மக்களின் ஆதரவை இழந்தாலும் சுடலை மாடன் சுவாமி எனும் வடிவில் அவர்களது நினைவைத் தக்கவைத்துக்கொண்டார்கள் போலும். 'கொடை' எனப்படும் சுடலைமாடனுக்கான திருவிழாவில் ஆடு கோழி படையல் உண்டு.

சாமியாடி சுடலையை நோக்கி வேட்டைக்குப் புறப்படுவார், அருள்வாக்கு சொல்லுவார். நெல்லை மற்றும் குமரி மாவட்டங்களில் மட்டும் நாற்பதுக்கு மேற்பட்ட சுடலை மாடசுவாமி கோயில்கள் உள்ளன என்கிறது ஒரு கணக்கு.

மாரியம்மன்

பெண் தெய்வங்களில் மிகவும் பிரபலமானது மாரியம்மன். மாரி என்றால் மழை என்று பொருள். விவசாய வாழ்வில் மழைதான் தாய். உற்பத்தியின் ஊற்றுக்கண் அதுவே. அவளை வேண்டி வணங்குகிற பழக்கம் வெகுகாலத்துக்கு முன்பே தமிழகத்தில் வந்திருக்க வேண்டும் என்றாலும் வெப்பு நோய்கள் பரவிய காலத்தில் அதன் எதிர்ப்பதமாகிய மாரிக்குத் தேவை அதிகமானது.

பெரியம்மை என்கிற கொடூரத் தொற்று நோயை அனேகமாக 1545 வாக்கில் போர்த்துக்கீசியர்கள் இந்தியாவில் நுழைத்திருக்கலாம் எனப்படுகிறது. அப்போது கோவாவில் 8000 குழந்தைகள் இந்த நோய்க்குப் பலியானார்கள். தடுப்பூசி இல்லாத அந்த நாளில் மக்கள் மாரியம்மனை வேண்டத் தொடங்கினார்கள். அப்போதே தீச்சட்டி, கரகம், முளைப்பாரி எடுத்தல் நடந்திருக்கிறது. தடுப்பூசி வரலாறு பற்றிய ஓர் இணைய தளம் இந்தத் தகவலைத் தந்துள்ளது. 1950-களில்தான் தடுப்பூசி கண்டுபிடிக்கப்பட்டதால் நாயக்கர் காலத்தில் மாரியம்மன் வழிபாடு தீவிரமாக இருந்திருக்கும் என ஊகிக்கலாம்.

மாவாலேயே விளக்கு செய்து காண்பித்துவிட்டு அந்த மாவை பிரசாதமாக உண்பார்கள். ஆனால் பூக்குழி இறங்குதல் என்று தீ மிதித்தல், அலகு குத்துதல் போன்ற உடலைப் புண்ணாக்கிக்கொள்ளும் சடங்குகளும் மாரியாத்தாளுக்கு நடந்தன. பொதுவாக ஆடி மாதம் நடக்கும் அவளுக்கான திருவிழாவில் கூழ் ஊத்துதல் எனும் அன்னதானமும் நடந்தது. மாரியம்மன் கோயில் பூசாரிகள் பொதுவாக பிராமணரல்லாதாரே. ஆனால், திருச்சிக்கு அருகே உள்ள சமயபுரம் மாரியம்மன் கோயில் பூசாரி பிராமணர். காமாட்சி போல மாரியும் இப்படி சில ஊர்களில் பெருந்தெய்வம் ஆக்கப்பட்டுள்ளாள்.

காளியாத்தா

மாரியம்மனுக்கு அடுத்து பிரபலமான பெண் தெய்வம்

காளியாத்தா. காளி என்றால் கருப்பி என்று அர்த்தம். வங்காளம் முதல் தமிழகம் வரை அவளின் வழிபாடு இருப்பது திராவிடர்களின் தாய்த் தெய்வ வழிபாட்டின் எச்சம் எனலாம். காளி கோயில்களில் பழமையானது திருச்சி உறையூர் வெக்காளியம்மன் கோயில் எனப்படுகிறது. இதன் ஏழுகால வழிபாட்டு முறைமை ஆகமக்  கோயில் போன்று உள்ளது. இதன் கருவறைக்கு மேற்கூரை இல்லாதது ஒரு நாட்டார் தெய்வக் கோயில் பின்னாளில் பெருந்தெய்வமாக்கப்பட்டதன் அடையாளம் போலும்.

பத்ரகாளியம்மன் என்றும் காளி வழிபாடு தமிழ்நாட்டில் உள்ளது. மாநிலத்தின் பல ஊர்களில் இதன் கோயில் உள்ளது. மதுரைக்கு அருகில் உள்ள மடப்புரம் பத்ர காளியம்மன் கோயில் 500 முதல் 1000 ஆண்டுகள் வரை பழைமையானது எனப்படுகிறது. பணத்தைப் பறிகொடுத்தவர்கள் இங்கு வந்து காசை வெட்டிப் போடுவார்கள். அப்படிச் செய்தால் இழந்தது கிடைக்கும் எனும் தீவிர நம்பிக்கை நிலவுகிறது. இந்தக் கோயிலின் இன்னொரு சிறப்பு, காவல் தெய்வமாக அய்யனார் தனது குதிரையுடன் நிற்பது. அவரது பெயர் 'அடைக்கலம் காத்த அய்யனார்'.

சிவகங்கை மாவட்டத்தின் கொல்லங்குடிக்கு அருகே உள்ளது வெட்டுடையார் காளி கோயில். அரியங்குரிச்சி எனும் இந்த ஊரில் ஆரம்பத்தில் அய்யனார் கோயில்தான் இருந்தது. பின்னர்தான் காளி கோயிலும் எழுந்தது. வெட்டுடையார் என்று அய்யனாரும் அழைக்கப்பட்டார், காளியும் அழைக்கப்பட்டாள். விரைவில் காளியின் புகழ் ஓங்க அய்யனார் மங்கிப் போனார். அய்யனாரின் இடம் வெட்டப்பட்டதால் அவர் அப்படி அழைக்கப்பட்டார் எனப்படுகிறது. ஆனால் மக்கள் மத்தியில் வெட்டுடையார் காளி என்று நின்றிருப்பதன் காரணம், இங்கும் இழந்ததை மீட்க காசு வெட்டிப் போடும் பழக்கம் இருப்பது. அதற்கென்றே ஒரு கூண்டு உள்ளது. சோனை கருப்பணசாமி சன்னதியும் இருக்கிறது. கொல்லங்குடியில் உள்ள வெள்ளாளர் சாதியினர் கோயிலின் பூசாரிகளாக உள்ளனர்.

காவல் தெய்வங்கள், குல தெய்வங்கள், ஊர் தெய்வங்கள் என்று பல பெயர்களில் நாட்டார் தெய்வங்கள் வழிபடப் பட்டன. இவற்றின் வழிபாடு நாயக்கர் காலத்தில் பரவலானதற்கு உரிய காரணங்கள் இருந்தன. சமுதாயத்தில் சுமார் 20% ஆக இருந்த பஞ்சமருக்கு பெருந்தெய்வக் கோயில்களின் கதவுகள் திறக்கவில்லை. சூத்திரர்களில் நாடார்கள் போன்றோருக்கும் அதுதான் நிலைமை. ஆகவே அவர்கள் தங்களுக்கான கடவுள்களைத் தேடிக் கொண்டார்கள். அனுமதிக்கப்பட்ட சூத்திரர்களுக்கும்கூட பெருந்தெய்வக் கோயில்களின் நிர்வாகத்தில் பங்கில்லை, மகா மண்டபத்தில் நின்று கும்பிட்டு விட்டு நடையைக்கட்ட வேண்டியதுதான். இந்தச் சூழலில்தான் நாட்டார் வழிபாட்டிலும், அதற்கான கோயிலிலும் ஒரு சொந்த பந்த உணர்வு அவர்களுக்கு வந்தது.

அனைத்துக்கும் மேலே, பல பிரிவினருக்கும் அந்த தெய்வங்களோடு வரலாற்றுத் தொடர்பு இருந்ததை கர்ண பரம்பரைக் கதைகள் சுட்டின. அதைப் பாடலாக, கதையாக, கூத்தாக, நாடகமாகப் பார்த்தவர்களுக்கு அந்த தெய்வங்களுடன் ஓர் ஒருமைத்தன்மை உருவானது. கடவுள்கள் இல்லாத மதங்கள் சமணம், புத்தம் என்றால் மதங்கள் இல்லாத கடவுள்கள் இந்த நாட்டார் தெய்வங்கள். சிவன் என்றால் சைவம், விஷ்ணு என்றால் வைணவம் என்று ஒரு திட்டவட்டமான மதச் சடங்காச்சாரக் கட்டமைப்பு இருக்கிறதே அப்படியில்லை இந்த நாட்டார் தெய்வங்களுக்கு. இவை மிகவும் நெகிழ்ச்சியானவை. நினைத்த நேரத்தில், நினைத்த முறையில் கும்பிடுவார்கள். அந்த வகையில் ஒரு வினோதமான நெருக்கம் இருந்தது. அப்படியும் பெருந்தெய்வங்களையும் அக்கம்பக்கமாக வணங்கிக்கொண்டார்கள். அவர்களின் மத வாழ்வு இப்படியாகவும் பன்மைத் தன்மை பெற்றது.

6

இஸ்லாம்

தமிழ்நாட்டுக்கு இஸ்லாம் எப்போது வந்தது? திருச்சி உறையூரில் உள்ள 'கல்லுப்பள்ளி' கி.பி.734-ல் கட்டப்பட்டதாகச் சொல்லப்படுகிறது. தமிழகத்தின் முதல் தொழுகைப் பள்ளிவாசல் அதுதான் எனப்படுகிறது. அரபு தேசத்தோடு தமிழர்களின் வணிகம் மிகப் பழைமையானது என்பதால் அவர்களுக்காக இது கட்டப்பட்டிருக்கலாம். எனினும் அன்று முஸ்லிம்கள் தமிழகத்தில் கணிசமாக இருந்தார்கள் எனக் கருத முடியாது. காரணம் மூவர் தேவாரத்திலும், நாலாயிர திவ்யப் பிரபந்தத்திலும் அவர்களைப் பற்றிய குறிப்புகள் இல்லை.

9-ம் நூற்றாண்டைச் சார்ந்த சுந்தரருக்கு பிற்பட்ட காலத்தவரான மாணிக்கவாசகரின் திருவாசகத்தில்தான் அவர்களைப் பற்றிய வருணிப்பு இப்படியாக வருகிறது: 'வெள்ளைக் கலிங்கத்தர் வெண்திரு முண்டத்தர்/பள்ளிக் குப்பாயத்தர் அன்னே என்னும் /பள்ளிக் குப்பாயத்தர்/ பாய்பரி மேல் கொண்டு என்/ உள்ளம் கவர்வரால் அன்னே என்னும்.' பாண்டியன் முன் தோன்றிய சிவன், முஸ்லிம் குதிரை வணிகர் வேடத்தில் வந்தார் என்கிறார். வெள்ளையாடை அணிந்து, தலையை மொட்டை அடித்து, நீண்ட ஜிப்பா அணிவது முஸ்லிம்களின் வழமை. அதிலும் 'பள்ளிக் குப்பாயத்தர்' என்கிறார். சந்தேகம் இல்லாமல் இது முஸ்லிம்களையே குறிக்கிறது.

13-ம் நூற்றாண்டைச் சேர்ந்த பெரும்பற்றப்புலியூர் நம்பி எழுதியது 'திருஆலவாய் உடையார் திருவிளையாடல்.' இதில் 'கோட்டமுல்லா மாணிக்க வாசகர் முன் குதிரை

ராவுத்தனாய் நின்று' என்று வருகிறது. சிவன் குதிரை வியாபாரியாக வந்ததை ராவுத்தராக வந்ததாக வருணிக்கிறார் என்றால் அப்போதே முஸ்லிம்களும், அவர்களைக் குறிக்கும் அந்த வார்த்தையும் உவமை காட்டும் அளவுக்குப் புழக்கத்தில் இருந்திருக்க வேண்டும்.

14-ம் நூற்றாண்டைச் சேர்ந்தது 'களவியற் காரிகை' எனும் அகப்பொருள் இலக்கண நூல். அதில் 'பல்சந்தமாலை' எனும் நூல் மேற்கோளாகக் காட்டப்பட்டுள்ளது. அதில் இப்படி உள்ளது: 'அல்லா வெனவந்து சத்திய நந்தாவகை தொழுஞ்சீர்/ நல்லார் பயிலும் பழனங்கள் சூழ்தரு நாட்டகமே.' தமிழ் இலக்கியத்தில் அல்லா வந்துவிட்டார்! இன்றைய காயல்பட்டனத்துக்கு அன்றைய பெயர் வகுதாபுரி. அதை ஆண்ட அஞ்சுவண்ணத்தார் மரபினராகிய ஒரு முகமதிய மன்னரைப் பற்றிய படைப்பு இது என்கிறார் முனைவர் பீ. மு. அஜ்மல்கான். அவரது கணிப்பில் இது தமிழின் முதல் இஸ்லாமிய இலக்கியம், 12-ம் நூற்றாண்டைச் சார்ந்தது.

சங்க இலக்கியமாம் அகநானூறில் 'யவனர் தந்த வினை மாண்கலம்' என்று வருகிறது. அந்தக் காலத்திலேயே யவனர்களோடு கடல்வழி வணிகத் தொடர்பு இருந்தது தமிழர்களுக்கு. மேற்கத்திய உலகத்தார் அனைவரையும் அப்படி அழைத்தார்கள். பின்னாளில் அது அரபு தேசத்தவரைப் பெரிதும் குறித்தது. அதே பல்சந்தமாலை 'ஏழ் பெருந் தரங்கத்து யவனர், அல்லாவெனவந்து' என்றும் சொல்வதால் அல்லாவைத் தொழுகின்ற அரேபியர் யவனர் எனப்பட்டனர். 12-ம் நூற்றாண்டைச் சேர்ந்தவர் அடியார்க்கு நல்லார். சிலப்பதிகாரத்துக்கான அவரது உரையில் மதுரையைக் காப்பவர்களாக வரும் 'யவனர்' என்பதற்கு 'துருக்கர்' என்று அவர் பொருள்கொள்வது இதற்கு மேலும் வலு சேர்க்கிறது.

கம்ப ராமாயணத்தில் துருக்கர்!

13-ம் நூற்றாண்டைச் சேர்ந்தது கம்ப ராமாயணம். அதில் 'சோனகர்' பற்றி வருகிறது. வசிஷ்டரின் காமதேனுவைக் கைப்பற்ற விஸ்வாமித்திரர் முனைந்தபோது, அதிலிருந்து பல வகை வீரர்கள் தோன்றினார்கள். 'பப்பரர் யவனர் சீனர் சோனகர் முதல பல்லோர்/கைப்படை அதனினோடும் கபிலை மாட்டு உதித்து' என்கிறான் கம்பன். இங்கே யவனர்

என்று மட்டுமல்லாது சோனகர் என்றும் வருகிறது. இது அரபு தேசத்தவரை குறிப்பிட்டுச் சொல்வது எனப்படுகிறது.

ஆச்சரியமான விஷயம் கம்பன் 'துருக்கர்' என்றும் இன்னொரு பாடலில் குறிப்பிட்டது. ராமனின் திருமணத்துக்காக தசரதன் தனது பரிவாரத்தோடு கிளம்புகிறான். அந்த சந்திரசயிலப் படலத்தில் இது வருகிறது: 'உண் அமுதம் ஊட்டி இளையோர் நகர்கொணர்ந்த/ துண்ணெனும் முழக்கின. துருக்கர் தர வந்த/மண்மகள்தன் மார்பின் அணி வன்ன சரம் என்ன/பண் இயல் வயப் பரிகள் பந்தியில் நிரைத்தார்.'

உலக முஸ்லிம்களின் தலைவராகக் கருதப்பட்ட கலிபாவுக்கும் துருக்கிக்கும் இருந்த தொடர்பைக்கொண்டு முஸ்லிம்கள் 'துருக்கர்' என்றும் அழைக்கப்பட்டார்கள். அதுதான் பின்னாளில் 'துலுக்கர்' என்றானது. அவர்கள் கொண்டுவந்த வலிய குதிரைகள் பல வண்ணத்தில் இருந்ததால் அது மண்மகள் மார்புக்கு வண்ண அணியாக இருந்ததாம்! ராமாயணம் நடந்த காலத்தில் இஸ்லாமே பிறக்கவில்லை. ஆனால் கம்பன் காலத்தில் இஸ்லாமியர்கள் தமிழகத்தில் இருந்தார்கள். காலவழு பற்றிக் கவலைப்படாமல் தனது காவியத்தில் அவர்களுக்கும் இடம்கொடுத்து விட்டான் அந்த மகாகவி.

அப்படியெனில் மாலிக்காபூர் படையெடுத்து வருவதற்கு முன்பே வியாபார நிமித்தமாக முஸ்லிம்கள் இங்கே வந்து விட்டார்கள். வந்தவர்கள் தமிழ் இலக்கியம் படைக்கிற அளவுக்கும், தமிழ் இலக்கியங்களில் இடம்பெறும் அளவுக்கும் தமிழர்களோடு கரைந்துவிட்டார்கள் அல்லது தமிழர்களும் இஸ்லாமுக்கு மாறியிருக்கிறார்கள் என்பது நிச்சயமாகிறது.

அதனால்தான் சரித்திரப் பேராசிரியர் கே.கே.பிள்ளை கூறுகிறார்: "தமிழகத்தில் முஸ்லிம்களின் குடியேற்றம் 13-ம் நூற்றாண்டிலேயே ஏற்பட்டுவிட்டதெனத் தெரிகிறது. மாலிக்காபூர் படையெடுத்து வருவதற்கு முன்னரே முஸ்லிம்கள் ஆயிரக்கணக்கில் தமிழகத்தில் நுழைந்து பாண்டிய மன்னர்களின் படைத்தொழிலிலும் ஈடுபடலானார்கள். முதலாம் மாறவர்மன் சுந்தர பாண்டியன் காலத்தில் (1216-38) ஒரு கழனிக்கு 'துளுக்கராயன் குழி' என்று பெயர் வழங்கிவந்துள்ளது."

விசுவாசம் மன்னருக்கா? மாலிக்காபூருக்கா?

அப்படி பாண்டியனின் படையில் பணியாற்றிய முஸ்லிம்கள், தம் மன்னனுக்கு விசுவாசமாக இருந்தார்களா அல்லது மாலிக்காபூருக்கு விசுவாசமாக இருந்தார்களா? அக்கால சரித்திர ஆசிரியர் குஸ்ரூ இதுபற்றி எழுதியிருக்கிறார். பாண்டியனிடம் குதிரைப்படைத் தளபதியாக இருந்த முஸ்லிமைத் தன் பக்கம் திருப்ப முயன்றான் மாலிக்காபூர். அப்போது அவர் சொன்னார்: “நாங்கள் முஸ்லிம்களானாலும் பாண்டிய நாட்டு மக்கள். இஸ்லாம் எங்கள் நாட்டுக்குத் துரோகம் செய்யக் கற்றுக்கொடுக்கவில்லை.” இது கண்டு அசந்துபோன குஸ்ரூ எழுதியிருக்கிறார்: “இவர்கள் பாதி இந்துக்களே. மத வைராக்கியமோ ஒழுக்கமோ அற்றவர்கள். இறப்புத்தான் இவர்களுக்குச் சரியான தண்டனை. எனினும் கலிமா சொல்ல அறிந்திருந்தபடியால் பிழைத்தார்கள்.” தமிழக முஸ்லிம்களின் நாட்டுப் பற்றை இது துல்லியமாகக் காட்டியது. நாடு வேறு, மதம் வேறு எனும் சரியான புரிதலோடு இருந்தார்கள்.

முஸ்லிம் சரித்திர ஆசிரியராகிய குஸ்ரூ முஸ்லிம் அல்லாதவரை ‘இந்துக்கள்’ எனக் குறிப்பிட்டது கவனிக்கத் தக்கது. இந்தப் பெயரைக் கொடுத்து பிரபலமாக்கியவர்கள் முஸ்லிம் ஞானிகளே. சுமார் ஆயிரம் ஆண்டுகளுக்கு முன்பு கஜினி முகமது படையெடுத்து வந்தபோது, அவரோடு வந்தவர் அல்பெரூனி எனும் அறிஞர். இங்கே பல்லாண்டுகள் தங்கியிருந்து, சம்ஸ்கிருதம் கற்று, இதன் மத மற்றும் சமூக வாழ்வை அறிந்து அவர் எழுதிய பிரபலமான புத்தகம் ‘தாரீக் அல்-ஹிந்த்’ என்பது. சிந்து நதிக்கு அப்பாலிருந்த இந்த பூமியை ‘ஹிந்த்’ என அழைத்தார்கள் முஸ்லிம்கள். இங்கிருந்த முஸ்லிம் அல்லாதவரை ஹிந்துக்கள் என்றார்கள்.

‘ஹிந்துக்களின் கோட்பாடுகளை உள்ளது உள்ளபடியும், அவற்றைப் போன்ற கிரேக்கர்களின் கோட்பாடுகளை இரண்டுக்கும் இடையிலான தொடர்பை உணர்த்தவும் வாசகர் முன்வைக்கிறேன்’ என்கிறார் அல்பெரூணி. ஆக ஹிந்துக்கள் என்று இந்தியாவில் உள்ள பல மதப் பிரிவினருக்கும் ஒரு பொதுப் பெயரைக் கொடுத்தது முஸ்லிம்களே. இதைப் பின்பற்றியே டில்லியில் ஆட்சி நடத்திய சுல்தான்களும், முகலாய மாமன்னர்களும் அப்படியாகவே அழைக்க ஆரம்பித்தார்கள்.

ஆனாலும் தமிழகத்தைப் பொறுத்தவரை நாயக்கர் காலத்திலும் அந்தப் பெயர் பிரபலமாகவில்லை. இங்கே நாயக்க மன்னர்கள் சைவ, வைணவக் கடவுளர்களின் பெயர்களைச் சொல்லியே வழிபட்டு வந்ததையும், மான்யங்கள் தந்ததையும் கண்டோம். சிவனையும் விஷ்ணுவையும் உயர் சாதியினர் வணங்கினார்கள் என்றால், தத்தம் குல தெய்வங்களை வணங்கினார்கள் சூத்திரர்களும் பஞ்சமர்களும். யாரும் தம்மை ஹிந்து மதத்தவர் என்றோ, ஹிந்துக்கள் என்றோ அடையாளப்படுத்திக் கொள்ளவில்லை. முஸ்லிம்கள்தாம் இவர்களைத் தனித்தனியாக அழைக்க வழி தெரியாமல் இப்படிப் பொதுப் பெயரிட்டு அழைத்தார்கள், அப்படியாகத் தங்களை அவர்களிடமிருந்து வேறுபடுத்திக் காட்டினார்கள்.

ஏர்வாடி தர்ஹா

மதினாவின் யர்புத் என்ற பகுதியிலிருந்து இஸ்லாமைப் பரப்பும் நோக்கோடு தமிழகத்துக்கு வந்தவர் சையது இப்ராஹீம். அவர் இங்கு வந்த 12-ம் நூற்றாண்டின் இறுதிப் பகுதியில் பாண்டிய நாடு மூன்று பாண்டியர்களது ஆட்சியில் இருந்தது. மூவருமே குலோத்துங்க சோழனுக்கு அடிமைப்பட்டுக் கிடந்தாலும் மூவருக்கிடையே போட்டியும் பொறாமையும். அவர்கள்: மதுரையில் வீரபாண்டியன், நெல்லையில் குலசேகர பாண்டியன், பவுத்திர மாணிக்கப்பட்டினத்தில் (கீழக்கரையில்) விக்கிரமபாண்டியன்.

இப்ராஹீமின் இஸ்லாமிய பிரசாரத்துக்கு அனுமதி தந்து அவரோடு நல்லுறவில் இருந்தார் நெல்லையின் குலசேகர பாண்டியன். மற்ற இருவரும் அப்படியில்லை. ஒரு கட்டத்தில் அது போராக வெடித்தது. அதில் வெற்றிபெற்ற இப்ராஹீம் மதுரையையும் கீழக்கரையையும் தனது ஆளுகைக்குள் கொண்டுவந்தார். ஆனால் அது 1195-1207 எனும் 12 ஆண்டு காலத்துக்கே நடந்தது. மதுரையின் வீரபாண்டியன் திருப்பதி சென்று பெரும்படை திரட்டி வந்து 1207-ல் இப்ராஹீமை வென்றுவிட்டார். ஆனால் போரில் இருவருமே மாண்டு

போனார்கள். மேலும் இரு பக்கமும் பேரழிவு. இதனால் இவர்களின் வாரிசுகள் ஓர் ஒப்பந்தத்துக்கு வந்தார்கள். அதன்படி கீழக்கரைப் பகுதியை இப்ராஹீமின் வாரிசுகளும், ராமனாதபுரத்தை வீரபாண்டியனின் வாரிசுகளும் ஆள்வது. அந்த ஒப்பந்தத்தை இரு தரப்பும் பின்பற்றி சுமுகமாக வாழ்ந்தனர்- ஆங்கிலேயரின் கிழக்கிந்தியக் கம்பெனி தனது ஆதிக்கத்தைச் செலுத்தும்வரை.

கீழக்கரைக்கு அருகில் இருப்பதுதான் ஏர்வாடி. இங்குதான் இப்ராஹீம் அடக்கம் செய்யப்பட்டார். யர்புத் என்பதுதான் மருவி ஏர்வாடி என்றானது எனப்படுகிறது. இன்றும் ஏர்வாடி தர்ஹா மிகப்புகழ்பெற்றது. தர்ஹா எனும் அரபுச் சொல்லுக்கு மகான்களின் அடக்கவிடம் என்று பொருளாகும். மனநலம் குன்றியவர்களை இங்கு அழைத்து வந்தால் குணமாகும் எனும் நம்பிக்கை பரவலாக இருக்கிறது. இப்ராஹீமைப் பற்றிப் பாடப்பட்டதுதான் 'பல்சந்த மாலை' போலும்!

ஒப்பந்தப்படி ராமனாதபுரத்தை பின்னாளில் ஆண்ட சேதுபதி மன்னர்கள் கீழக்கரை முஸ்லிம்களோடு நல்லுறவைப் பேணி வந்தார்கள். மன்னரின் உறவினருக்கு உடல்நலம் கெட்டபோது தர்ஹாவில் வேண்டியதால் அது சரியானது எனும் பேச்சு அன்று பரவி இன்றுவரை அதற்கு நோய் தீர்க்கும் இடம் எனும் பெயரைத் தந்துள்ளது. 'யார் வாடி நின்றாலும் ஏர் வாடி வந்தால் நலம் பெறலாம்' எனும் சொலவடை உருவானது.

ஏர்வாடி தர்ஹாவின் சந்தனக்கூடு திருவிழாவில் முஸ்லிம்கள் மட்டுமல்லாது இந்துக்களும் பங்கேற்கிறார்கள். இதையும் சேதுபதிகளே தொடங்கிவைத்ததாகச் சொல்லப்படு கிறது. சமாதிக்குப் பூசப்படும் சந்தனம் ஒரு கூட்டில் வைத்து ஊர்வலமாகக் கொண்டுவரப்படுகிறது. கடந்த 800 ஆண்டுகளுக்கும் மேலாக இது நடந்து வருகிறது. இந்தப் பகுதியில் நிலவும் இந்து-முஸ்லிம் ஒற்றுமையின் வெளிப்பாடாகவும் இந்த விழா உள்ளது.

வள்ளல் சீதக்காதி

இப்படித் தொடர்ந்த இந்த நட்புறவின் ஓர் உச்சம்தான் கிழவன் சேதுபதிக்கும் கீழக்கரை அப்துல்காதர் மரைக்காயருக்கும் இடையில் இருந்த தோழமை. 1674-ல்

கிழவன் சேதுபதி பட்டத்துக்கு வந்தார். அவரை நேரில் சந்தித்து தனிப்பட்ட நல்லுறவை வளர்த்துக்கொண்டார் மரைக்காயர். சேதுபதியும் அதை விரும்பினார். கீழக்கரையில் இருந்த 61 மரக்கலங்களில் 31 மரைக்காயருக்குச் சொந்தம். கடல் வணிகத்தில் பெரும் செல்வம் ஈட்டிக்கொண்டிருந்தார். அப்படிப்பட்டவருடனான நட்பு சேதுபதிக்கு கூடுதல் சுயேச்சைத்தன்மையைக் கொடுத்தது. மதுரை நாயக்கர்களையே அவ்வப்போது எதிர்த்து நின்றார் என்றால் அதற்குக் காரணம் இத்தகைய வணிக பலம்தான்.

புகலூரில் இருந்த சேதுபதியை ராமனாதபுரத்தை தலைநகராகக்கொண்டு ஆளும்படி சொல்லி, அதற்காக அங்கிருந்த அரண்மனையை விரிவாக்கிக் கொடுத்தார் மரைக்காயர். அமைச்சராக இருந்து அன்றைய சிக்கலான அரசியல் நிலையில் நல்ல பல ஆலோசனைகளைத் தந்தார் சேதுபதிக்கு. மேல்மட்டத்திலிருந்த இந்த நல்லுறவு அடித்தளம் வரை பரவி ராஜ்ஜியத்தில் இந்து-முஸ்லிம் இணக்கத்தை வலுப்படுத்தியது. ‘நமது காவல்குடியினரான முஸ்லிம்களது தாதிக் கடமை நீக்கி’ என்று வருகிறது உத்திரகோசமங்கை செப்புப் பட்டயத்தில். பள்ளிகள், தர்ஹாக்களுக்கு சேதுபதிகள் கொடைகள் பல தந்தனர்.

இந்த அப்துல்காதர் மரைக்காயர்தான் வள்ளல் சீதக்காதி. வணிகத்தில் தான் சேர்த்த செல்வத்தை மதம் மற்றும் இலக்கிய வளர்ச்சிக்கு செலவழித்ததால் இந்தப் பெயர் பெற்றார். இவரது குரு காயல்பட்டனத்திலிருந்து கீழக்கரை வந்திருந்த இமாம் சதக்கத்துல்லாஹ் அப்பா. அவரது ஆலோசனையோடு இங்கே புதிய பள்ளிவாசலைக் கட்டினார் சீதக்காதி. இவரது உதவியோடுதான் உமறுப்புலவர் ‘சீறாப் புராணம்’ பாடினார் எனப்படுகிறது. ஆனால் அந்தக் காவியத்தில் இவரது பெயர் சுட்டப்படவில்லை. அந்தப் புராணம் நபிகள் நாயகத்தின் வாழ்வைப் பாடுகிறது. இஸ்லாமியக் கோட்பாடுகள் அழகுத் தமிழில் அதில் வெளிப்பட்டன. தமிழ்மயமான இஸ்லாம் எனலாம்.

‘ஒருத்தன் நாயகன் அவற்குரிய தூது எனும்/அருத்தமே உரை கலிமா அம் நிண்ணயப்/பொருத்தம் ஈமான்டை புனைதலாம் அமல்/ திருத்தமே இவை இசுலாமில் சேர்தலே’ என்று அந்த மதத்தின் சாரத்தைச் சொன்னார். அதாவது, இறைவன் ஒருவனே, அவரது தூதரே நபிகள் நாயகம் எனும்

பொருளுடையதே இஸ்லாமிய மூல மந்திரமாகிய கலிமா; இதை ஏற்பதும், நடைமுறைப்படுத்துவதுமே இஸ்லாமில் சேர்வதன் பொருள் என்றார்.

இஸ்லாமியக் கவிஞராகிய உமறுப்புலவருக்கு மட்டுமல்லாது சைவப் புலவராகிய படிக்காசுத் தம்பிரானுக்கும் வாரி வழங்கினார் சீதக்காதி. அவரது தமிழ்ப் பற்று மதம் கடந்ததாக இருந்தது. ராமேஸ்வரத்துக்கு தீர்த்த யாத்திரை வந்த படிக்காசு, சீதக்காதியைச் சந்தித்து அவரின் விருந்தினராக இருந்தார். அப்போது அவரின் வள்ளல் தன்மையைப் புகழ்ந்து அவர் பாடியது கவித்துவத்தின் ஓர் உச்சமாக அமைந்தது. அது: 'காய்ந்து சிவந்தது சூரிய காந்தி, கலவியிலே/தோய்ந்து சிவந்தது மின்னார் நெடுங்கண், தொலைவில் பன்னூல்/ ஆய்ந்து சிவந்தது பாவாணர் நெஞ்சம், அனுதினமும்/ஈய்ந்து சிவந்தது மால் சீதக்காதி இருகரமே."

தனது புரவலரை ஒரு புலவர் புகழ்வது இயல்புதானே என்று நினைக்கலாம். சீதக்காதி இந்தப் புலவருக்கு மட்டுமல்ல, வறுமையில் வாடிய பலருக்கும் மத வித்தியாசமின்றி அள்ளிக் கொடுத்திருக்கிறார். அதிலும் பஞ்ச காலத்தில் அவரின் காருண்யம் கரை கடந்ததாக இருந்தது. இதையும் பதிவு செய்திருக்கிறார் படிக்காசு: 'ஓர் தட்டிலே பொன்னும் ஓர் தட்டிலே நெல்லும் ஒக்க விற்கும்/கார்தட்டிய பஞ்ச காலத்திலே தங்கள் காரியப்பேர்/ஆர் தட்டினும் தட்டு வராமலே அன்ன தானத்துக்கு/மார்தட்டிய துரை மால் சீதக்காதி வரோதயனே.'

பஞ்ச காலத்திலே நெல்லின் மதிப்பு எப்படி இருந்தது என்பதை நயம்படச் சொல்லியிருக்கிறார். அப்போதும் அன்னதானம் செய்திருக்கிறார் 'துரை மால் சீதக்காதி' ஐரோப்பியர்களின் வருகையைத் தொடர்ந்து 'துரை' எனும் சொல்லாடல் தமிழில் வந்தது இங்கே வெளிப்பட்டுள்ளது. அவர்களை ஆச்சரியத்தோடு அண்ணாந்து பார்த்துக் கொண்டிருந்த சூழலில் அதை சீதக்காதிக்கும் பயன்படுத்தியது கவனிக்கத்தக்கது. இந்த வியப்புணர்வுதான் 'செத்தும் கொடுத்தான் சீதக்காதி' என உயர்வுநவிற்சி அணியாக வெளிப்பட்டிருக்க வேண்டும்.

நாகூர் தர்ஹா

கடல் வணிகத்தில் கவனம் செலுத்திய முஸ்லிம்கள்

தமிழகத்தின் கிழக்கு கடற்கரைப் பகுதியிலே அந்த நாளில் அதிகம் குடியேறினார்கள். ராமனாதபுரம் பகுதியின் காயல்பட்டினம், கீழக்கரை போல தஞ்சைப் பகுதியின் நாகூர் அவர்களின் ஒரு முக்கிய ஊராக மாறியது. இங்குதான் புகழ்பெற்ற தர்கா உள்ளது. இதுபற்றி அதன் அதிகாரபூர்வ இணைய தளம் தரும் தகவல்கள்:

"நாகூரது மகத்தான ஞானியின் பெயர் சையது சாகுல் ஹமீது. இவர் உத்தரப்பிரதேசத்தில் 1491-ல் பிறந்தார். தனது 404 சீடர்களுடன் பல நாடுகளுக்கும் சென்று இஸ்லாமியப் பிரசாரம் செய்தவர் முடிவில் தஞ்சாவூர் வந்தார். அங்கே அச்சுதப்ப நாயக்கரின் ஆட்சி நடந்தது. கடும் நோய் ஒன்றால் அவதிப்பட்ட மன்னரை குணப்படுத்துமாறு மந்திரிகள் கேட்க சுற்றுமுற்றும் பார்த்தார் ஹமீது. ஒரு புறாவின் உடலில் ஊசிகள் குத்தப்பட்டு அது துடிதுடித்தது. ஊசிகளை அப்புறப்படுத்தி அதை பிழைக்க வைத்தார். அரசனின் நோயும் சட்டென்று மறைந்தது.

இதைக் கண்டு வியந்துபோன ராணி தனக்கு பிள்ளை வரும் தருமாறு அவர் காலடியில் விழுந்தாள். அதுவும் நடந்தது கண்டு அகமகிழ்ந்த மன்னர், கேட்கும் வெகுமதிகளைத் தர முன்வந்தார். ஹமீதோ கடற்கரையில் நிலம் கேட்டார். அரசரும் 30 ஏக்கர் கொடுத்தார். அங்கு தனது இருப்பிடத்தை அமைத்துக்கொண்டு தனது ஆன்மிக வாழ்வைத் தொடர்ந்தார்.

தனது 68-வது வயதில் (1559-ல்) காலமானார் ஹமீது. நாகூரில் அவர் அடக்கமான இடத்தில்தான் தர்ஹா அமைந்துள்ளது. அங்கு சென்று வந்தால் நோய் குணமாகும் எனும் நம்பிக்கை இருந்ததால் முஸ்லிம்கள் மட்டுமல்லாது அனைத்து சாதி இந்துக்களும் அவரை வழிபட வந்தார்கள், 'நாகூர் ஆண்டவர்' என அழைத்தார்கள். நாகூருக்கு அவர் வியாழனன்று வந்து சேர்ந்ததால் அன்று இங்கே விசேஷம். பக்தர்கள் அதிகம் வந்து தம் காணிக்கையைச் செலுத்துகிறார்கள். ஆண்டுதோறும் நடைபெறும் கந்தூரி திருவிழாவுக்கு மக்கள் பெருந்திரளாகக் கூடுகிறார்கள்."

புனிதர்களின் வாழ்வில் எப்போதும் அதீதங்கள் சேர்க்கப்படும் என்பது தெரிந்ததே. அப்படித்தான் நாகூரார் வாழ்வும். தேர்ந்த வைத்தியராக இருந்திருக்க வேண்டும்.

தனது ஆற்றலை இறைவன் மீது ஏற்றிச் சொன்னதில் அவர் நேசித்த இஸ்லாம் தஞ்சாவூர் பகுதியில் வளர்ந்தது எனலாம். கவனிக்க வேண்டிய விஷயம், இந்துக்கள் பெருவாரியாக வந்ததால் அவர்களது காணிக்கை செலுத்தும் பழக்கம் போன்றவையும் இங்கு கலந்தது. வெகுமக்களின் வருகையைக் கண்டு மகிழ்ந்து இந்து மத வழமைகளைப் பொறுத்துக் கொண்டதுபோலும் அன்றைய இஸ்லாம்.

முஸ்லிம் சித்தர் பீர் முகம்மது

நாயக்கர் காலத்தில் 17-ம் நூற்றாண்டைச் சேர்ந்தவர் பீர் முகம்மது சாஹிபு. குமரியில் தக்கலை எனும் ஊரில் நெசவுத் தொழில் செய்து வாழ்ந்து வந்தார். மிகப்பெரும் தமிழ்ப் புலவர்; 18 ஆயிரம் பாடல்கள் பாடியதாகச் சொல்லப்படுகிறது. அவை இஸ்லாம் சார்ந்தும், சாராமலும் பிறந்தவை. 'அல்லாஹ் ஒருவன் என்றும் அஹ்மது அவன் தூதர் என்றும் சொல்லாம் உவந்து தொழுதிரந்தால்' என்று முஸ்லிமாய் நின்று பாடியிருக்கிறார். அதுமட்டுமல்ல, உள் வணக்கம் போதாது, வெளித் தொழுகை வேண்டும் என்றும் பாடியிருக்கிறார்.

இவரின் 'ஞானரத்தினக் குறவஞ்சி' சித்தர் பாடல்களில் இடம்பற்றுள்ளது. சிங்கன் கேட்க சிங்கி பதில் சொல்வது போல் அமைந்த அந்தப் படைப்பில் மதம் கடந்து இறையைத் தேடும் பாணி உள்ளது. 'இறையை அறிவது இங்கு எப்படிச் சொல்லடி சிங்கி- அது/இறை எங்கும் நின்றாடும் தன் நினைவாகுமே சிங்கா' என்று புறநிலை மறந்த அகவய பக்தி மார்க்கத்தைப் பரிந்துரைப்பதாக உள்ளது. அதனால்தான் இவரையும் ஒரு சித்தராக பாவித்தார்கள் போலும்.

குமரிப் பகுதி மக்கள் பீர் முகம்மதுவை ஒரு பெரும் ஞானியாக பாவித்து மதித்தார்கள். அவரது சமாதி தக்கலையில் உள்ளது. அவரது பெயராலே வழங்கப்படும் இந்த தர்ஹாவுக்கு மதம் கடந்து பக்தர்கள் வழிபட வருகிறார்கள். ஆண்டுதோறும் நடைபெறும் திருவிழாவில் ஒரு நாள் இவரின் 'ஞானப்புகழ்ச்சி' பாடல்கள் விடிய விடியப் பாடப்படுகின்றன. ஒரு தமிழ்க்கவி என்பது இப்படியாக நிலைநிறுத்தப்பட்டது ஆச்சரியமான விஷயம்.

ராமேஸ்வரம் தர்ஹா

ராமேஸ்வரத்தில் உள்ள ஆபில் காபில் தர்ஹாவும் நாயக்கர்

காலத்தில் எழுந்ததே. ராமநாதபுரத்தின் குமார முத்து விஜயரகுநாத சேதுபதி இந்த தர்ஹாவுக்காக புதுக்குளம் கிராமத்தை கி.பி. 1744-ல் மானியமாக வழங்கியதை ஒரு செப்புப் பட்டயம் சொல்கிறது. ஆபில், காபில் எனும் சகோதரர்கள் ஆதாம் ஏவாளுக்குப் பிறந்தவர்கள் எனப்படுகிறது. இங்கிருப்பவை அவர்களுக்கான சமாதி என்பது நம்பக்கூடியதாக இல்லை.

அந்தப் பெயர்களைக் கொண்டு இங்கு வாழ்ந்திருந்த சகோதரர்களின் சமாதியாக இருக்கலாம். அவர்கள் மீதான புனிதம் பின்னால் சேர்ந்து தர்ஹா ஆனது போலும். ராமேஸ்வரத்தின் மரைக்காயர்கள் இதை மிகவும் போற்று கிறார்கள். அதனால்தானோ என்னவோ பிற முஸ்லிம்களும் இந்துக்களும் இங்கு வழிபாட்டுக்கு வந்திருக்க வேண்டும். எப்படியோ இதுவும் ஒரு பிரபலமான தர்ஹாவாக மாறியது.

நாயக்கர் காலத்தில் உருவான இந்த தர்ஹாக்கள் குமரி, காயல்பட்டினம், கீழக்கரை, ஏர்வாடி, ராமேஸ்வரம், நாகூர் என்று கிழக்குக் கடற்கரையின் துறைமுக நகர்களில் அன்று எழுந்த முஸ்லிம் குடியிருப்புகளின் மத அடையாளங்களாகத் திகழ்ந்தன. தர்ஹாக்கள் இஸ்லாமின் ஏக இறைக் கோட்பாடு மற்றும் விக்ரக ஆராதனை மறுப்புக்கு இயைந்தவை அல்ல. ஆனால் இந்துக்களை இவை ஈர்த்தன. அவர்களுக்கு வணங்குவதற்கு ஒரு பௌதிகப் பொருள் வேண்டும். மகான்களின் சமாதி என்பது அவர்களது வழிபாட்டு முறைமைக்கு ஏற்றதாக இருந்தது. பள்ளிவாசலை எட்டிப் பார்க்காதவர்களும் தர்ஹாக்களுக்கு வந்தார்கள். அவற்றின் திருவிழாக்கள் இந்து மதத் திருவிழாக்களின் குணங்கள் சிலவற்றைப் பெற்றன. இப்படி வந்தவர்களில் எத்தனை பேர் இஸ்லாமுக்கு மாறினார்கள் என்று தெரியாது. ஆனால் இந்து- முஸ்லிம் ஒற்றுமைக்கு தர்ஹாக்கள் ஒரு காரணியாக அமைந்தன.

1614-ம் ஆண்டின் தஞ்சை மன்னரின் பட்டயம் ஒன்று மக்கள் மத்தியில் இருந்த அந்த நல்லுறவை எடுத்துக் காட்டியது. வல்லத்திலிருந்து தஞ்சை சென்றுகொண்டிருந்த ஒரு பிராமணப் பெண்மணியை கள்ளர்கள் வழிமறித்தனர். அந்த வழியாக வந்துகொண்டிருந்த ஒரு முஸ்லிம் பக்கீரிடம் அவள் உதவி கேட்டாள். அவளுக்கு உதவி செய்யப் போய் கள்ளர்களால் கொலை செய்யப்பட்டார் பக்கீர். அதைக்

கண்டு அந்தப் பெண்ணும் தற்கொலை செய்துகொண்டாள்.

தேசிங்கு ராஜாவும் மோபத்கானும்

அடித்தட்டில் மட்டுமல்லாது சமுதாயத்தின் மேல் தட்டிலும் இரு மதத்தவரிடையே நல்லுறவு இருந்தது என்பதற்கு கிழவன் சேதுபதி-சீதக்காதி தோழமையைக் கண்டோம். அது நாயக்கர் காலத்தின் இறுதி வரை இருந்தது. இதற்கு நல்ல உதாரணம் தேசிங்கு ராஜாவுக்கும் மோபத்கானுக்கும் இடையில் இருந்த நட்பு. செஞ்சி கோட்டையை ஆண்டுவந்த தேசிங்கு பற்றி ஐந்து நாட்டுப்புறக் கதைப் பாடல்கள் உள்ளன. அதில் வரும் நடப்புகள் 1714-ஐ ஒட்டி நடந்தவை.

தனக்கு கப்பம் கட்டுமாறு சொன்னார் ஆற்காடு நவாப். சுதந்திர உணர்ச்சிமிக்க தேசிங்கு அதற்கு மறுத்து போருக்குத் தயாரானார். படை சிறுத்திருந்தாலும் வீர உணர்ச்சி பெருத்திருந்தது. களத்துக்கு வருமாறு தகவல் அனுப்பினார் தனது நண்பர் மோபத்கானுக்கு. திருமணக் கோலத்திலிருந்த அவர் சிறிதும் தயங்காமல் போர்க்கோலம் பூண்டார். தாய் அழுதாள். 'ஆறிலும் சாவு நூறிலும் சாவு என்னைப் பெற்ற தாயே/இரணகளத்தில் செத்துப்போனால் நல்ல பதவியுண்டு/ கத்தி முனையில் சாவேனானால் கனத்த பதவியுண்டு" என்று அவளைச் சமாதானப்படுத்திவிட்டு கிளம்பிவிட்டார்.

மோபத்கானின் குதிரை நீலவேணி, தேசிங்கின் குதிரை பாராசாரி. இரண்டோடும் களத்தில் நவாபு படைகளுக்குப் பெரும் சேதத்தை விளைவித்தார்கள் இருவரும். எனினும் நவாபின் படைகள் எண்ணிக்கையில் பெரிது என்பதால் முதலில் மோபத்கான் வெட்டுண்டு வீழ்ந்தார். தோல்வியின் கோரமுகத்தைக் காண விரும்பாத தேசிங்கு வானத்தில் தனது வாளை எறிந்து, அதை மார்பில் தாங்கி உயிர் விட்டார். போரில் மாண்ட இருவரும் மக்கள் மனதில் மாபெரும் நாயகர்கள் ஆனார்கள். அதன் வெளிப்பாடே கதைப் பாடல்கள்.

இதில் குறிக்க வேண்டிய விஷயம், தேசிங்கு மதத்தால் இந்து, மோபத்கான் மதத்தால் இஸ்லாம், எதிரி நவாபின் மதமும் இஸ்லாம். ஆனால் அந்த நவாபை எதிர்த்து வீரப் போரிட்டு முதலில் மாண்டது மோபத்கான். தனது ராஜாவுக்காக, தனது நண்பனுக்காக, தனது நாட்டுக்காக

அவர் போரிடும்போது மதம் அவருக்கு குறுக்கே வரவில்லை. தேசிங்கின் சுதந்திர உணர்ச்சியும், மோபத்கானின் ராஜ விசுவாசமும் தமிழர்கள் நெஞ்சில் நீங்கா இடம்பெற்றன.

நாயக்கர் காலத்தில் தமிழகத்தில் முஸ்லிம்களின் தொகை என்னவாக இருந்தது என்று தெரியவில்லை. மதுரை நாட்டின் கையேட்டை 1868-ல் தயாரித்த நெல்சன் இப்படியொரு கணக்கை கொடுத்திருக்கிறார்: "மதரீதியாகப் பார்த்தால் 100 பேரில் 93 பேர் இந்துக்கள் என்றால் 4 பேர் முஸ்லிம்கள், 3 பேர் கிறிஸ்தவர்கள்." அதிகாரபூர்வமாக இந்துக்கள் என்கிற வார்த்தையை ஆங்கிலேய ஆட்சியாளர்கள் பயன்படுத்தி யிருப்பதைக் குறித்துக் கொள்ளலாம். 19-ம் நூற்றாண்டிலேயே முஸ்லிம்கள் 4% தான் என்றால் அதற்கு முந்தைய நாயக்கர் காலத்தில் இதற்கும் குறைவாகவே இருந்திருக்கும். ஆனால் அதுவே அன்றைய தமிழ்ச் சமுதாயத்தில் புதிய விஷயம்தான்.

தமிழகத்தின் முஸ்லிம்கள் எல்லாம் அரபு தேசத்திலிருந்து வந்திருக்க முடியாது. வந்தவர்களைக் கண்டு இருந்தவர்களும் மாறியிருக்கிறார்கள். இஸ்லாமின் தனித் தன்மைகளாகிய பூசாரிகளின் ஆதிக்கம் இல்லாதது, ஏழைகளுக்கு தர்மம் செய்வதை மதக் கடமைகளில் ஒன்றாகக் கொண்டிருந்தது, வணிகத்தில் ஊக்கம், பிறப்பில் பேதம் பார்க்காத சமத்துவம், சட்டத்தின் முன் அனைவரும் சமம், பெண்ணுக்கு விவாகரத்து மற்றும் மறுமண உரிமை என்பவை அடித்தட்டுத் தமிழர்களை ஈர்த்திருக்க வேண்டும்.

இவற்றுக்கு நேர்மாறான மனுதர்ம சாஸ்திரமே மேல்தட்டு இந்து மத வாழ்வாக இருந்த அந்த நாளில் இவர்களுக்கு இஸ்லாமைத் தழுவுவதில் சிரமம் இருந்திருக்காது. சமத்துவ வாழ்வைத் தந்திருந்த புத்த மதத்தைப் பறிகொடுத்திருந்த அடித்தட்டு மக்களின் ஏங்கிய மனம் இந்த மத மாற்றத்தின் மூலம் அதை ஈடுகட்ட முனைந்தது எனலாம். இப்படியாக நாயக்கர் காலத்தில் தமிழர்களது மத வாழ்வின் ஒரு பிரிக்கவொண்ணா அம்சமாக மாறியது இஸ்லாம்.

7

கிறிஸ்தவம்

கிறிஸ்துவின் நேரடிச் சீடர்களில் ஒருவராகிய புனிதர் தாமஸ் சென்னைக்கு வந்து கிறிஸ்தவப் பிரசாரம் செய்ததாகவும், அப்போது மைலாப்பூரின் அரசன் இவரைக் கொலை செய்துவிட்டதாகவும், இது நடந்தது கி.பி.53 என்றும் பிரிட்டானிகா கலைக்களஞ்சியம் கூறுகிறது. ஆனால் அதுவே இதற்கெல்லாம் போதிய சரித்திரச் சான்றுகள் இல்லை என்றும் சொல்கிறது.

ஆனால், செயின்ட் தாமஸ் மவுண்ட் எனப்படும் குன்று சென்னைக்கு அருகே உள்ளது. அங்குதான் அவர் கொலை செய்யப்பட்டார், அவரது உடல் மயிலாப்பூரில் புதைக்கப்பட்டது, அங்குதான் தற்போதைய சான் தோம் சர்ச் பின்னர் கட்டப்பட்டது என்று சொல்லப்படுகிறது. 'செயின்ட் தாமஸ் கெதிட்ரல் பேஸிலிகா' எனப்படும் இந்த தேவாலயம் போர்த்துகீசியர்களால் 16-ம் நூற்றாண்டில் எழுப்பப்பட்டது.

புனிதர் தாமஸ் சென்னை வந்தாரோ இல்லையோ போர்த்துகீசியர் வாஸ்கோடகாமா இந்தியா வந்தார் 1498-ல். அதற்குப் பிறகு ஐரோப்பியர்களின் வருகை அதிகமானது. அவர்களோடு அவர்களது மதமாம் கிறிஸ்தவமும் வந்தது தமிழகத்ததுக்கு. கிறிஸ்தவ பிரசாரத்துக்காகவே போப்பாண்டவர் இயேசு சபை என்பதை உருவாக்கியிருந்தார். அதன் சார்பாக கோவாவுக்கு 1542-ல் வந்தார், ஸ்பெயின்

தேசத்தில் ஒரு பிரபுத்துவ குடும்பத்தில் பிறந்திருந்த பிரான்சிஸ் சேவியர்.

வந்தவர் கன்னியாகுமரி பகுதியில் வாழ்ந்த பரதவர்கள் எனப்பட்ட மீனவர்கள் மத்தியில் பணியாற்றினார். கடற்கரையை ஒட்டி 1543-44 காலத்தில் 45 தேவாலயங்களை அவர் அமைத்தார். கூடவே அவர்களுக்கான கல்விக் கூடங்களையும் அமைத்தார். இந்தப்பொதுப் பணி அவர்களை மிகவும் வசீகரித்தது. குமரியின் தூத்தூரை ஒட்டியுள்ள 13 கிராமங்களைச் சேர்ந்த 10 ஆயிரம் மீனவர்களை அவர் கிறிஸ்தவத்திற்கு மாற்றினார். அங்கிருந்து இராமநாதபுரம் வரையிலான இயேசு சபையினரின் செயல்பாடுகளுக்கு இது மையமாக மாறியது. குமரியில் இப்போதும் உள்ள அலங்கார உபகார மாதா ஆலயம் சேவியரால் துவக்கப்பட்டதே. இங்குள்ள மேரிமாதா சிலை அன்றே ரோமிலிருந்து கொண்டுவரப்பட்டது எனப்படுகிறது.

மதுரையில் வீரப்ப நாயக்கரின் ஆட்சி நடந்து கொண்டிருந்தபோது அவரது அனுமதியோடு 1592-ல் தனது மிஷனரி பணியைத் தொடங்கினார் இயேசு சபையின் பெர்னான்டஸ். மதமாற்றம் அவ்வளவு எளிதானதாக இல்லை. இவர்களது நிறத்தையும், பழக்கவழக்கங்களையும் கண்டு கிறஸ்தவத்தை ‘பரங்கி மார்க்கம்’ என்றார்கள் மதுரைக்காரர்கள். பெர்னான்டசும் மதம் மாற வந்தவர்களை “நீங்கள் பரங்கி குலத்தில் சேர விருப்பமா?” எனக் கேட்டே சேர்த்தார்.

ராபர்ட் டி நோபிளி

இந்தச் சூழலில்தான் ராபர்ட் டி நோபிளி எனும் இத்தாலிக்காரர், 1606-ல் மதுரைக்கு வந்தார். கிறிஸ்தவம் பரங்கி மதம் என அழைக்கப்படுவது அவருக்குப் பிடிக்கவில்லை. அதை உள்ளூர் மதமாக்க விரும்பினார். மத விவகாரத்தில் பிராமணர்கள் ஆளுகை செய்வதைப் பார்த்து அவர்களை வென்றால், அவர்கள் மூலமாக ஒட்டுமொத்த இந்துக்களையும் கிறிஸ்தவர்காக மாற்றிவிடலாம் என்று கணக்கு போட்டார். அதனால் பெர்னான்டஸிடமிருந்து விலகி தனித்து இயங்கத் தலைப்பட்டார்.

சம்ஸ்கிருதம் கற்ற முதல் ஐரோப்பியர் இவர்தான் எனப்படுகிறது. கூடவே தமிழும் கற்றார். தனது புறத்

தோற்றத்தையும் உணவுப் பழக்கத்தையும் ஒரு பிராமணர் போலவே மாற்றிக்கொண்டார். குடுமி வைத்தார், பூணூல் போட்டார். "இந்தியர்களை ரட்சிக்க நான் இந்தியன் ஆகிறேன், பிராமணர்களை ஈர்க்க நான் பிராமணன் ஆகிறேன்" என்றார். தன்னை 'ரோமாபுரி ஐயர்' என்று அழைத்துக்கொண்டார். கிறிஸ்தவக் கோட்பாடுகளை சம்ஸ்கிருத சாஸ்திரங்கள்போல போதிக்க ஆரம்பித்தார். தொடக்கத்தில் ஓரளவுக்கு வெற்றியும் கிடைத்தது.

1607-ல் அவரது சம்ஸ்கிருத ஆசிரியர் உள்ளிட்ட 10 பேர் கிறிஸ்தவத்திற்கு மாறினார்கள். 1609-ல் அவர்களது தொகை 63-ஆக மாறியது. அவர்கள் வணங்கும் விக்ரகம்தான் மாறியதே தவிர வேறு எதுவும் மாறவில்லை. குடுமி பூணூலோடு அவர்கள் கிறிஸ்தவை வணங்கினார்கள்! இந்த பாணியில் 1623-ல் பிராமணர்கள், நாயக்கர்கள், இதர சாதியினர் என்று மொத்தம் 200 பேரை தனது மதத்துக்கு கொண்டுவந்தார்.

1644-ல் இது 4150 ஆக உயர்ந்தது. இவர்கள் திருச்சி, தஞ்சாவூர், சத்தியமங்கலம், ஈரோடு, கரூர் என்று மதுரைக்கு அப்பாலும் பரவியிருந்தார்கள். 1656-ல் இது 30 ஆயிரமாக வளர்ந்தது. ஜோசப் செடானி எனும் வரலாற்றாளர் தந்துள்ள கணக்கு இது. உயர் சாதியினரை முதலில் குறிவைத்த நோபிளி பின்னர் சூத்திரர்களை குறிவைத்து 'பண்டாரசாமி மிஷன்' என்பதை ஆரம்பித்தார். பண்டாரங்களை சூத்திரர்கள் பெரிதும் மதித்திருந்ததை உணர்ந்து அவர் எடுத்த நடவடிக்கை இது.

இந்தக் காலத்தில் மதுரையை ஆண்டது திருமலை நாயக்கர் என்பதை மனதில்கொள்ள வேண்டும். அவர் நோபிளிக்கு ஆதரவாக இருந்தார் என்றும், மதுரை நாட்டில் கிறிஸ்தவ தேவாலயங்கள் கட்ட அவர் அனுமதித்தார் என்றும் அதே வரலாற்றாளர் கூறுகிறார். மத விஷயத்தில் பரந்த மனம் கொண்டிருந்தார் திருமலை. அவர் வைணவர் என்றாலும் மதுரை மீனாட்சி கோயில் உள்ளிட்ட சைவக் கோயில்களை அவர் பராமரித்து வந்ததைக் கண்டோம். அதே நோக்கு கிறிஸ்தவத்தின்பாலும் வெளிப்பட்டது. இதை நிச்சயம் சநாதனிகள் விரும்பியிருக்கமாட்டார்கள் என ஊகிக்கலாம்.

தியாகியான ஜான் டி பிரிட்டோ

கிறிஸ்தவப் பணியாற்ற அடுத்து வந்தவர் ஜான் டி பிரிட்டோ. போர்ச்சுக்கலின் லிஸ்பன் நகரில் ஒரு பிரபு குடும்பத்தில் பிறந்தவரை இயேசு கிச்செனப் பிடித்துக் கொண்டார். அவருக்காக அத்தனை ஆயிரம் மைல்கள் கடந்து 1680-ல் வந்தபோது, மதுரை நாட்டின் அரசியல் நிலைமை மாறியிருந்தது. ராமனாதபுரத்தில் கிழவன் சேதுபதி கிட்டத்தட்ட சுயேச்சையாக ஆளுகை செலுத்தி வந்தார். அந்தப் பகுதியில் மதமாற்றத்தில் இறங்கினார் பிரிட்டோ.

டி நோபிளி பாணியில் தன்னை 'அருளானந்தர் சுவாமி'யாக மாற்றிக்கொண்டு களத்தில் இறங்கினார். அதுவும் சூத்திரர்கள் மற்றும் பஞ்சமர்களைக் குறிவைத்தார். மறவர் நாட்டில் சுமார் 30 ஆயிரம் பேரை கிறிஸ்தவத்திற்கு மாற்றினார். இது இந்து சனாதனிகளுக்குப் பிடிக்கவில்லை. அவர்களது புகாரின் பெயரில் 1686-ல் பிரிட்டோவைக் கைது செய்து துன்புறுத்தினார் சேதுபதி. ஆனாலும் அந்த ஆண்டே விடுவிக்கவும் செய்தார்.

நிலைமை மோசமாக இருப்பதை உணர்ந்து லிஸ்பனுக்கு திரும்பினார் பிரிட்டோ. ஆனாலும் அவரால் அங்கு இருக்க முடியவில்லை. 1692-ல் மீண்டும் மறவர் நாடு வந்து கிறிஸ்தவப் பிரசாரத்தில் இறங்கினார். இப்போது மறவர் குல இளவரசர் தடியத்தேவர் என்பவரைத் தனது மார்க்கத்திற்கு ஈர்த்து விட்டார். அவருக்கு வந்திருந்த நோயை இவர் குணப்படுத்தியது பெரும் ஈர்ப்பை அவருக்குத் தந்திருந்தது.

ஞானஸ்நானம் செய்யும்போது ஏற்கப்படும் உறுதி மொழிக்கு ஏற்ப தனது மனைவிகளில் ஒருவரைத் தவிர மற்றவர்களை அனுப்பிவிட்டார் தடியத் தேவர். அதனால் பாதிக்கப்பட்டவர்களில் ஒருத்தி சேதுபதியின் உறவினர். அவள் சென்று புகார் கொடுத்து தூண்டிவிடவும் மீண்டும் 1693-ல் கைது செய்யப்பட்டார் பிரிட்டோ. அதுமட்டுமல்லாது கடுங்கோபத்தில் தேவாலயங்களையும் கிறிஸ்தவ இல்லங்களையும் சூறையாடினார் சேதுபதி.

சிவகங்கைக்கு அருகிலிருந்த ஓரியூர் சிறைக்கு அவரை அனுப்பியவர், கூடவே அதை நிர்வகித்த உடையத்தேவருக்கு அவரைக் கொன்றுவிடுமாறு ரகசிய உத்தரவையும் அனுப்பி யிருந்தார். சிறையில் இருந்த பிரிட்டோவுக்கு நிலைமை

புரிந்துபோனது. தனது மரணத்திற்கு முதல்நாள் இரவு அங்கே கிடந்த கரியை நீரில் கரைத்து வைக்கோலால் தனது சுப்பீரியர் லேனசுக்கு எழுதிய கடிதம் கல்நெஞ்சையும் உருக்கும்:

‘என்மீது சுமத்தப்பட்டுள்ள குற்றம், நான் உண்மையான மதத்தை போதித்தேன், அதனால் இங்குள்ள விக்ரகங்கள் வணங்கப்படுவதில்லை என்பதுதான். இந்தக் குற்றத்துக்காக மரணத்தை ஏற்பது மாபெரும் பேறு. வீரர்கள் என்னை கவனிக்கிறார்கள். எனவே மேற்கொண்டு என்னால் எழுத முடியவில்லை. கடவுள் உங்களை ஆசிர்வதிக்கட்டும். உங்களது ஆசிர்வாதத்தை வேண்டுகிறேன். இந்தப் புனித தியாகத்துக்கு என்னை நானே பரிந்துரைத்துக் கொள்கிறேன்.’

1693, பிப்ரவரி 4 அன்று பீடத்தில் தானாகவே தலையை வைத்தார் பிரிட்டோ. கொலையாளி பெருமாள் அவரது தலையை துண்டித்தார். பிணத்தைக்கூட அவரைப் பின்பற்றியவர்களிடம் கொடுக்கவில்லை. அங்கேயே போடப்பட்டது. ஓரியூரில் அந்த இடத்துக்குச் செல்ல முயன்ற சுப்பீரியர் லேனசை போக வேண்டாம் எனத் தடுத்தனர் உள்ளூர் கிறிஸ்தவர்கள். போனால் அவருக்கும் இந்த கதியே ஏற்படும் என்றார்கள். மாறு வேடத்தில் சென்றவர்கள் பிரிட்டோவின் கபாலம் மற்றும் சில எலும்புகளை எடுத்து வந்து தந்தனர். அவை லிஸ்பன் போய்ச் சேர்ந்தன. தனது சொந்த ஊருக்கு இப்படித்தான் திரும்ப முடிந்தது பிரிட்டோவால்!

பிரிட்டோ கொல்லப்பட்டது புதன்கிழமை என்பதால் அந்த நாளில் கிறிஸ்தவர்கள் ஓரியூரின் அந்த இடத்திற்கு செல்ல ஆரம்பித்தார்கள். அவர்களில் அந்தக் கொலையாளி பெருமாளும் ஒருவர். அரச உத்தரவைத்தான் நிறைவேற்றினார் என்றாலும் அவரது மனசாட்சி அவரைத் துரத்தியது. புதிய சேதுபதியாக முத்து விஜயரெங்கநாதர் வந்ததும் அந்த இடத்தில் ஒரு கொட்டகை போட அனுமதி கொடுத்தார். அதைப் போடுவதற்கான மண்ணையும் செங்கலையும் சேதுபதியின் மைத்துனரே தலையில் சுமந்தார். மேலும் 20 ஏக்கர் நிலத்தை வரியில்லா மான்யமாகக் கொடுத்தார் சேதுபதி. இன்றளவும் அந்த மான்யம் தொடர்கிறது.

இத்தாலிய மிஷனரியாகிய ஜேம்ஸ் டி ரோஸி 1770-ல் இந்தக் கொட்டகையை அகற்றிவிட்டு தேவாலயம்

எழுப்பினார். வெட்டுப்படுவதற்கு தனது கழுத்தை நீட்டும் பிரிட்டோவின் சிலையும், அதன் கீழே 'இங்கு ஜான் டி பிரிட்டோவின் தலை வெட்டப்பட்டது' எனும் கல்வெட்டும் வைக்கப்பட்டது. இந்த இடம் செம்மண் பூமி. பிரிட்டோவின் ரத்தம் படிந்ததால்தான் இப்படியானது என நம்பப்பட்டு அவர் 'செம்மண் புனிதர்' என துதிக்கப்பட்டார்.

இன்னோர் உருக்கமான நிகழ்வும் இங்கே நடந்தது. பிரிட்டோவைக் கொல்ல உடையத்தேவர் முடிவு செய்தபோது, வேண்டாம் என தடுத்துப் பேசினாள் அவரது மனைவி ராணிதேவி. அவரால்தான் தனது கணவரின் தொழுநோயைக் குணமாக்க முடியும் என்று நம்பினாள். ஆனால் அவரோ சேதுபதியின் உத்தரவை நிறைவேற்றுவதிலேயே குறியாக இருந்தார். தனது முயற்சி தோற்றது கண்டு துடித்துப்போன ராணி தேவி தனது மரணத்துக்குப் பிறகு அஸ்தியை பிரிட்டோ வெட்டப்பட்ட இடத்தில் தூவ வேண்டும் என்றும், அதன்மீது பக்தர்கள் காலடி பட்டால்தான் தனது ஆன்மா சாந்தி அடையும் என்று அந்தப் பெண்மணி சொல்லிவைத்தாள். 1895-ல் அவள் இறந்த பிறகு அப்படியாகவே செய்யப்பட்டது. தேவாலயத்துக்கு நூறு அடி தள்ளி 'ராணி தேவி கல்லறை' எனும் நடுகல் ஊன்றப்பட்டுள்ளது.

இவையெல்லாம் 'அருளானந்தர் ஆலயம்' என்று இன்றும் ஓரியூரில் பிரபலமாக இருக்கும் தேவாலயத்தின் அதிகாரபூர்வ இணையதளம் தந்துள்ள செய்திகள். இவற்றில் கர்ண பரம்பரைக் கதைகள் சேர்ந்திருக்கக்கூடும். ஆனால் பிரிட்டோ படுகொலை செய்யப்பட்டது வரலாற்று நிகழ்வு. மதம் காரணமான அரச பயங்கரவாதம் 17-ம் நூற்றாண்டில்கூட தமிழகத்தில் நடந்தேறியது உண்மை. அதிலும் ஒருதார மணக் கோட்பாட்டுக்காக நடந்தது இன்னும் தனித்துவம்.

'இந்த இப்பிறவியில் இரு மாதரைச் சிந்தையாலும் தொடேன்' என்று ராமன் சொன்னதாக கம்பன் பாடினான். அது ராமன் காலத்திலும் இல்லை, கம்பன் காலத்திலும் இல்லை. கிறிஸ்தவம்தான் ஒருத்திக்கு ஒருவன் என்பதுபோல, ஒருவனுக்கு ஒருத்தி எனும் புதுச் சிந்தனையை தமிழகத்தில் நடைமுறைப்படுத்தத் துணிந்தது. அதற்கு தனது உயிரைப் பலிகொடுக்கவேண்டியிருந்தது பிரிட்டோ.

வேளாங்கண்ணி மாதா

தமிழகத்தின் தேவாலயங்களில் மிகப்பிரபலமானது வேளாங்கண்ணி மாதா ஆலயமே. தஞ்சைத் தரணியில் நாயக்கர் காலத்திலேயே கிறிஸ்தவம் வேரூன்றிவிட்டதன் அழியா சாட்சியம் இது. மூன்று அதிசயங்களை அன்னை மேரி நிகழ்த்தியதன் நம்பிக்கையில் இந்த மாதா கோயில் எழுந்ததாகச் சொல்லப்படுகிறது. அதில் மூன்றாவது நிகழ்வு யதார்த்தத்தோடு இணைந்திருக்கிறது.

வணிகத்துக்காக கடல்வழி வந்த போர்த்துக்கீசியர்கள் சிலர் புயலில் சிக்கித் தவித்தனர். அப்போது அவர்கள் நல்லபடியாகக் கரை சேர்ந்தால் அந்த இடத்தில் அன்னை மேரிக்கு ஆலயம் எழுப்புவதாக வேண்டிக்கொண்டனர். அவர்கள் கரை சேர்ந்த இடம்தான் வேளாங்கண்ணி. இது நடந்தது 1671, செப்டம்பர் 8. அந்த நாள் அன்னையின் பிறந்தநாளும்கூட. பக்தியால் பூரித்துப்போனவர்கள் கட்டியதுதான் இந்த ஆலயம். சிதைந்துபோன தங்களது கப்பலின் பாய்மரத் தூணை அன்னையின் கொடிமரமாக நட்டார்கள். அதில்தான் இப்போதும் கொடி ஏற்றப்படுகிறது.

'புனித ஆரோக்கிய அன்னை திருத்தலம்' என அழைக்கப்படும் இந்த ஆலயத்துக்கு இந்துக்களும் பெருவாரியாக வந்தார்கள். கால் முடமான ஓர் இடைச் சிறுவனை அன்னை நடக்கவைத்தாள் எனும் நம்பிக்கை

அந்த மூன்று அதிசயங்களில் மற்றொன்று. அதனால் இங்கு வந்தால் தீராத நோய் எல்லாம் தீரும் எனும் நம்பிக்கை உருவானது. தென்னகத்தின் பல மொழி பேசுவோரும் ஆண்டுதோறும் செப்.8-ல் நடக்கும் திருவிழாவுக்குத் திரளு கிறார்கள்.

வீரமாமுனிவர் எனும் பெஸ்கி

மதுரை மிஷனில் பணியாற்ற 1711-ல் தமிழகம் வந்து சேர்ந்தார் இத்தாலியராகிய பெஸ்கி. வந்த சில ஆண்டுகளிலேயே இங்கிருந்த ஆட்சியாளர்களின் ஒடுக்குமுறைக்கு ஆளாகி மரண தண்டனைக்கு உட்பட்டார். நல்லவேளையாக ஓர் இந்து நண்பரின் உதவியால் அதிலிருந்து தப்பினார். அதற்குப் பிறகு தஞ்சைத்தரணியில் தனது கிறிஸ்தவப் பணியை மேற்கொண்டார். இந்தப் பகுதியில் கிறிஸ்தவம் மேலும் பரவத் தொடங்கியது.

டி நோபிளியின் பாணி இவருக்குப் பிடித்திருந்தது. அதனால் இவரும் இந்த மண்ணின் மைந்தராக மாறினார். தனது பெயரை முதலில் தைரியநாத சுவாமி என்றும், பின்னர் இன்னும் சுத்தத் தமிழில் வீரமா முனிவர் என்றும் மாற்றிக்கொண்டார். காவி உடைதரித்துக்கொண்டார். அரியலூர் பகுதியில் உள்ள ஏலாக்குறிச்சியைத் தனது இருப்பிடமாகக் கொண்டவர் இங்கு அடைக்கல மாதா ஆலயத்தை நிறுவினார். இந்து மதக் கோயில்களில் நடக்கும் தேர்த்திருவிழாவைக் கண்டு அடைக்கல மாதாவுக்கும் தேர்கள் செய்தார். இப்போதும் இங்கே ஆண்டுதோறும் தேர்த்திருவிழா நடக்கிறது.

கடலூர் பகுதியில் உள்ள கோனான்குப்பத்தில் பெரியநாயகி மாதா ஆலயம் எழுப்பினார். அவர் கொண்டுவந்த இரு மாதா சிலைகளில் ஒன்றுதான் அந்த நாயகி. இன்றைக்கும் பிரபலமானது பூண்டியில் இவர் அமைத்த வியாகுல மாதா ஆலயம். பெயர்கள் எல்லாம் இந்து மத பாணியில் இருப்பதை நோக்குங்கள். மேரி மாதா என்பது உள்ளூர் மக்களுக்கு அந்நியமாகத் தெரியும் என்று இப்படி பெயர்கள் சூட்டினார். மண்ணுக்கேற்ற கிறிஸ்தவத்தை அறிமுகப்படுத்த முயன்றார் எனலாம்.

இந்து சந்நியாசிகளோடு வாதம் செய்து வென்றார் என்று சில கர்ணபரம்பரைக் கதைகள் உலாவுகின்றன. இவரின்

வாதத் திறமையால் ஈர்க்கப்பட்டு சுமார் 12 ஆயிரம் பேர் கிறிஸ்தவத்துக்கு மாறினார்கள் எனப்படுகிறது.

தமிழகத்தின் அன்றைய இக்கட்டான சூழ்நிலையில் இவரால் அதிகம் பயணப்படவோ, இதர பகுதிகளிலிருந்த மிஷனரிகளைத் தொடர்புகொள்ளவோ முடியவில்லை. அந்தக் கெடுதலையும் நல்லதாக மாற்றினார். தமிழைக் கற்று, அதில் பெரும் புலமை பெற்றார். மத போதகர் என்பதைவிட தமிழறிஞர் என்பதே இவருக்கு நீடித்த புகழைத் தந்தது. இவரின் தமிழ்ப் பணி தனியாக எழுதத்தக்கது. இங்கு இவரின் சமய இலக்கியங்களே கவனிக்கத்தக்கவை.

இயேசுநாதரின் வளர்ப்புத் தந்தையாகிய சூசையப்பரின் வாழ்க்கை கதையை ‘தேம்பாவணி’ எனும் காவியமாக எழுதினார் பெஸ்கி. தமிழின் முதல் கிறிஸ்தவ பெரும் படைப்பைத் தந்தது ஓர் இத்தாலிக்காரர்! படித்துப் பார்க்கும் எவருக்கும் அது வெளிநாட்டுக்காரர் எழுதியது என்றே தோன்றாது. அந்த அளவுக்கு அழகுத் தமிழ் விளையாடி யிருக்கிறது. மக்கள் தொண்டே கர்த்தர் தொண்டு என்பது கிறிஸ்தவத்தின் ஒரு முக்கியக் கோட்பாடு. அதை சூசையப்பர் கடைப்பிடித்தார்:

‘கை தளர்ந்தனர்க்கு இரந்து தான் அளித்து, நோய் கடுத்த/ மெய் தளர்ந்தனர் மெலிவு அறு மருந்து என, பொறி செய்/ பொய் தளர்ந்தனர் புலன் உற விளக்கு என, எவர்க்கும்/மை தளர்ந்தன மனத்து உரித்துணை என ஆனான்.’ உழைக்க முடியாத கை தளர்ந்தவர்க்கு இவர் பிறரிடம் பெற்றுக் கொடுத்தார், நோயால் உடல் தளர்ந்தவர்க்கு தானே மருந்து தந்தார், அதீத புலன் இன்பங்களால் புத்தி தளர்ந்தவர்க்கு ஞானவிளக்காய் நின்றார், இப்படி தளர்ந்த மனத்தவர் அனைவருக்கும் துணையாய் இருந்தார் என்பது பாடலின் பொருளாகும்.

16-ம் நூற்றாண்டில் ஜெர்மனியில் ரோமன் கத்தோலிக்க கிறிஸ்தவத்தை எதிர்த்து மார்ட்டின் லூதர் தலைமையில் புராட்டஸ்டென்ட் கிறிஸ்தவம் எழுந்தது. அது போப்பாண்டவரின் தலைமையை எதிர்த்துக் கிளம்பிய பிரிவு. இந்தியாவுக்கு வந்த இயேசு சபையினர் போப்பின் தலைமையை ஏற்ற கத்தோலிக்கர்கள். அவர்கள் இங்கு வந்த புராட்டஸ்டென்டுகளை எதிர்ப்பது இயல்பானதாக இருந்தது.

அவர்களை சித்தாந்த ரீதியாக எதிர்த்து பெஸ்கி தமிழில் நூல்கள் எழுதினார். தமிழில் உரைநடை இலக்கியத்தை அறிமுகப்படுத்தியதும் அந்த இத்தாலிக்காரரே. அவர் எழுதிய 'பரமார்த்த குரு கதை' போலி குருமார்களைக் கேலி செய்வது, நகைச்சுவை இலக்கியத்தின் முன்னோடி. தமிழ் உரைநடையை தங்களது போட்டி கிறிஸ்தவத்தை எதிர்க்கவும் பயன்படுத்தினார். அப்படி எழுதியதுதான் 'லுத்தேரினத்தார் இயல்பு' போன்ற படைப்புகள்.

டி நோபிளி கிறிஸ்தவத்தை பிராமணியப்படுத்தினார் என்றால் பெஸ்கி அதை தமிழ்மயப்படுத்தினார். அந்த வகையில் அவர் வீரமா முனிவரே. கிறிஸ்தவம் தமிழகத்தில் பற்றிப் படர்ந்ததற்கு இப்படி அதை மொழிவழியாகவும் மண்ணுக்கேற்றதாக மாற்றியது ஒரு முக்கிய காரணமாகும்.

லூதரன் புராட்டஸ்டென்ட் கிறிஸ்தவம்

பார்த்த லோமே ஜீகென்பால் என்பவரே முதன்முதலாகத் தமிழகம் வந்த லூதரன் புராட்டஸ்டென்ட் கிறிஸ்தவர். தஞ்சைத் தரணியின் தரங்கம்பாடியில் டென்மார்க் தேசத்தவர் ஒரு வியாபார ஸ்தலம் அமைத்திருந்தார்கள். 1706-ல் அங்கு வந்து சேர்ந்தவர் தமிழ் கற்று கிறிஸ்தவப் பிரசாரத்தை மேற்கொண்டார். தமிழில் நல்ல தேர்ச்சி பெற்றவர் 1711-ல் பைபிளின் புதிய ஏற்பாட்டை தமிழில் பெயர்த்துவிட்டார். அதை 1714-ல் அச்சிட்டும் விட்டார். இதற்காக அச்சு இயந்திரத்தை தனது நாட்டிலிருந்து வரவழைத்திருந்தார். அதன்வழி வேறு சில தமிழ் நூல்களையும் கொணர்ந்தார். தமிழில் அச்சுக்கலை இப்படியாகத்தான் பரவலானது.

1707-லேயே தரங்கம்பாடியில் சில உள்ளூர்க்காரர்களை புராட்டஸ்டென்ட் மதத்துக்கு மாற்றிவிட்டார். இது இந்துக்கள் மத்தியில் எதிர்ப்பைக் கிளப்புவதைக் கண்ட டேனிஷ் அதிகாரிகளும்கூட மதமாற்றத்தை எதிர்த்தார்கள். போதாக்குறைக்கு இந்து மதத்தின் சாதிப்பாகுபாட்டை கடுமையாக விமர்சித்தார் ஜீகென்பால். இது பிராமணர்கள் உள்ளிட்ட உயர்சாதியினரிடம் எதிர்ப்பை உருவாக்கியது. அதுமட்டுமல்ல கத்தோலிக்கர்களோடும் உரசல் ஏற்பட்டது. ஒரு கட்டத்தில் டேனிஷ் அதிகாரிகளே இவரை சிறையில் அடைத்துவிட்டார்கள். விடுதலையாகி வெளியே வந்துதான் பைபிளை தமிழாக்கம் செய்யும் பணியில் இறங்கினார்.

1714-16-ல் ஐரோப்பாவுக்குத் திரும்பியவர் மீண்டும் தரங்கம்பாடி வந்தார். அங்கே 1718-ல் 'நியூ ஜெருசலம் சர்ச்' எனும் தேவாலயத்தை எழுப்பினார். 1719-ல் காலமானவர் அந்த தேவாலயத்திலேயே அடக்கம் செய்யப்பட்டார். இன்றைக்கும் கிங் தெருவில் இருக்கும் அந்த ஆலயத்தில் ஞாயிறு தோறும் பிரார்த்தனை நடக்கிறது. புராட்டஸ்டென்ட் கிறிஸ்தவத்தை எதிர்த்து வீரமா முனிவர் தமிழில் நூல்கள் எழுதினார் என்றால் ஜீகென்பால் போன்றோரை மனதில் கொண்டே எனக் கூறலாம்.

ஆங்கிலிக்கன் திருச்சபை

இங்கிலாந்தின் முதலாம் எலிசபெத் ராணி 1600-ல் 'கிழக்கிந்தியக் கம்பெனி' என்பதைத் தொடங்க தனது நாட்டின் வணிகர்கள் சிலருக்கு அனுமதி கொடுத்தார். இந்தியாவில் வியாபாரம் செய்வதற்காக ஆரம்பிக்கப்பட்ட ஒரு கம்பெனி பின்னாளில் அந்த நாட்டையே ஆளும் என்று ராணிகூட அப்போது நினைத்திருக்க மாட்டார். அவருக்கே தெரியாது என்றால் அந்தக் காலத்து தமிழர்களுக்கு எப்படித் தெரியும்?

மதராஸப்பட்டணம் எனும் ஒரு கிராமத்தை கம்பெனியார் விலை கொடுத்து வாங்கினார்கள் சந்திரகிரி ராஜாவிடமிருந்து. இது நடந்தது 1639-ல். அடுத்த ஆண்டே அங்கே கோட்டை கட்டிக் குடியேறினார்கள். அதுதான் இன்று தமிழக அரசின் தலைமையகமாக இருக்கும் செயின்ட் ஜார்ஜ் கோட்டை. 1658-ல் பக்கத்திலிருந்த திருவல்லிக்கேணி கிராமத்தையும் ஆக்கிரமித்துக்கொண்டார்கள் ஆங்கிலேயர்கள். இவ்வளவையும் ஆச்சரியத்தோடு பார்த்துக் கொண்டிருந்தார்கள் தமிழர்கள்.

இங்கிலாந்திலும் கத்தோலிக்க கிறிஸ்தவத்தை எதிர்த்து ஓர் இயக்கம் புறப்பட்டது. ஆனால் அது ஜெர்மனியில் தொடங்கிய லூதரின் இயக்கம் அல்ல. அது வித்தியாசமானதாக இருந்தது. அந்த தனித்த இயக்கத்தில் எழுந்தது 'ஆங்கிலிக்கன் திருச்சபை.' ஆங்கிலேயர்கள் தமிழகம் வந்தார்கள் என்றால் அந்த வகை கிறிஸ்தவமும் தமிழகம் வந்து விட்டது என்று பொருள். ஆனால் அதற்கான தேவாலயம் உடனே எழவில்லை. தங்களது திருச்சபை முறையிலான வழிபாட்டைத் தங்களது உணவுக்கூடத்திலேயே நடத்திவந்தார்கள்

சென்னை கோட்டை புனித மேரி சர்ச்

கம்பெனியில் வேலை பார்த்த ஆங்கிலேயர்கள்.

1678-ல்தான் கோட்டைக்குள்ளேயே தங்களுக்கான தேவாலயத்தை கட்டத் தொடங்கினார்கள். அது 1680-ல் முடிவடைந்தது. அதன் திறப்பு விழாவில் துப்பாக்கிகளும் பீரங்கிகளும் வெடித்தன. ஒரு புதிய அதிகார சக்தி தமிழகம் வந்திருப்பதன் அடையாளப் பேரொலியாக அது இருந்தது. அதுதான் இப்போதும் செயின்ட் ஜார்ஜ் கோட்டையில் உள்ள புனித மேரி தேவாலயம். ஆசியாவிலேயே மிகப் பழைமையான ஆங்கிலிகன் தேவாலயம் இதுதான், இந்தியாவிலேயே ஆங்கிலேயர்களின் மிகப் பழைமையான கட்டடமும் இதுதான். ஆனால் இதன் கோபுரம் கட்டி முடிக்கப்பட்டது 1701-ல் என்றால், அதன் உச்சியில் சிலுவை வைக்கப்பட்டது 1710-ல். ஆலயத்தில் உள்ள கடைசி விருந்து ஓவியம் மிகவும் பிரபலமானது. இது 1761-ல் பாண்டிச்சேரியிலிருந்து வந்தது.

இந்தியாவின் தலைவிதியைத் தீர்மானித்த சில பெரிய மனிதர்களின் வாழ்வுக்கும் சாவுக்கும் இந்த ஆலயம் சாட்சியாக உள்ளது. துலாக்கோலைப் பிடித்துவந்த ஆங்கிலேயர்கள் செங்கோலைப் பிடிப்பதற்கு அச்சாரம் போட்டுக் கொடுத்த ராபர்ட் கிளைவின் திருமணம் 1753-ல் இங்குதான் நடந்தது. மெட்ராஸ் கவர்னராக இருந்த பிகோட் பிரபு 1777-ல் அடக்கம் செய்யப்பட்டது இங்குதான்.

கிறிஸ்தவத்தின் தனித்துவமான மக்கள் சேவை என்பது அதன் பல பிரிவுகளின் பொதுக்குணமாக இருந்தது. புனித மேரி தேவாலய நிர்வாகிகளும் அதில்

இறங்கியிருந்தார்கள். அவர்கள் அன்று தொடங்கிய பள்ளிதான் இப்போது பூந்தமல்லி நெடுஞ்சாலையில் உள்ள செயின்ட் ஜார்ஜ் பள்ளி. ஆண்களுக்கும் பெண்களுக்கும் அநாதை இல்லம் கட்டினார்கள். கோட்டைக்குள் அவர்கள் தொடங்கிய ராணுவ மருத்துவமனையே பின்னாளில் பொது மருத்துவமனையாக வளர்ந்தது. ஒரு நூலகமும் ஆரம்பித்தார்கள். அவர்களைப் பொறுத்தவரை ஆலயம் என்பது பரலோகம் சார்ந்ததாக மட்டுமல்லாது இகலோகம் சார்ந்ததாகவும் இருந்தது. இரண்டின் இணைப்பே புதியவர்களைத் தங்கள் மார்க்கத்தை நோக்கி ஈர்க்கும் என்பதை அவர்கள் அனுபவத்தில் உணர்ந்திருந்தார்கள்.

புத்தம் தந்த சமத்துவத்தின் வேட்கையால் தமிழர்கள் இஸ்லாமை ஏற்றார்கள் என்றால் சமணம் தந்த மக்கள் சேவையின் தாகத்தால் அவர்கள் கிறிஸ்தவத்தை ஏற்றார்கள் எனலாம். அந்தக் காலத்தில் சமணம் நான்கு தானங்களை பெரிதும் வற்புறுத்தியது. அவை: அன்ன தானம், அபய (அடைக்கல) தானம், ஔடத (மருத்துவ) தானம், சாஸ்திர (கல்வி) தானம். அதிலும் வருண வேறுபாடின்றி அனைவருக்கும் தந்தது. கடந்த காலம் கெட்ட கனவாக மட்டுமல்லாது நல்ல கனவாகவும் மனிதர்களின் மூளையில் தங்கியிருக்கும். அதுதான், அதன் சாயல் உள்ள மற்றொரு இயக்கத்தை ஆசையோடு தழுவ வைத்தது போலும்.

மதுரை நாடு பற்றி ஆங்கிலேயர் ஆட்சிக் காலத்தில் எழுதிய நெல்சன், கிறிஸ்தவர்களின் தொகை தமிழகத்தில் 3% எனக் குறிப்பிட்டிருந்ததைக் கண்டோம். நாயக்கர் காலத்தில் இது இன்னும் குறைவாக இருந்திருக்கும். ஆனால் வலுவான துவக்கம் அப்போதே நடந்தது என்பதை மிஷனரிகளின் வருகையும், உத்திகளும், செயல்பாடுகளும் உணர்த்தின. இஸ்லாமைவிட கிறிஸ்தவம், குறிப்பாக புராட்டஸ்டென்ட் பிரிவு தனது மார்க்கத்தை தமிழில் பெயர்த்து தருவதில் அதிக ஆர்வம் காட்டியது. அந்தப் பிரிவு கத்தோலிக்கத்தின் லத்தீன் மொழி ஆதிக்கத்துக்கும் எதிராகக் கிளம்பியது என்பதால் அதன் தமிழ் ஆர்வம் இயல்பானதாக இருந்தது.

தமிழகத்தில் இஸ்லாம் பரவ நாயக்க அரசர்கள் எதிர்ப்பு தெரிவித்தாகத் தெரியவில்லை. பொதுவாக ஆதரவே இருந்தது. ஆனால் கிறிஸ்தவத்துக்கு ஆதரவு, எதிர்ப்பு

இரண்டும் இருந்தது. திருமலை நாயக்கர் ஆதரவு தந்தார். ராணி மங்கம்மாளும் ஆதரித்தார். தஞ்சை மன்னர் தனது நாட்டில் கிறிஸ்தவர்களை ஒடுக்க முயன்றது மட்டுமல்லாது மதுரையிலும் அதைச் செய்யுமாறு மங்கம்மாளுக்கு கடிதம் எழுதினார். இதற்கு அரசி எழுதிய பதில் அபாரமானது: 'எப்படிச் சிலரை அரிசிச் சோறு உண்ணவும் வேறு சிலரை இறைச்சி தின்னவும் விடுகிறோமோ, அப்படி ஒவ்வொருவரும் தான் சிறந்ததாகக் கருதும் மதத்தை ஏற்றுக்கொள்ளவும், அதன்படி வாழவும் விடுவதே அறமாகும்.' இன்றைக்கும் பொருந்தும் அட்சர லட்சம் பெறும் வார்த்தைகள் இவை. இந்த விபரத்தை அப்போது மெட்ராசில் பணிபுரிந்த நிக்கோலோ மனுச்சி கூறியுள்ளார்.

ஆனால், ராமனாதபுரத்தின் கிழவன் சேதுபதி பிரிட்டோவுக்கு மரண தண்டனை தந்ததைக் கண்டோம். அதற்குப் பிறகும் மறவர் சீமையில் பாதிரியார்கள் மீதான தாக்குதல் தொடர்ந்ததாக 1700-ல் மார்ட்டின் பாதிரியார் எழுதிய கடிதத்தில் உள்ளது. பெர்னார்டு பாதிரியாரின் பற்கள் நொறுக்கப்பட்டன, அவரின் தொண்டர்கள் சவுக்கடி பட்டார்கள் என்கிறார் அவர். இதுவெல்லாம் கிறிஸ்தவ பாதிரியார்களுக்கு தமது மார்க்கம் மீதான பற்றை அதிகரிக்கவே செய்தது. 'மிஷனரி உத்வேகம்' (missionary zeal) என்பது பிறந்தது. அவர்களது மதப் பிரசாரம் மக்கள் சேவையுடன் இணைந்து தீவிரமானதே தவிர குறையவில்லை.

8

தமிழ்ச் சமணம்

சாம்ராஜ்ஜிய காலத்திலே புத்தம் தமிழகத்திலிருந்து அகற்றப்பட்டது. ஆனால் சமணம் அப்படி அல்ல. அதன் ஆளுகை வீழ்த்தப்பட்டாலும் அது வட மாவட்டங்களில் தன் உயிரைப் பிடித்துக் கொண்டிருந்தது. இப்படித்தான் மேற்கு இந்தியாவின் சில பகுதிகளிலும் அது உயிர் வாழ்ந்தது. அந்த ஜெயினிஸத்திடமிருந்து இதை பிரித்துக்காட்ட தமிழ்ச் சமணம் எனப்பட்டது. அதைப் பின்பற்றியவர்கள் தமிழ்ச் சமணர்கள் ஆயினர்.

உளுந்தூர்பேட்டைக்கு அருகே உள்ள திருநறுங் கொண்டையில் அப்பாண்டை நாதர் ஆலயம் இருக்கிறது. சமணத் தீர்த்தங்கரர்களில் ஒருவராகிய பார்சுவநாதர் இப்படியாகவும் அழைக்கப்பட்டார். அப்பர் எனும் அவரது இன்னொரு பெயரே காலப்போக்கில் அப்பாண்டை என ஆனது. தேவாரம் பாடிய திருநாவுக்கரசர் அப்பர் என அழைக்கப்பட்டதை அறிவோம். அதன் மூல ஊற்று சமணத்தில் உள்ளது.

இங்கு மலையின் மேற்பரப்பில் இரு பாறைகளுக்கு நடுவில் அப்பாண்டை நாதர் உருவம் புடைப்புச்சிற்பமாக உள்ளது. இந்தச் சமண ஆலயம் 9-ம் நூற்றாண்டில் எழுப்பப்பட்டது. இதன் வரலாறை எழுதியுள்ள சென்னைப் பல்கலைக்கழக தொல்லியல் துறையின் டாக்டர். ஏ. ஏகாம்பரநாதன் கூறுகிறார்: “செஞ்சி நாயக்கர்கள் ஆட்சியில் சித்தாமூர் போன்ற ஓரிரு சமணத் தலங்களைத் தவிர எஞ்சியவற்றுக்கு அதிக முக்கியத்துவம் அளிக்கப்படவில்லை. திருநறுங்கொண்டை

இவர்களது ஆட்சிக்கு உட்பட்டிருந்தாலும் இவர்கள் இங்குள்ள கோயிலுக்கு தானங்கள் எதையும் செய்ததாகத் தெரியவில்லை.

நாயக்கர்களின் ஆதரவு இல்லாவிடினும் கி. பி.16&17-ம் நூற்றாண்டுகளிலும் இந்தக் கோயில் நல்ல நிலையில் இருந்து வந்திருக்கிறது. இக்காலத்தில் தரை வித்யாசக்கரவர்த்தி, சமயநாத முனீஸ்வரர், குணபத்திரர் முதலிய அறவோர்கள் இங்கு நல்லறம் போற்றி வந்திருக்கின்றனர். இவர்களுள் குணபத்திரர் வீரசங்கத்தை மீண்டும் ஸ்தாபித்தவர் எனவும், வடமொழி, தமிழ்மொழி ஆகியவற்றில் மிகுந்த புலமை பெற்றவர் எனவும் அறிய வருகிறோம். இந்தக் கோயிலுடன் இணைந்த மடமும் குணபத்திரர் காலத்தில் சிறந்த முறையில் செயல்பட்டு வந்திருக்கிறது.”

சமணக் கோயில்கள் சிலவற்றுக்குத் தவிர பிறவற்றுக்கு நாயக்க அரசர்களின் ஆதரவு இல்லை என்பது தெரிகிறது. அப்படியும் திருநறுங்கொண்டை கோயில் தாக்குப் பிடித்திருந்தது என்றால் உள்ளூர் சமணர்களின் முயற்சியாக இருந்திருக்கும். களப்பிரர் காலத்தில் சமணர்கள் தந்த அருமையான தமிழ் நூல்களை அறிவோம். இந்தக் காலத்திலும் சங்கம் வைத்து தமிழ் வளர்த்திருக்கிறார்கள். சங்கம், மடம் என்பவை சமணம் மற்றும் புத்தம் அறிமுகப்படுத்தியவையே. நாயக்கர் காலத்திலும்கூட அதன் தொடர்ச்சி இருந்திருக்கிறது. ஒரு சமண அறவோர் முனீஸ்வரர் என அழைக்கப்பட்டதை நோக்குங்கள். பிற்காலத்தில் முனீஸ்வரர் சிறுதெய்வமாக வணங்கப்பட்டார் என்றால் அது இத்தகைய சமணத் துறவிகளை நெஞ்சில் நிறுத்தி எனலாம்.

கி.பி. 1636-ல் அப்பாண்டைநாதர் கோயில் கோபுரம் கட்டப்பட்டு குடமுழுக்கு செய்யப்பட்டது. கோபுர அமைப்பு சைவ அல்லது வைணவ கோயில் கோபுரம் போன்றதே. அதுமட்டுமல்ல அந்த மதக் கோயில்களில் நடப்பதுபோல இங்கும் தேர்த்திருவிழா நடந்தது. அப்பாண்டைநாதர் திருமேனி தேரில் ஏற்றப்பட்டு உலா வந்தது. தீர்த்தங்கரர் முற்றும் துறந்த முனிவர் என்பதால் அவரது மேனியில் மாலைகள், அணிகலன்கள் பூட்டப்படவில்லை. மேனியைச் சுற்றியிருக்கும் திருவாசியில் அவை சூட்டப்பட்டன. ஆனால் மணியோசை ஒலிக்க தூப, தீபங்கள் காட்டப்பட்டன. தேருக்கு முன்பாக அனைத்து வயது பெண்களும் ஆடிப்

பாடிச் சென்றார்கள். வைகாசியில் இந்தத் தேர்த் திருவிழா என்றால் தையில் அஸ்தத் திருவிழா என்பது நடந்தது.

அப்பாண்டைநாதர் உலா

திருநறுங்கொண்டையில் நடந்த தேர்த் திருவிழாவைப் போற்றித்தான் அனந்தவிசயர் இதே 16 அல்லது 17-ம் நூற்றாண்டில் 'அப்பாண்டைநாதர் உலா' எழுதினார். இதன் தொடக்கத்தில் கலைமகள், அய்யனார், இசக்கியம்மை ஆகியோருக்கான வாழ்த்து உள்ளது. ஆக, கலைமகள் வழிபாடு சமணத்திலும் இருந்திருக்கிறது. பின்னாளில் நாட்டார் தெய்வங்களாகிப்போன அய்யனார் மற்றும் இசக்கியம்மை வணக்கமும் சமணத்தின் ஓர் அம்சமே.

'இசக்கியம்மை பதம் போற்றுதல்' எனும் அந்த வாழ்த்தில் அந்த தெய்வம் பற்றிய துதியோடு பவுத்தம் மீதான வசவும் உள்ளது. 'பறம்பாபுரியின் பவுத்தர் தமை வென்று/திறமா அறம் வளர்க்குந் தேசாள் -அறமேவும்/பட்டர் அகளங்கற் பரிவாக முன்னின்றி/துட்டர் பவுத்தர் தமைத் துரத்தி' என வருகிறது. சைவம் வைணவத்தால் ஒடுங்கிப்போன அந்தக் காலத்திலும் தனது புத்த எதிர்ப்பை மறக்கவில்லை சமணம்! இந்த இரு மதங்களுக்கிடையேயான பகைமையையும் வேத மதம் நன்கு பயன்படுத்தியிருக்கும் என நிச்சயம் சொல்லலாம்.

இது ஒருபுறமிருக்க அப்பாண்டைநாதரின் வீதி உலாவை பிரமாதமாக வர்ணித்திருக்கிறார் படைப்பாளி. தேருக்கு முன்பு ஒவ்வொரு பருவத்துப் பெண்ணும் ஆடிப்பாடிச் சென்றதை சித்திரித்திருக்கிறார். அவர்கள் அனேகமாகத் தேவரடியார்களாக இருக்கக்கூடும். தனது இருப்பைத் தக்க வைத்துக்கொள்ள இசை, நடனத்தை சமணமும் தனது விழாவில் இணைத்துக்கொண்டது எனலாம்.

அப்படியும் 17-ம் நூற்றாண்டுக்குப் பிறகு இதன் செல்வாக்கு குன்றியது. 'மெக்கன்சி சுவடித் தொகுப்பில் குணபத்திராச்சாரியாருக்குப் பின்னர் திருநறுங்கொண்டையிலிருந்த மடம் அழிவுற்றதாகக் கூறப்பட்டிருக்கிறது. ஆனாலும் கோயில் அழியவில்லை. 20-ம் நூற்றாண்டின் தொடக்கத்தில்கூட வழிபாடு நடந்தது' என்கிறார் ஏகாம்பரநாதன். மெக்கன்சி என்பார் 18-19-ம் நூற்றாண்டுகளில், கிழக்கிந்திய கம்பெனியில் வேலை பார்த்த

ஒரு ஸ்காட்லாந்துக்காரர். அவர் தென்னிந்தியா பற்றி, குறிப்பாக சமணம் பற்றி பல அரிய செய்திகளைப் பதிவு செய்திருக்கிறார்.

மேல்சித்தாமூர் மடம்

தமிழ்ச் சமணர்களின் தலைமைப் பீடமாக இன்று இருப்பது மேல் சித்தாமூரில் உள்ள மடம். இந்த ஊர் திண்டிவனம் அருகே உள்ளது. கி.பி 1478-ல் செஞ்சியை ஆண்ட வேங்கடபதி நாயக்கருக்கு பிராமண குலத்தில் பெண் எடுக்கும் ஆசை வந்தது. தனக்கு ஒரு பெண்ணை மணமுடித்து தருமாறு பிராமணர்களை அவர் கேட்டார். அதற்கு அவர்கள், சமணர்கள் தங்களது பெண்ணைத் தர ஒப்புக்கொண்டால் தாங்களும் தருவதாகச் சொன்னார்கள். அவரும் அவர்களைக் கேட்க சம்மதம் தந்தார்கள். திருமணத்துக்குச் சென்றாலோ அங்கேயொரு நாய்தான் கட்டப்பட்டிருந்தது! ஆத்திரம் கொண்ட மன்னர் சமணர்களைக் கொல்ல உத்தரவிட்டார். அவர்கள் ஊரைவிட்டு ஓடினார்கள். சிலர் சைவ மதத்துக்கு மாறினார்கள். வேறு சிலர் ரகசியமாக சமணத்தைப் பின்பற்றி வாழ்ந்தார்கள். இந்த அடக்குமுறைக்கு ஆளானவர்களில் ஒருவர் சிரவணபெலகொலாவுக்குச் சென்று சமண நூல்களைக் கற்று வீரசேனாச்சாரியார் என்று துறவியானார். மேல்சித்தாமூருக்கு வந்து இந்த மடத்தைத் தோற்றுவித்தார். அது நடந்தது கி.பி. 16-ம் நூற்றாண்டுத் தொடக்கம்.

சித்தாமூரின் வரலாறையும் எழுதியுள்ள பேராசிரியர் ஏகாம்பரநாதன் சொல்லும் செய்திகள் இவை. இந்த மடத்துக்கு 'ஜினகஞ்சி' என்று பெயர். அதற்குக் காரணம் ஜீனகாஞ்சியில் இருந்த சமண மடம் கிருஷ்ண தேவராயர் காலத்துக்குப் பிறகு அழிந்துவிடவும் அங்கிருந்தவர்கள் இங்கு வந்ததால் என்கிறார். வீரசேனாச்சாரியார் காஞ்சியில் வைணவர் தாதாச்சாரியாரை சமய வாதில் வென்றார் என்றும் சொல்லப்படுகிறது.

சித்தாமூர் ஜெயின் மடம்

சித்தாமூரில் இரண்டு சமணக் கோயில்கள் உள்ளன. கி. பி. 9-ம் நூற்றாண்டில் கட்டப்பட்ட நேமிநாதர் கோயில் மற்றும் கி. பி 16-ம் நூற்றாண்டில் கட்டப்பட்ட பார்சுவநாதர் கோயில். இந்த இரண்டாவது கோயிலை ஒரு வணிகர் கட்டினார், அதற்கான அனுமதியை அப்போது செஞ்சியை ஆண்ட வெங்கடப்ப நாயக்கர் தந்தார். இங்குள்ள மானஸ்தம்பம் புஸ்செட்டி எனும் வணிகரால் 1500-ல் நிறுவப்பட்டதாக ஒரு கல்வெட்டு கூறுகிறது.

இப்படி மன்னர் மற்றும் வணிகர் ஆதரவோடு வாழ்ந்த இந்த ஊர் 1581-ல் சிதம்பரம் சிவன் கோயிலுக்கு தானமாகத் தரப்பட்டது என்கிறது இன்னொரு கல்வெட்டு. அதற்குள் இப்படியொரு அதிரடி மாற்றமா? சமணக் கோயிலுக்கான நிலங்கள் தவிர மற்ற பகுதியே சிதம்பரம் கோயிலுக்குத் தரப்பட்டிருக்க வேண்டும் என்று ஊகிக்கிறார் ஏகாம்பரநாதன். அதற்குக் காரணம் அதற்குப் பிறகும் இதற்கு நாயக்க மன்னர்கள் தானம் தந்திருப்பது.

பார்சுவநாதர் கோயில் கோபுரக் கல்வெட்டின்படி 1586-ல் வேங்கடபதி தேவ மகாராயர் ஆட்சியில் சித்தாமூர் சிம்மபுரிநாதர் கோயிலில் பணிபுரிந்த 12 தேவரடியார்களுக்கு ரகுநாத நாயக்கர் சில நிலங்களை சர்வமான்யமாகக் கொடுத்திருக்கிறார். இதே வேங்கடபதி மகாராயர் காலத்தில் 1603-ல் சித்தாமூர் கோயிலில் பணிபுரிந்த பூசாரிகள், பண்டிதர்கள், தேவரடியார்கள், மேளக்காரர் ஆகியோருக்கு தண்ணீர் வரி செலுத்தப்படாத நிலங்களை சர்வமான்யமாக வழங்கிய சாசனம் உள்ளது. ஆக இங்கும் தேவரடியார் முறைமை இருந்தது உறுதியாகிறது. 1682-ம் ஆண்டு தஞ்சை அச்சுதப்ப நாயக்கர் கல்வெட்டின்படி, அவரின் பிரதிநிதி பார்சுவநாதர் கோயிலில் மேளம், நாதஸ்வரம் இசைக்கருவிகள் வாசிப்பவர்களுக்கும், நட்டுவனாருக்கும் வடக்குக் குளத்தை ஒட்டியுள்ள கழனி, கொல்லை, கிணறு முதலியவற்றை வழங்கியுள்ளார். சைவ, வைணவக் கோயில்கள் போல சமணக் கோயில்களிலும் இசை மற்றும் நடன நிகழ்ச்சிகள் நடந்துள்ளன.

பார்சுவநாதர் கோயில் கோபுரம் 7 அடுக்குகளுடன் 70 அடி உயரத்தில் நிற்கிறது. சைவ, வைணவக் கோயில் கோபுர பாணிதான். வழிபாட்டு முறையும் கிட்டத்தட்ட அப்படித்தான். நாலு கால பூஜை, அபிஷேகங்கள்,

வெண்பொங்கல் நைவேத்தியம், கற்பூர தீபாராதனை என்று அதே வழமைகள். மூலவர்தான் வேறு. ஆண்டுதோறும் பங்குனி-சித்திரையில் பிரம்மோத்ஸவம் எனும் பத்து நாள் திருவிழா. அதில் ஏழாம் நாள் தேரோட்டம். சமணம் தமிழ்நாட்டில் பெரிதும் தளர்ந்ததற்கு இப்படி வித்தியாசம் இல்லாமல் போனதும் ஒரு காரணம் எனலாம்.

18-ம் நூற்றாண்டில் சித்தாமூர் பெரும் சிரமங்களைச் சந்தித்ததாகத் தெரிகிறது. மெக்கன்சி இந்த ஊர் பற்றியும் குறிப்பிட்டிருக்கிறார். செஞ்சியை ஆண்ட மாதங்கா என்பவர் கொலியனூர் முதலிய பல இடங்களில் இருந்த சமணக் கோயில்களை அழித்து, அவ்வூர்களில் வாழ்ந்த சமணர்களைக் கொன்றார். சித்தாமூர் கோயிலும் பாழடைந்த நிலையில் இருந்தது. போதாக்குறைக்கு இப்பகுதியில் பஞ்சம் ஏற்பட்டதால் சமணர்கள வேறு இடங்களுக்குச் செல்ல வேண்டியதாயிற்று. 1750-ல் செஞ்சி, பிரெஞ்சுக்காரர்கள் வசம் சென்றது. 1761-ல் அது ஆங்கிலேயர் வசம் போனது. அவர்களது ஆட்சியில் இந்தக் கோயிலுக்கு 60 வராகன் மான்யம் மட்டுமே கிடைத்தது என்கிறார் மெக்கன்சி. எப்படியோ இந்த சமணக் கோயில் தனது வாழ்வைத் தக்கவைத்துக்கொண்டது.

ஆரணிக்கு அருகே உள்ளது திருமலை நேமிநாதர் சமண ஆலயம். இது கி.பி. 9 & 10-ம் நூற்றாண்டுகளிலேயே உருவானது என்றாலும் 15-17-ம் நூற்றாண்டுகளில் வரையப்பட்ட அருமையான வண்ண ஓவியங்களும் உள்ளன. அது மட்டுமல்லாது 16-ம் நூற்றாண்டில் மகாவீரருக்கு என ஒரு தனி ஆலயம் எழுப்பப்பட்டுள்ளது. அதன் கோபுரத்திலும் தீர்த்தங்கரர் உருவங்கள் உள்ளன. இதுவெல்லாம் இந்தப் பகுதியில் நாயக்கர் காலத்தில் சமணர்கள் வாழ்ந்ததன் அடையாளம் எனலாம்.

தமிழகத்தின் வடமாவட்டங்களில் அன்று சமணர்கள் தங்களது இருப்பைத் தக்கவைத்துக்கொண்டிருந்தது நிச்சயம். 2011-ம் ஆண்டு மக்கள்தொகை கணக்கின்படி தமிழகத்தில் 80 ஆயிரத்திற்கும் மேற்பட்ட சமணர்கள் உள்ளனர். அப்படியெனில் நாயக்கர் காலத்தில் அவர்கள் லட்சக்கணக்கில் இல்லாவிட்டாலும் ஆயிரக்கணக்கில் இருந்திருக்க வேண்டும். தமிழர்களின் மத வாழ்வில் தமிழ்ச் சமணமும் இருந்து அதன் பன்மைத் தன்மையை அதிகரித்திருந்தது.

9

நாயக்கர் காலத்தைத் திரும்பிப் பார்த்தால்...

இந்த நூலின் முதல் பாகம் சங்க காலம் முதல் சாம்ராஜ்ஜிய காலம் வரையிலான தமிழரின் மதவாழ்வை விவரித்தது. அது எப்படி பன்மைத் தன்மையானதாக இருந்தது என்பதை எடுத்துரைத்தது. அந்தப் பன்மை கூடியது அல்லது குறைந்ததே தவிர அடிப்படைக் குணம் மாறவில்லை. களப்பிரர் காலத்தில் ஆளுமை செலுத்தியிருந்த சமணமும் புத்தமும் சாம்ராஜ்ஜிய காலத்தில் ஒடுங்கின. ஆனால் அப்போதும் வேத மதம் எனும் ஒற்றை மதத்தின் ஆதிக்கம் வரவில்லை. மாறாக சைவம், வைணவம் எனும் இரு பெரும் மதங்கள் களத்துக்கு வந்தன; அவற்றின் ஊடே வேத மதம் இயங்கியது. அதுமட்டுமல்ல, சமண, புத்த மதங்களின் எச்சங்கள் பல நாட்டார் தெய்வ வழிபாடாக மலர்ந்தது. அதற்கு முக்கிய காரணம் சைவம், வைணவம் எனும் இருபெரும் மதங்கள் உயர் வருணத்தவரின் மதங்களாக நடைமுறையில் இருந்தது. எனவே சூத்திரர்களும் பஞ்சமர்களும் நாட்டார் தெய்வ வழிபாட்டை சிக்கெனப் பிடித்துக்கொண்டார்கள்.

சாம்ராஜ்ஜிய காலத்துக்குப் பிறகு வந்த நாயக்கர் காலத்திலும் தமிழர்களின் மதவாழ்வு பன்மைத் தன்மையான தாகத்தான் இருந்தது. இந்தக் காலத்தின் பிரதான மதங்களாக சைவமும் வைணவமும் தொடர்ந்தன என்பது மட்டுமல்லாது நிலைபெற்றன, விரிவடைந்தன, ஆளும் வருணங்களின் மதங்களாக ஓங்கி நின்றன. அதனால் அரசமைப்பிலும், கல்விப் புலத்திலும், அவற்றின் காரணமாக சமூக-பொருளியல் வாழ்விலும் ஆளுகை செலுத்தும் மதங்களாயின.

நாயக்க மன்னர்கள் பலரும் சைவ, வைணவக் கோயில்களின் விரிவாக்கத்தில் தீவிரமாக இறங்கினார்கள். அதற்காக மக்களின் வரிப்பணத்தை தாராளமாகச் செலவழித்தார்கள், பல கிராமங்களை தானமாகத் தந்தார்கள். கோயில்களின் கருவறைகள் சாம்ராஜ்ஜியவாதிகள் காலத்திலேயே பிராமண அர்ச்சகர்களுக்கு மட்டுமே என்றாகியிருந்தது. அதை அப்படியே இவர்களும் பராமரித்தது மட்டுமல்லாது தங்கள் பங்குக்கு அந்த அர்ச்சகர்களுக்கும் பிராமணப் பண்டிதர்களுக்கும் அக்ரகாரங்களைக் கட்டிக்கொடுத்து, அவற்றைப் பராமரிக்க நிலங்களை மான்யங்களாக பட்டயம் போட்டுக் கொடுத்தார்கள்.

கல்வி என்றாலே அந்தக் காலத்திலும் வேதக் கல்வியாகவே இருந்தது. அதைப் படிக்கும் உரிமை பிராமணப் பிள்ளைகளுக்கு மட்டுமே இருந்தது. அத்தகைய கல்வி நிறுவனங்களின் பராமரிப்புக்காக நிலங்களையும், முழு கிராமங்களையும் தானமாகக் கொடுத்தார்கள். ஆகமக் கோயில்கள் எனப்பட்ட பெரும் சிவன் மற்றும் பெருமாள் கோயில்கள் நடைமுறையில் பிராமணியக் கோயில்களாக இருந்தன. அவற்றின் வழிபாட்டு நிர்வாகம் பிராமணர்களிடமும், இதர நிர்வாகம் நாயக்க மன்னர்கள் மற்றும் உயர் வருணத்தவரிடமும் இருந்தன. சற்சூத்திரர்கள் எனப்பட்ட ஒரு பகுதி சூத்திரர்களுக்கு மகா மண்டபம் வந்து சாமி கும்பிடும் உரிமை இருந்தது. இதர சூத்திரர்களுக்கும் பஞ்சமருக்கும் அந்த உரிமை கிடையாது, கோபுர தரிசனம் மட்டுமே.

கோயில் வாழ்வின் இந்தக் கட்டமைப்பே சமூக வாழ்வின் சாரமாகவும் நடப்பாகவும் இருந்தது. வருணாசிரமமும், அதைக் கறாராக அமல்படுத்த உருவான மனுதர்மம் போன்ற சாஸ்திரங்களும் நாயக்க அரசர்களின் நீதிபரிபாலன முறைமையின் ஆதாரங்களாக இருந்தன. இந்தக் கட்டமைப்பு ஏதோ பிராமணப் பண்டிதர்கள் அரசர்களை ஏமாற்றி நடைமுறைப்படுத்திய தந்திரம் அல்ல. அன்றைய நிலப்பிரபுத்துவ பொருளியல் வாழ்வுக்கான இந்த மண்ணக பாணி சமூகக் கட்டமைப்பு அது.

எப்படி சோழ, பாண்டியப் பேரரசர்களுக்கு இது ஏற்றதாக இருந்ததோ அப்படித்தான் நாயக்க மன்னர்களுக்கும் ஏற்றதாக

இருந்தது. அவர்களும் பிறப்பின் அடிப்படையில்தான் அரச பதவியைப் பெற்றார்கள், அவர்களுக்கும் நிலமே மூல உற்பத்தி சாதனம், அதில் உழைத்து உபரியைத் தர முரண்டு பிடிக்காத உழைப்பாளர்கள் தேவை. இந்த நிலப்பிரபுத்துவ ஏற்பாட்டுக்கு வருணாசிரமம் ஏற்றதாக இருந்ததால்தான் விருப்பத்தோடு அதை அமல்படுத்தினார்கள்.

இதில் அரசர்கள் எனப்பட்ட ஷத்திரியர்களுக்கும் அர்ச்சகர்கள் எனப்பட்ட பிராமணர்களுக்கும் இடையே அவ்வப்போது உரசல் வந்தது என்றாலும், இவர்களுக்கும் கைவினைஞர்கள்-விவசாயிகள் எனப்பட்ட சூத்திரர்கள்-பஞ்சமர்களுக்கும் இடையே பெரிய மோதல் வந்ததாகத் தெரியவில்லை. அதாவது, அன்றைய ஆளும் வர்க்கங்களான உயர் வருணங்களை எதிர்த்து சுரண்டப்பட்ட வர்க்கங்களான சூத்திரர்களும் பஞ்சமர்களும் பெரும் போராட்டங்களில் இறங்கியதாகத் தகவல் இல்லை. அரசர்களுக்கிடையே போர்கள் நடந்தனவே தவிர ஓர் அரசருக்கு எதிராக அவரின் குடிமக்கள் கிளர்ந்தெழுந்ததாகத் தெரியவில்லை.

இதற்கு மூல காரணங்களாக வருணாசிரம சமூகக் கட்டமைப்பும், அதற்கு இணையான கோயில் வழிபாட்டு முறையும் இருப்பதை அரசர்கள் அனுபவத்தில் கண்டிருக்க வேண்டும். அதனால்தான் இவற்றை அவர்கள் ஏற்றுக் கொண்டிருந்தார்கள். இவற்றைத் தாண்டிய இன்னொரு காரணமாக அரசர்களுக்கிடையேயான போர்களும் இருந்தன. பக்கத்து நாட்டு அரசருக்கு எதிராகக் குடிமக்களை சூடு ஏற்றினால் அவர்கள் தனக்கு எதிராகத் திரும்பமாட்டார்கள் என்பதை ஒவ்வோர் அரசரும் உணர்ந்திருந்தார். இவையெல்லாம் சேர்ந்துதான் பிராமணிய மதங்களான சைவம், வைணவத்தை நாயக்க மன்னர்களும் உற்சாகமாக ஆதரிக்கத் தூண்டின.

சூத்திரர்களும் பஞ்சமர்களும் பிறப்பிலேயே தாழ்ந்தவர்கள் எனும் எண்ணம் உயர் வருணத்தவருக்கு மட்டுமல்ல அந்த சூத்திரர்கள் பஞ்சமர்களுக்கே இருந்தது என்பதுதான் வருணாசிரம கட்டமைப்பின் மாபெரும் வெற்றியாகும். 'ஒரு காலத்தை ஆளும் கருத்து அந்தக் காலத்திய ஆளும் வர்க்கத்தின் கருத்து' என்றார் கார்ல் மார்க்ஸ். அது எவ்வளவு சரியானது என்பதற்கு இந்த வெற்றி சரியான எடுத்துக்காட்டு. தாங்கள் பிறப்பில் தாழ்ந்தவர்கள், அப்படிப் பிறந்ததற்கு

தங்களது முன்ஜென்ம வினை காரணம் என்று சூத்திரர்களும் பஞ்சமர்களும் நம்பினார்கள், நம்பவைக்கப்பட்டார்கள். எனவே, அவர்கள் வருணாசிரம ஏற்பாட்டை பொதுவாக ஏற்றுக்கொண்டார்கள். பிராமணியக் கோயில்களுக்குள் அவர்கள் நுழையத் துணியாதது அதன் வெளிப்பாடே.

அதேநேரத்தில் அவர்களுக்கும் கடவுள்களும் கோயில்களும் தேவைப்பட்டன. சொல்லப்போனால் அவர்களுக்குத்தான் அதிகம் தேவைப்பட்டன. காரணம் அவர்களுக்குத்தான் அல்லல்களும் அவதிகளும் அதிகம். அவற்றிலிருந்து யதார்த்தமான விடுதலை கிடைக்காத நிலையில் கற்பிதமான விடுதலை தேவையாக இருந்தது. இகலோகத்தில் காண முடியாத இன்ப வாழ்வை அவர்கள் பரலோக சொர்க்கத்தில் காண வேண்டியிருந்தது. அப்படித்தான் அவர்களுக்கான கடவுள்களை அவர்கள் தேடிக்கொண்டார்கள். அவற்றுக்கு தங்கள் சக்திக்கு ஏற்ப வெட்ட வெளியாகவோ, சிறு கட்டடங்களாகவோ கோயில்களை எழுப்பிக்கொண்டார்கள். அவற்றை ‘சிறு தெய்வங்கள்’ என்று உயர் வருணத்தவர் அழைத்தபோது அதையும் தாங்கிக்கொண்டார்கள்.

இந்தப் பின்புலத்தில் நாயக்கர் காலத்தில் நாட்டார் தெய்வ வழிபாடு அதிகரித்தது. சில புது தெய்வங்களும் சேர்ந்துகொண்டன. அவர்கள் பெரும்பாலும் சூத்திரர்கள்-பஞ்சமர்களுக்காக வருணாசிரம மீறல்களைச் செய்தவர்களாக இருந்தார்கள். காதல் எனும் இயற்கை சக்தி வருணம் எனும் செயற்கை சக்தியை அவ்வப்போது பதம் பார்த்து வந்தது. அதில் பிறந்த தீரர்கள் காலப்போக்கில் கடவுள்கள் ஆனார்கள். அப்படித்தான் காத்தராயன், மதுரை வீரன், முத்துப்பட்டன் எனும் சாமிகள் பிறந்தன.

அடித்தட்டு சாதியினரின் வாழ்வுக்காகப் பாடுபட்டவர்கள், அதற்கான பலப்பரீட்சையில் இறங்கியவர்கள், போர்க் களத்தில் மாண்டவர்கள் சிலரும்கூட அந்தந்த மக்களின் கடவுள்களாக மாறினர். அப்படித்தான் கருப்பசாமி, மூணுசாமி, அண்ணன்மார்சாமி போன்ற கடவுள்கள் பிறந்தன. இதிலே சுடலைமாட சாமி வித்தியாசமானது. அது ஆதி நாளைய காபாலிகர்கள்-காளாமுகர்கள் பற்றிய நினைவின் மிச்சமாக இருந்தது.

தாய்த்தெய்வ வழிபாடு சங்க காலத்திலேயே இருந்தது. அது காலந்தோறும் தொடர்ந்தது. நாயக்கர் காலத்தில் அது மாரியம்மன், காளியாத்தா வடிவுகளில் பரவலானது. அதிலும் பெரியம்மை எனும் கொடிய நோய் தமிழர்களைப் பிடித்து ஆட்டியபோது அவர்கள் மழைத் தெய்வமாம் மாரியைச் சரணடைந்தார்கள். நிலப்பிரபுத்துவ சமூகத்தில் திருட்டும் ஏமாற்றும் பரவலாக நடந்தன. அதிலே இழப்பைச் சந்தித்தவர்களுக்கு உள்ளூர் தலைவர்களிடம் நீதி கிடைக்காதபோது காளியாத்தாவிடம் காசு வெட்டிப்போட்டு கணக்கைத் தீர்த்துக் கொண்டார்கள், தங்களை ஆசுவாசப்படுத்திக் கொண்டார்கள்.

இவையெல்லாம் மாதிரிக்குச் சிலவே. வீட்டு தெய்வங்கள், குல தெய்வங்கள், கிராம தெய்வங்கள், காவல் தெய்வங்கள் என்று அவை பல வகை. ஒவ்வொரு வகையிலும் அவை விதவிதமானவை. இவற்றோடு சூத்திரர்களில் அனுமதிக்கப்பட்டவர்கள் பெருந்தெய்வங்களையும் வணங்கினார்கள். இந்தப் பல தெய்வ வணக்கத்துக்கான கோட்பாட்டை 'எந்தச் சாமியாவது காப்பாற்றட்டுமே' எனும் அவர்களின் சொல்லாடல் நயம்பட உணர்த்தியது.

அடிப்படையாகப் பார்த்தால் இதுவெல்லாம் சாம்ராஜ்ஜிய காலத்தின் தொடர்ச்சிதான். நாயக்கர் காலத்தின் புத்தம் புதுத் திருப்பம் இஸ்லாம், கிறிஸ்தவம் எனும் இரு மதங்கள் இந்தத் துணைக்கண்டத்துக்கு வெளியே இருந்து வந்து பரவியது. சமணம், புத்த மதங்களை வீழ்த்திய பெருமிதத்தில் இருந்த வேத மதத்துக்கு இது மிகப்பெரிய அதிர்ச்சியாக இருந்தது. வீழ்த்தப்பட்ட அந்த மதங்களைப் பற்றிய நீங்கா நினைவுதான் இந்த மதங்களை ஏற்கும் மக்களது மனோ நிலைக்கு காரணமாக இருந்தது.

உலக மதங்களிலேயே இஸ்லாம்தான் ஏக இறைக் கோட்பாட்டிலும், உருவ வணக்க மறுப்பிலும் உறுதியாக இருந்த மதம். இறைவனுக்கு இணை கிடையாது, கூடாது என்பதோடு சேர்ந்ததுதான் உருவ வணக்க எதிர்ப்பும். அதற்காகத்தான் தனது உருவத்தையே நிலைநிறுத்திக் கொள்ளவில்லை நபிகள் நாயகம். நிலைநிறுத்தினால் அல்லா எனும் ஏகக் கடவுளை மறந்துவிட்டோ அல்லது அவருக்கு இணையாகவோ தன்னை வணங்க ஆரம்பித்துவிடுவார்கள் என்பதை அவர் உணர்ந்திருந்தார்.

அத்தகைய மதம் இங்கு வந்தபோது தமிழர்கள் விதவிதமான உருவ வழிபாட்டில் திளைத்திருந்தார்கள். அதற்கு அச்சாரம் போட்டுத் தந்தது சமணமும் புத்தமும். தீர்த்தங்கரர்கள் மற்றும் புத்தர் சிலைகள் கடவுள்கள் போல வணங்கப்பட்டன. அக்னியை வணங்கி வந்த வேத மதமும் அந்த இரு மதங்களை வீழ்த்த சைவம், வைணவத்தை பயன்படுத்திய காரணம் அவற்றில் உருவ வணக்கத்துக்கு வழி இருந்தது. சிவனும் பெருமாளும் விதவிதமான உருவங்கள் எடுத்தார்கள். அவர்களுக்கு பிரம்மாண்டமான கோயில்கள் கட்டப்பட்டன. இந்தப் பெருந்தெய்வங்கள் மட்டுமல்ல நாட்டார் தெய்வங்களும் விக்கிரக வடிவில்தான் இருந்தன. மொத்தத்தில் கடவுளை நினைக்கத் தமிழர்களுக்கு கற்சிலையோ அல்லது உலோகச் சிலையோ அல்லது வேறு ஏதோ பௌதிக வஸ்துவோ தேவையாக இருந்தது.

இந்தச் சூழலில் இங்கு வந்த இஸ்லாம் தனது மார்க்கத் தலைவர்கள் மூலம் தமிழர்களை அணுகத் தொடங்கியது. அவர்களது போதனையிலிருந்த சமத்துவம், ஈகை போன்ற அம்சங்கள் சூத்திரர்கள் மற்றும் பஞ்சமர்களில் ஒரு பகுதியினருக்குப் பிடித்துப்போனது. பழைய புத்த மதம் அவர்கள் நெஞ்சில் நிழலாடியது. ஆனால் அல்லாவை வணங்க ஓர் உருவம் இல்லை. அது இல்லா மசூதியில், பள்ளி வாசலில் மானசீகமாகத் தொழவேண்டியிருந்தது. பார்த்தார்கள் தமக்குப் போதித்த மார்க்கத் தலைவர்கள் மறைந்ததும் அவர்களது சமாதிகளையே தர்ஹா எனும் புனிதத் தலமாக்கிக்கொண்டார்கள். பள்ளிவாசல், தர்ஹா இரண்டும் அவர்களின் மத அடையாளங்களாயின.

இப்படித்தான் தமிழகத்தில் இஸ்லாம் பரவியது. நாயக்கர் காலத்தின் முக்கியமான இஸ்லாமியத் தலங்களாக நாகூர் தர்ஹா, ஏர்வாடி தர்ஹா போன்றவை இருப்பது யதேச்சையானது அல்ல. அது அந்த மதத்தின் வரலாற்றுச் சுவடுகள். பிற்காலத்தில் தர்ஹா முறைக்கு எதிர்ப்பு கிளம்பியிருக்கலாம், புதிய தர்ஹாக்கள் எழாமல் போயிருக்கலாம். ஆனால் துவக்க காலத்தில் அது தமிழர்களை ஈர்க்க வசதியாக இருந்தது என்பது உண்மை.

இஸ்லாம் பரவலை பொதுவாக நாயக்க மன்னர்கள் எதிர்க்கவில்லை. அவர்களது ஒடுக்குமுறை காரணமாக அந்த மார்க்கத்தவர் யாரும் தியாகியானதாகத் தெரியவில்லை.

இதற்கான காரணங்களாக அந்த மதத்தவர் குதிரை வியாபாரம் செய்வதற்காக சாம்ராஜ்ஜிய காலத்திலேயே வந்துபோனது மற்றும் நாயக்க மன்னர்களுக்கும் கடல் வாணிகம் தேவைப்பட்டிருந்தது போன்றவை இருக்கலாம். முஸ்லிம்களின் குடியிருப்புகள் பெரும்பாலும் குமரி முதல் நாகூர் வரை கிழக்குக் கடற்கரையை ஒட்டியே இருந்தது அதை உறுதி செய்கிறது.

கத்தோலிக்க கிறிஸ்தவர்களான இயேசு சபையினரின் வருகைதான் இங்கே அந்த மத மாற்றத்தைத் துவக்கிவைத்தது. கர்த்தர், அவரது குமாரர் இயேசு, பரிசுத்த ஆவி எனும் மும்மைத் தெய்வ வழிபாட்டைக் கொண்டது கிறிஸ்தவம். கூடவே மேரி மாதா வழிபாட்டையும் கொண்டிருந்தது கத்தோலிக்கம். எனவே கிறிஸ்து, மேரி, சிலுவை எனும் உருவ வழிபாடு அங்கே இருந்தது. அத்தகைய மதத்துக்கு தமிழர்கள் மத்தியில் வேரூன்ற பெரிய சிரமம் இருக்கவில்லை. அதிலும் ஐரோப்பியப் போதகர்கள் தமிழில் பெரும் தேர்ச்சிபெற்று அதன் வழியாகத் தமது மதப் பிரசாரத்தை செய்தார்கள்.

மக்கள் சேவையே கர்த்தர் சேவை என்பதை நடைமுறைக் கோட்பாடாகக்கொண்டிருந்த கிறிஸ்தவம், கல்வி மற்றும் மருத்துவ சேவையைத் தந்தது அடித்தட்டு மக்களைக் கவர்ந்தது. நாயக்கர் காலத்திலும் நடப்பில் இருந்த மனு சாஸ்திர ஆட்சி முறையில் அவையெல்லாம் உயர் வருணத்தவருக்கே கிடைத்தன. வெந்ததைத் தின்று விதி வந்தால் சாவது என்பதே அடித்தட்டு சாதியினரின் வாழ்வாக இருந்த நிலையில் அவர்களை நோக்கியும் சேவை மனப்பான்மையோடு ஒரு புதிய மதம் வந்தது அவர்களை ஆச்சர்யப்படுத்தியது. தானங்களுக்கு முக்கியத்துவம் கொடுத்த சமணம் பற்றிய பழைய நினைப்பு மீண்டும் அவர்களுக்கு வந்திருக்கலாம். இதனால் எல்லாம் கிறிஸ்தவத்தை நோக்கி ஒரு பகுதியினர் நகரத் தொடங்கினர்.

நாயக்க மன்னர்களில் மதுரையின் திருமலை, மங்கம்மாள் போன்றவர்கள் இதை ஆதரித்தார்கள் என்றால் வேறு சிலர் எதிர்த்தது மட்டுமல்லாது, ஒடுக்குமுறை மூலம் கிறிஸ்தவப் பரவலைத் தடுக்க முயன்றார்கள். ராமனாதபுரத்தின் கிழவன் சேதுபதியின் கடுமையான நிலைப்பாடு பாதிரியார் பிரிட்டோவின் உயிரைப் பறித்தது. பலதார மணத்தை இயல்பாகக்கொண்டிருந்த நிலப்பிரபுத்துவ

குறுநில மன்னர்களால் கிறிஸ்தவத்தின் ஒருதார மணக் கட்டுப்பாட்டை செரிக்க முடியவில்லை. தமிழகத்தில் ஏகபத்தினி விரதம் என்பதை நடப்புக்குக் கொண்டுவர முதன்முதலில் முயன்றதே கிறிஸ்தவம்தான். அதற்காக உயிர்த் தியாகம் செய்ததும் அந்த மார்க்கமே.

ஒடுக்குமுறைகளைக் கண்டு அஞ்சாமல் தனது பிரசாரத்தை தொடர்ந்து நடத்தினார்கள் மிஷனரிகள். கத்தோலிக்கர்கள் மட்டுமல்லாது, லூத்தரன்கள், ஆங்கிலிகன்கள் எனும் புராட்டஸ்டென்ட் பிரிவினரும் நாயக்கர் காலத்தில் தமிழகம் வந்தனர். அவர்கள்தாம் பைபிளைத் தமிழில் பெயர்த்து புத்தகமாக வெளியிட்டு தமிழ் அச்சுக்கலையைப் பரப்பினார்கள். அவர்களது மதத்துக்கும் நம்முடைய மொழிக்கும் ஒருங்கே சேவை செய்தார்கள்.

சாம்ராஜ்ஜிய காலத்தில் புத்தத்தை அகற்றிய வேத மதத்தால் சமணத்தை அப்படி அகற்ற முடியவில்லை. அதற்குக் காரணம் முந்தையது பெரிதும் அடித்தட்டு தமிழர்களை நம்பியிருந்தது என்றால் பிந்தியது வணிகர்களின் ஆதரவையும் பெற்றிருந்தது. அதனால் தமிழகத்தின் வட மாவட்டங்களில், நாயக்கர் காலத்திலும் சமணம் பிழைத்திருந்தது. செஞ்சி நாயக்கர்களின் ஆதரவு சித்தாமூர் கோயிலுக்கு இருந்ததும், ஒரு வணிகர் சமணக் கோயில் கட்டியதும் இதற்கான ஆதாரங்கள். லட்சக்கணக்கில் இல்லாவிட்டாலும் ஆயிரக்கணக்கில் இருந்த தமிழ்ச் சமணர்கள் தங்களது மதத்தை இந்தக் காலத்தில் பாதுகாத்து வந்தனர். அப்படியாக சமணம் ஒரு சிறு மதமாகத் தனது இருப்பைக் கொண்டிருந்தது.

மொத்தத்தில் நாயக்கர் காலத்திலும் தமிழரின் பன்முக மத வாழ்வு தொடர்ந்தது. சாம்ராஜ்ஜிய காலத்தில் அழிந்துபோன சமணம், புத்தத்தை ஈடுகட்டும் வகையில் இந்தக் காலத்தில் இஸ்லாம், கிறிஸ்தவம் கூடிப்போனது, நாட்டார் தெய்வ வழிபாடும் பெருகிப்போனது. முடிவில் வைணவம், சைவம், சிறுதெய்வ வழிபாடு, இஸ்லாம், கிறிஸ்தவம், தமிழ்ச் சமணம் என்று வந்து நின்றது. ஒற்றை மத வாழ்வை நாடியவர்கள் இப்போதும் ஏமாந்துபோனார்கள்.

10

ஆங்கிலேயர் ஆட்சி

ஆங்கிலேயர்களின் கிழக்கிந்தியக் கம்பெனியானது 1640-ல் எல்லாம் மெட்ராஸ்பட்டினத்தில் செயின்ட் ஜார்ஜ் கோட்டை கட்டி, அதில் குடியேறிவிட்டதை அறிவோம். ஆனால் தமிழகத்தை முழுமையாகத் தனது அதிகாரத்தின்கீழ் கொண்டுவர அதற்கு 160 ஆண்டுகள் ஆயின. இடையில் தஞ்சை, செஞ்சி, மதுரையில் எத்தனையோ மாறுதல்கள். குறிப்பாகத் தஞ்சையில் மராத்தியர்களின் ஆட்சி வந்தது.

தஞ்சாவூர் நாயக்கர்களுக்கும் மதுரை நாயக்கர்களுக்கும் ஏற்பட்ட தகறாரில் தஞ்சாவூரின் விஜயராகவ நாயக்கரின் புதல்வர் பீஜப்பூர் சுல்தானின் ஆதரவை நாடினார். அவர் தனது தளபதிகளில் ஒருவரான மராத்தியர் வெங்கோஜி தலைமையில் ஒரு படையை அனுப்பினார். தஞ்சையைக் கைப்பற்றிய அந்த மராத்தியர், அதை நாயக்கர் வாரிசுக்குத் தராமல் தானே அரியணை ஏறினார். இப்படித்தான் 1674-ல் மராத்தியர் ஆட்சி உருவானது. சத்ரபதி சிவாஜியின் ஒன்றுவிட்ட தம்பிதான் இந்த வெங்கோஜி. இவர் உருவாக்கிய ஆட்சி சுமார் 120 ஆண்டுகள் நடந்தது.

1787-ல் இரண்டாம் சரபோஜி அரியணை ஏறினார். அந்த சின்ன வயதுக்காரரை அவரது உறவினரும் பாதுகாவலருமான அமர்சிங் பதவியிலிருந்து அகற்றிவிட்டு தானே ஆட்சிப் பொறுப்பை ஏற்றார். அதிர்ந்துபோன இரண்டாம் சரபோஜி ஆங்கிலேயரின் ஆதரவை நாடினார். வாய்ப்பை விடுவார்களா என்ன? தஞ்சை அரியணையை இவருக்கு மீட்டுக்கொடுத்தவர்கள் அதன் நடைமுறை

சென்னை கோட்டை

நிர்வாகம் கிழக்கிந்தியக் கம்பெனியிடம் இருக்கும் என்று அவரிடம் எழுதி வாங்கினார்கள். இப்படியாக 1798 வாக்கில் தஞ்சாவூர் ஆங்கிலேயர் பிடிக்குள் வந்தது.

செஞ்சி நிலைமை என்ன? 1677-ல் சிவாஜி செஞ்சி கோட்டையைக் கைப்பற்றி அதைப் பலப்படுத்தினார். பிறகு அது ஔரங்கசீப் கையில் விழுந்தது. அவரிடமிருந்துதான் ராஜா தேசிங்கு செஞ்சியைப் பெற்றது. ஆர்க்காட்டு நவாபோடு மோதி தேசிங்கு வீழ்ந்ததைக் கண்டோம். பிறகு ஆங்கிலேயர்களுக்கும் பிரெஞ்சுக்காரர்களுக்கும் இடையே மோதல் வந்தது அந்தக் கோட்டையைப் பிடிக்க. அதில் வெற்றியடைந்தது பிரெஞ்சுக்காரர்கள் 1750-ல். ஆனால் 1761-ல் அதை ஆங்கிலேயர்கள் கைப்பற்றிவிட்டார்கள். இந்த நிலையில்தான் மைசூரின் ஹைதர் அலி மற்றும் அவர் புதல்வர் திப்பு சுல்தானோடு கூட்டணி போட்டார்கள் பிரெஞ்சுக்காரர்கள். 1780-ல் செஞ்சி ஹைதர் அலி வசம் வந்தது. அதை திப்பு சுல்தானிடமிருந்து 1799-ல் மீட்டார்கள் ஆங்கிலேயர்கள்.

மதுரை நிலைமை என்ன? ராணி மீனாட்சியிடமிருந்து மதுரை ஆட்சியை சந்தா சாகிப் கைப்பற்றியதை அறிந்தோம். 1741-ல் மராத்தியர்கள் அவரை வீழ்த்தி மதுரையைப் பிடித்துக்கொண்டார்கள். முராரிராவ் எனும் மராத்தியரை அதன் நிர்வாகத்தில் அமர்த்தினார்கள். ஆனால் சில

ஆண்டுகளிலேயே மதுரை ஆர்க்காட்டு நவாப் வசம் வந்து விட்டது. கிழக்கிந்தியக் கம்பெனியாரிடமிருந்து தான் வாங்கிய பெரும் கடனுக்கு பதிலாக மதுரை நாட்டை அவர்களுக்குக் கொடுத்துவிட்டார் நவாப். இது நடந்தது 1751-ல். கம்பெனியாரின் ஆட்சியை ஏற்காது போர்க்கொடி பிடித்தார்கள் பாளையக்காரர்களாம் பூலித் தேவர், வீரபாண்டிய கட்டபொம்மன், மருது சகோதரர்கள். 1800 வாக்கில் அவர்களையும் அடக்கினார்கள் ஆங்கியேர்கள்.

இப்படியாக அன்று தமிழகத்தின் தஞ்சை, செஞ்சி, மதுரை எனும் முப்பெரும் நாடுகளும் கிழக்கிந்தியக் கம்பெனி வசம் வந்துவிட்டது. 19-ம் நூற்றாண்டு அவர்களின் நூற்றாண்டாகத் தமிழகத்தில் பிறந்தது. செயின்ட் ஜார்ஜ் கோட்டையைத் தலைமையகமாகக் கொண்டு மெட்ராஸ் ராஜதானியை அமைத்தார்கள். 1806-ல் நடந்த வேலூர் சிப்பாய் கிளர்ச்சியை ஒடுக்கினார்கள். இரண்டாம் சிவாஜிக்கு வாரிசு இல்லை என்று தஞ்சாவூரை 1855-ல் இதனோடு இணைத்துக்கொண்டார்கள்.

1857-ல் வட இந்தியாவில் கிளம்பிய சிப்பாய் கிளர்ச்சி இங்கே பெரிய தாக்கத்தை ஏற்படுத்தவில்லை. ஆனால் அதைத் தொடர்ந்து இந்திய ஆட்சிப் பொறுப்பை பிரிட்டிஷ் அரசே எடுத்துக்கொண்டபோது, இங்கும் கிழக்கிந்தியக் கம்பெனியாரின் ஆட்சி முடிவுக்கு வந்தது. இப்படியாகத் தமிழகம் உள்ளிட்ட மெட்ராஸ் ராஜதானியில் சுமார் 150 ஆண்டுகள் ஆங்கிலேயர்களின் ஆட்சி நடந்தது. 1947-ல் தான் சுதந்திரம் கிட்டியது.

கண்டம் விட்டு கண்டம் வந்து ஆங்கிலேயர்களால் இந்த நாட்டை எப்படிப் பிடிக்க முடிந்தது, ஆள முடிந்தது? அதற்கு மூல காரணம் ஐரோப்பாவில்தான், அதிலும் இங்கிலாந்தில்தான் ஒரு புதிய பொருளியல் வாழ்வு தீவிரமாக எழுந்திருந்தது. அதன் பெயர் முதலாளித்துவம். அது உலகம் இதுவரைக் காணாத புத்தம் புது உற்பத்தி முறை. அதில் இயந்திரங்கள் மூலம் பொருள் உற்பத்தி செய்கிற தொழிற்சாலைகள் இருந்தன. தங்களது மூலதனத்தால் அவற்றை சொந்தமாகக்கொண்டிருந்த முதலாளிகளும், கூலிக்காகத் தமது உழைப்பை விற்று அங்கே பணியாற்றும் தொழிலாளர்களும் இருந்தார்கள். உலகம் எனும் நாடக மேடையில் முதலாளிகள், தொழிலாளர்கள் எனும் இரு புதிய கதாபாத்திரங்கள் அறிமுகமாயின.

லாபத்தை மட்டுமே அஸ்திவாரமாகக் கொண்டு முதலாளித்துவம் சாதித்த உற்பத்திக் குவிப்பு மற்றும் கண்டுபிடிப்புகளின் மூலம் அது அறிமுகப்படுத்திய நவீன இயந்திரங்களின் முன்னால் இந்தியாவின் பழைய நிலப்பிரபுத்துவ சமுதாயம் பின்வாங்க வேண்டியிருந்தது. உதாரணமாக ரயில் எனும் புதுமாதிரி போக்குவரத்து சாதனத்தைத் தந்து நேரக் குறைப்பால் தூரக் குறைப்பை அது சாதித்தது கண்டு நிலப்பிரபுத்துவம் அசந்துபோனது. அந்தப் பின்வாங்கலும், ஆச்சரியமும் இந்தியாவில் சமூக வாழ்வைவிட பொருளாதாரத்திலும், அரசாட்சியிலும் பளிச்சென்று வெளிப்பட்டது. அதன் விளைவுதான் இந்தியாவில் நிலைநிறுத்தப்பட்ட ஆங்கிலேயர் ஆட்சி. இதிலிருந்து தமிழகமும் தப்பவில்லை.

இன்னொருபுறம் இந்திய பாணி நிலப்பிரபுத்துவமான வருணாசிரமம் தனது இயல்பிலேயே பேதத்தைக் கொண்டிருந்தது. பிறப்பின் அடிப்படையிலான அந்த பேதம் சூத்திரர்கள் மற்றும் பஞ்சமருக்கு அரசமைப்பில் ஒரு சொந்த பந்தத்தை உருவாக்கவில்லை. 'ராமன் ஆண்டாலென்ன ராவணன் ஆண்டாலென்ன?' என்னும் மனோபாவம் அவர்களுக்குள் ஏற்பட்டது. காரணம் எந்த ராஜாவானாலும் அவர்களது நிலைமை மாறவில்லை, அதே மனு நீதிதான். அதாவது சாதிக்கொரு நீதி! எனவே சம்பளம் தருகிற எந்த ராஜாவின் படையிலும் அவர்கள் சேர்ந்தார்கள், கிழக்கிந்தியக் கம்பெனிப் படையிலும் சேர்ந்தார்கள்.

1803-ல் கம்பெனியின் சொந்த ராணுவம் 2 லட்சத்து 60 ஆயிரம் பேரைக்கொண்டிருந்தது. அது பிரிட்டனின் ராணுவத்தைவிட இரு மடங்கு பெரிது. அப்படியெனில் அவர்களில் அதிகாரிகளைத் தவிர மற்றவர்கள் பெரும்பாலும் இந்தியர்கள் என்பது விளங்கும். தனக்கும் தனது சரக்குகளுக்கும் பாதுகாவலர்கள் என்று கம்பெனி ஆரம்பத்தில் சில நூறு காவலர்களையே கொண்டிருந்தது. அதுதான் 3,000 வீரர்களைக் கொண்ட படையாக 1750-ல் மாறியது. 1778-ல் அதுவே 67 ஆயிரம் பேரைக் கொண்டதாக பெருகியது. பெரும்பாலும் இந்தியர்களைத் தேர்ந்தெடுத்து அவர்களுக்கு ஐரோப்பிய பாணியில் பயிற்சி கொடுத்தார்கள். முடிவில் அது பிரிட்டிஷ் ராணுவத்தைவிடப் பெரிதாகிப் போனது. அந்த இந்திய ராணுவத்தைக் கொண்டுதான்

இந்தியாவைப் பிடித்தது பிரிட்டனின் ஒரு தனியார் கம்பெனி! சரித்திரம்தான் எவ்வளவு விசித்திரமானது!

வரலாற்றாளர் வில்லியம் டால்ரிம்பிள் கூறினார்: "இந்தியாவை பிரிட்டிஷார் கைப்பற்றினார்கள் என்று நாம் இப்போதும் பேசுகிறோம். ஆனால் அது ஒரு மோசமான யதார்த்தத்தை மறைக்கும் பேச்சாக உள்ளது. 18-ம் நூற்றாண்டின் இறுதியில் இந்தியாவைக் கைப்பற்றியது பிரிட்டிஷ் அரசு அல்ல. மாறாக லண்டனில் ஐந்து ஜன்னல் அகலத்தில் இருந்த ஒரு சிறிய அலுவலகத்தை தலைமையகமாகக் கொண்ட, இந்தியாவில் ராபர்ட் கிளைவ் எனும் மனோ வியாதிக்காரரால் நிர்வகிக்கப்பட்ட ஒரு கட்டுப்பாடற்ற, அபாயகரமான தனியார் கம்பெனியால் அது கைப்பற்றப்பட்டது."

இவ்வளவு பெரிய துணைக்கண்டத்தை வெகுதொலைவி லிருந்த ஒரு லண்டன் கம்பெனி கைப்பற்றி ஆண்டது என்றால் அதற்கு மேற்கூறிய காரணங்கள் இருந்தன. கூடுதலாகச் சொல்ல வேண்டியது இங்கிருந்த ராஜாக்களுக்கிடையே நடந்த அதிகாரப் போட்டியில் கம்பெனியின் தயவை நாடியது. சமரசம் செய்துவைக்க அடுத்த ஆளை அழைத்தால் என்ன நடக்குமோ அதுதான் இங்கும் நடந்தது. தஞ்சையின் மராத்திய மன்னர், கம்பெனியின் உதவியை நாடி அவர்களின் அதிகாரத்தை ஏற்க வேண்டி வந்ததைக் கண்டோம். கம்பெனியிடம் கடன் வாங்கி மதுரையை அவர்களுக்கு ஆர்காட்டு நவாப் எழுதிக் கொடுத்ததைப் பார்த்தோம். நாட்டின் பரப்பளவையும் மக்களின் எண்ணிக்கையையும்விட உயர்ந்த உற்பத்தி முறையும், ஒற்றுமையுமே அதன் சுதந்திரத்தைக் காக்கும் எனும் பாடத்தைச் சொன்னபடி ஆங்கிலேயர் ஆட்சி இங்கே ஆரம்பமானது. இதில் தமிழர்களின் மத வாழ்வு எப்படி இருந்தது என்பதைக் காண்போம்.

அதற்கு முன்பாக மெட்ராஸ் ராஜதானி அல்லது மாகாணம் எனப்பட்டதன் சில விபரங்களைத் தெரிந்து கொள்வோம். இதில் இன்றைய தமிழகம், ஆந்திரா, தெலங்கானா, கேரளத்தின் மலபார் பகுதி, கர்நாடகம் மற்றும் ஒடிசாவின் சில மாவட்டங்கள் இருந்தன. அதனால் பல மொழிகளின் மாகாணமாக இருந்தது. எனினும் தமிழ், தெலுங்கு பேசுவோர் 78% ஆக இருந்தார்கள். எனவே

மாகாணம் தொடர்பான புள்ளிவிபரங்கள் இந்த இரு பகுதியினரைப் பெரிதும் சார்ந்தது.

ஆச்சர்யமான விஷயம் 1822-லேயே இந்த மாகாணத்துக்கு ஒரு வகையான மக்கள்தொகைக் கணக்கெடுப்பு நடந்தது. அதன்படி மக்கள்தொகை 1 கோடியே 35 லட்சம். 1871-ல்தான் இந்தியா முழுமைக்குமான மக்கள்தொகைக் கணக்கெடுப்பு நடந்தது. அதன்படி இதன் மக்கள்தொகை 3 கோடியே 12 லட்சம். அரை நூற்றாண்டு காலத்தில் இரு மடங்குக்கும் மேலே அதிகரித்துவிட்டது. ஆங்கிலேயர் ஆட்சியில் கடைசியாக எடுக்கப்பட்ட 1941 கணக்கெடுப்பின்படி, அது 5 கோடி. ஆக மக்கள்தொகை அதிகரித்துக்கொண்டேதான் வந்ததே தவிர குறையவில்லை. இந்தக் காலத்தில் சில கொடும் பஞ்சங்களையும் கொள்ளை நோய்களையும் கண்டபோதும் இதுதான் நிலைமை.

இதிலே பழைய பதிவுகளின் மதவாரியான கணக்கு தெரியவில்லை. 1868-ல் மதுரை நாடு பற்றி எழுதிய நெல்சன் தந்த கணக்கை அறிவோம். அது 93% இந்துக்கள், 4% முஸ்லிம்கள், 3% கிறிஸ்தவர்கள். இந்துக்கள் என்று இதர இரண்டு மதங்கள் அல்லாதவரை பொதுவாகப் பெயரிட்டு கணக்குப் பார்க்கிற பழக்கம் அப்போதே அரசுக்கு வந்திருக்கிறது.

அதற்குப் பிறகு 1901 மக்கள் கணக்கெடுப்பின்படியான மெட்ராஸ் மாகாணத்துக்கான மதவாரி கணக்கு உள்ளது. அது: 3 கோடியே 70 லட்சம் இந்துக்கள், 27 லட்சம் முஸ்லிம்கள், 20 லட்சம் கிறிஸ்தவர்கள். நாடு சுதந்திரம் பெற்ற அந்த 1947-க்கான மதிப்பீடு: 5 கோடி இந்துக்கள், 39 லட்சம் முஸ்லிம்கள், 20 லட்சம் கிறிஸ்தவர்கள். ஆக ஆங்கிலேயர் ஆட்சியிலும் இந்துக்கள்தாம் கோடிக்கணக்கில் இருந்தார்கள், முஸ்லிம்களும் கிறிஸ்தவர்களும் லட்சக்கணக்கில்தான். அதிலும் கிறிஸ்தவர்களின் எண்ணிக்கை முஸ்லிம்களைவிடக் குறைவு. நடந்ததோ ஆங்கிலேயர்கள் ஆட்சி, அவர்கள் கிறிஸ்தவர்கள்! மெட்ராஸ் மாகாணத்துக்கான இந்த நிலைமை பொதுவாக அதற்குள் இருந்த தமிழ்நாட்டுக்கும் பொருந்தும் என வைத்துக்கொண்டு ஆங்கிலேயர் காலத்திய மதங்களின் நிலையை ஆராய்வோம்.

11

இந்து மதம்

இஸ்லாம், கிறிஸ்தவம் அல்லாத இந்தியாவின் பெருவாரியான மக்களது மதப் பிரிவுகளை எல்லாம் சேர்த்து 'இந்து மதம்' என்று அழைக்க ஆரம்பித்தார்கள் ஆங்கிலேய ஆட்சியாளர்கள். மக்கள்தொகைக் கணக்கெடுப்பிலும் அப்படியே பதிந்தார்கள் என்பதைக் கண்டோம். இதைப் பெரிதாக எடுத்துக்கொள்ளவில்லை சைவ, வைணவ, நாட்டார் தெய்வ வழிபாட்டாளர்கள். காரணம் வெள்ளைக்காரனின் காகிதங்களில்தான் அந்தப் பெயர் இருந்ததே தவிர இவர்களைப் பொறுத்தவரை சிவன், பெருமாள், கருப்பசாமி, அய்யனார், மாரியம்மா போன்றவைதான். எனவே, அவரவர் சாமியை அல்லது சாமிகளைக் கும்பிட்டு வந்தார்கள்.

எனினும் சைவ, வைணவக் கோயில்களைப் பொறுத்தவரை ஒரு முக்கியமான மாறுதல் இருந்தது. நாயக்க மன்னர்கள் அரசு கஜானாவிலிருந்து இவற்றை விரிவுபடுத்தினார்கள், புதுக் கோயில்களைக் கட்டினார்கள். அந்த நிலை ஆங்கிலேயர் ஆட்சியில் இல்லை. அவர்கள் அந்நியர்கள், கிறிஸ்தவம் எனும் இன்னொரு மதத்துக்காரர்கள். அதுமட்டுமல்ல, அவர்களது தாய்நாடாகிய இங்கிலாந்தில் தேவாலயங்களை அரசு பணத்தில் கட்டக்கூடாது, அது திருச்சபை பணத்தில் கட்டப்பட வேண்டும் எனும் புதுச்சிந்தனை, 'மதசார்பற்ற அரசு' எனும் கருத்தியல் தோன்றியிருந்தது. எனவே, அவர்கள் இந்துக் கோயில்களை விரிவாக்குவதிலோ அல்லது கட்டுவதிலோ இறங்கவில்லை. அர்ச்சகர்களும் அதை எதிர்பார்க்கவில்லை.

வேறு சில பிரச்னைகள் இருந்தன. அவை: இந்துக்களுக்கிடையே வழிபாடு தொடர்பாகத் தகராறு வந்தால் அதில் அரசு தலையிடலாமா, கூடாதா? நிர்வாகிகள் கோயில் சொத்துக்களை ஒழுங்காகப் பராமரிக்காவிட்டால் அல்லது அவற்றைத் தம் சொந்த நலனுக்குப் பயன்படுத்தினால் அரசு தலையிடலாமா, கூடாதா? 1707-1947 காலத்தைய தமிழர்களின் சமூக வரலாறை எழுதியிருக்கிறார் பி.சுப்ரமணியன். அதிலுள்ள சில செய்திகள் அன்றைய நிலையைச் சொல்கின்றன.

வடகலை-தென்கலை மோதல்

வைணவத்தில் வடகலை, தென்கலை எனும் இரு பிரிவு பிராமணர்கள் உண்டு என்பதைக் கண்டோம். 1754-ல் திருவல்லிக்கேணியில் அவர்களுக்கிடையே பிரச்னை ஏற்பட்டு கிழக்கிந்திய கம்பெனியாரிடம் சென்றது. அவர்கள், சமரசம் செய்துவைத்தார்கள். ஆனால் 1780-ல் மீண்டும் பிரச்னை வெடித்தது. புது மந்திரம் ஒன்றை வடகலையினர் சொல்லவும் அதை எதிர்த்தனர் தென்கலையினர்.

திருவல்லிக்கேணி பார்த்தசாரதி கோயிலில் மட்டுமல்ல ஸ்ரீரங்கம் ரெங்கநாத சுவாமி கோயிலிலும் இருசாராருக்குமிடையே மோதல் ஏற்பட்டது. இதுபற்றி 'கோயில் ஒழுகு' எனும் அக்கோயில் சரித்திர நூலும் பேசுகிறது. சில சடங்குகள் சம்பந்தமாக 1830-ல் எழுந்த தீவிரப் பிரச்னை அது. தென்கலையினர் விஷயத்தை திருச்சி கலெக்டர் வேலஸிடம் கொண்டுசென்றார்கள். அவர் தென்கலையினருக்கு ஆதரவாகத் தீர்ப்பு தந்தார். இதனால் வடகலையினர் சில சடங்குகளைச் செய்வதை நிறுத்தினார்கள். ஆனாலும் கோயில் நிர்வாகம் தென்கலையினருக்கே சொந்தம், வடகலையினர் தங்களுக்கு உரியதை மட்டுமே பெறமுடியும் என்று இறுதித் தீர்ப்புச் சொல்லிவிட்டார்.

1850 வாக்கில் விவகாரம் மீண்டும் எழுந்தது. 'நன்மை, தீமை' சடங்கை தென்கலை புரோகிதர் செய்யக்கூடாது என்று வடகலையினர் தகராறு செய்தார்கள். திருச்சி மாவட்ட நீதிபதி ஆர்.ஏ.லேதோம் தீர்ப்புச் சொன்னார்: "ஸ்ரீரங்கம் தீவில் உள்ள ஸ்ரீரெங்கநாத சுவாமி கோயிலில் வடகலையினரைவிட தென்கலையினருக்கே உயர்ந்த

பாத்தியதை உண்டு என்று 1812 சட்டத்தின் ஷரத்து 10-ன்படி ஆணையிடப்படுகிறது." ஆனால் இதே ஆண்டில் முதலில் யார் தீர்த்தம் வாங்குவது என்று பிரச்னை எழுந்தது. இதிலும் தென் கலையினருக்கு ஆதரவாகவே தீர்ப்பு சொன்னது நீதிமன்றம்.

ஸ்ரீரங்கத்தின் நாதமுனி சன்னிதானத்தில் தங்களது நாமத்தை எழுதிவிட்டார்கள் வடகலையினர். இது நடந்தது 1863-ல். இதைச் செய்த ரங்க ஐயங்காருக்கு ரூ.1000 அபராதம் விதித்தது கீழ் கோர்ட். இதை எதிர்த்து உயர்நீதிமன்றம் போனார்கள் வடகலையினர். அது கீழ் கோர்ட்டின் தீர்ப்பை உறுதி செய்து இப்படிச் சொன்னது: "ரோமன் கத்தோலிக்க தேவாலயம் ஒன்றில் 'போப்புக்கு அதிகாரம் இல்லை' என்று ஒரு புராட்டஸ்டென்ட் எழுதினால் எப்படி இருக்குமோ அப்படி இருக்கிறது இங்கே நடந்தது."

வைணவத்தின் தென்கலை, வடகலை மோதலை ஐரோப்பாவின் கத்தோலிக்கம், புராட்டஸ்டென்ட் மோதலோடு ஒப்பிட்டது சுவாரஸ்யமானது.

வைணவத்தின் மிகப் பிரபலமான திருப்பதி கோயிலிலும் இப்படியொரு பிரச்னை வந்தது. 1901-ல் நடந்த இந்த வழக்கில் இரு சாராரும் கூட்டாக அந்தக் குறிப்பிட்ட பயனை அனுபவிக்கலாம் என்று தீர்ப்புச் சொன்னார் வட ஆர்க்காட்டு மாவட்ட துணை நீதிபதி. அதை ஏற்காது மாவட்ட நீதிமன்றம் போனார்கள் தென்கலையினர். அது அவர்களை ஆதரித்தது. அதை எதிர்த்து உயர்நீதிமன்றம் போனார்கள் வடகலையினர். அது கூட்டாக அனுபவிக்கச் சொன்னது. இதை எதிர்த்து லண்டனிலிருந்த பிரிவியூ கவுன்சிலுக்குப் போனார்கள் தென் கலையினர். அது கோயில் தென்கலையினருக்கே சொந்தம் என்றது.

இரு சாராருக்கும் மதம் வைணவம்தான், கடவுள் விஷ்ணு தான். ஆனாலும் இவ்வளவு தொடர் மோதல். இதைத் தீர்த்துக்கொள்ள இந்த மண்ணுக்கும், இதன் மரபுக்கும் சம்பந்தமேயில்லாத ஆட்சியாளர்களிடம் பஞ்சாயத்துக்குப் போன கொடுமை. ஆங்கிலேய ஆட்சியாளர்கள் அன்று உள்ளூரச் சிரித்த சத்தம் இன்றைக்கும் துல்லியமாகக் கேட்கிறது! இது வழிபாட்டுத் தொடர்பான பிரச்னை என்றால் கோயில் சொத்து நிர்வாகம் தொடர்பாக எழுந்த பிரச்னையைக் காணுங்கள்.

இந்துக் கோயில்கள் நிர்வாகம்

1789-ல் உருவாக்கப்பட்ட ரிவென்யூ போர்டு இந்துக் கோயில்களையும், சொத்துகளையும் பாதுகாக்க ஆரம்பித்தது. ஒரு கோயிலின் சொத்துகளை சில பிராமணர்கள் தங்கள் சொந்த நலனுக்காக அடகு வைத்தார்கள். இதைக் கண்டறிந்து சொத்தை மீட்டார் டைட்டான் எனும் அதிகாரி. இத்தகைய அனுபவங்கள் காரணமாக 1817-ல் ஏற்படுத்தப்பட்ட விதிமுறையின்படி கம்பெனியானது இந்து மற்றும் முஸ்லிம் வழிபாட்டுத் தலங்களின் பாதுகாவலனாகத் தன்னை வரித்துக்கொண்டது. அப்படியாக 7,600 இந்துக் கோயில்கள் அதன் நிர்வாகத்தின்கீழ் வந்தன.

இந்தச் சூழலில்தான் வடக்கே 1857-ல் சிப்பாய்கள் கிளர்ச்சி எழுந்தது. அதற்கு மூல காரணம் இந்து, முஸ்லிம் இரு சாராரின் மத உணர்வுகள் சீண்டப்பட்டதுதான் என்பதை உணர்ந்திட்ட பிரிட்டிஷ் அரசு உள்ளூர் மத விவகாரங்களில் தலையிடக் கூடாது எனும் முடிவை எடுத்தது. இதற்காகவே 1863-ல் மத அறக்கட்டளைகள் சட்டம் என்பதைக் கொண்டுவந்தது. அதன் தலைப்பே 'மத அறக்கட்டளைகள் நிர்வாகத்திலிருந்து அரசாங்கத்தை விடுவிப்பதற்கான சட்டம்' என்பதுதான். அதன் ஷரத்து 4 கூறியது:

"ஒவ்வொரு மசூதியும், கோயிலும், இதர மத அமைப்பும் டிரஸ்டி, மேலாளர் அல்லது மேற்பார்வையாளரின் நிர்வாகத்தில் இருக்கும். அவருடைய நியமனம் அரசாங்கத்திடம் இருக்காது. அவர்களிடம் மசூதி, கோயில் அல்லது இதர மத அமைப்பின் நிலங்கள் அல்லது இதர சொத்துகள் ஒப்படைக்கப்படும்." இதை அமல்படுத்திய மெட்ராஸ் மாகாண அரசு கோயில் நிர்வாகத்திலிருந்து விலகிக்கொண்டு அதை டிரஸ்டிகள் என்ற சில பெரிய மனிதர்களிடம் ஒப்படைத்தது. அவர்கள்தாம் தர்மகர்த்தாக்கள் என அழைக்கப்பட்டார்கள்.

அந்த தர்மகர்த்தாக்கள் சாதி தர்மத்தைக் காத்தார்களே தவிர கோயில் சொத்தைக் காக்கவில்லை. 'சிவன் சொத்து குல நாசம்' என்று சொல்லிக்கொண்டே அவர்களில் கணிசமானோர் அந்தச் சொத்தைக் கொள்ளையடிக்க ஆரம்பித்தார்கள். இதைக் கண்ட பக்தர்கள் கோயில்

சொத்து நிர்வாகத்தில் அரசு தலையீடு வேண்டும் என்று கோரிக்கை வைக்க ஆரம்பித்தார்கள். தமிழ்த்தாத்தா உ.வே.சாமிநாதய்யர் தனது 'என் சரித்திரம்' நூலில் தந்துள்ள இந்தச் செய்தியை நோக்குங்கள்: "ஒரு கோயிலை நிர்வாகம் செய்து வந்த தருமகருத்தர் ஒழுங்காக அதனைக் கவனிக்கவில்லை. அதை உணர்ந்த சடகோபையங்கார் அத்தகையவர்களைப் பரிகசித்து 'பஞ்சாயத்து மாலை' என்ற ஒரு செய்யுள் நூல் எழுதினார். அதில் தருமகருத்தர்களுடைய ஒழுங்கீனமான செயல்களைப் புலப்படுத்தினார். தருமகர்த்தாக்களைப் பஞ்சாயத்தார் என்றும் சொல்வதுண்டு."

இப்படி கடும் விமர்சனங்கள் எழுந்தாலும் 1857-ன் கசப்பான அனுபவத்தை மறக்காத ஆங்கிலேய ஆட்சியாளர்கள், மீண்டும் தலையீடு செய்ய தயங்கி நின்றார்கள். 1919-ல் மாண்டேகு-செம்ஸ்போர்டு சீர்திருத்தத்தின்படி இந்தியர்களுக்கு நிர்வாகத்தில் ஓரளவு பங்கு தரப்பட்டது. அப்படியாக மெட்ராஸ் மாகாணத்திலும் இரட்டை ஆட்சி முறை வந்தது. அதில் வழிபாட்டுத் தலங்களது நிர்வாகப் பிரச்னையை இந்தியர்களிடம் சாதுர்யமாகத் தள்ளி விட்டார்கள்.

அய்யா வைகுண்டர்

பிராமணர்கள் தங்களுக்குள்ளேயே வடகலை, தென்கலை என்று பேதம் பார்த்து, வழக்காடி வந்த அந்தக் காலத்தில், பிற சாதியினரின் வாழ்நிலை மற்றும் மனோநிலை எப்படி இருந்திருக்கும் என்று எளிதில் ஊகிக்கலாம். வருணாஸ்ரமத்தின் எடுத்துக்காட்டான வாமன வடிவமாக இருந்த கோயிலில் சாதியம் மிகக் கறாராகக் கடைப்பிடிக்கப்பட்டது. மீறல் எதுவும் அனுமதிக்கப்படவில்லை. ஆனாலும் சில வகை எதிர்ப்புகள் கிளம்பவே செய்தன.

ஒருவகை எதிர்ப்பு இந்து மதத்துக்குள் மாற்றுப் பிரிவை உருவாக்குவது. அதைச் செய்தவர்கள் தெற்கே வைகுண்ட சுவாமிகள், வடக்கே அருட்பிரகாச வள்ளலார். கன்னியாகுமரிக்கு அருகில் உள்ள 'பூவண்டன் தோப்பு' எனும் கிராமத்தில் ஒரு ஏழை நாடார் குடும்பத்தில் 1809-ல் பிறந்தவர் அய்யா வைகுண்டர். விஷ்ணு பக்தராய் இருந்த இவர், திருச்செந்தூர் கடலில் குளிக்கும்போது அலையில்

சிக்கி மூன்று ஆண்டுகள் கழித்து மீண்டு வந்ததாகவும், அப்போது நாராயணன்-லட்சுமி தரிசனம் பெற்றதாகவும், அவர்கள் தம்மை மகவாக, வைகுண்டராக திருப்பி அனுப்பியதாகவும் பேசத் தொடங்கினார். இப்படியாக 1833 முதல் இவரின் ஆன்மிக வாழ்வு புறப்பட்டது.

நான்கு ஆண்டுகள் தவத்தில் இருந்தார். தங்கள் குலத்தில் ஒரு துறவி தோன்றியதைக் கண்ட நாடார் மக்கள் பரவசம் அடைந்து அவரிடம் நோய் தீர்க்கும் வேண்டுதல் உட்பட பல கோரிக்கைகளுடன் வந்தனர். அவர்களுக்கு போதிக்கத் தொடங்கினார் வைகுண்டர். தனது போதனைகளை காரியமாக்க 'சமத்துவ சங்கம்' என்பதைத் தொடங்கினார். அதன் சார்பில் 'நிழல் தாங்கல்' என்பதைப் பல ஊர்களில் அமைத்தார். இது வழிபாட்டுத் தலமாகவும், கல்வி நிலையமாகவும், சுவாமிகளின் போதனைகளைப் பரப்பும் பிரசார மையமாகவும் விளங்கியது. இங்கே வழிபாடு நடந்தாலும் விக்ரகம் கிடையாது, எனவே, பூசாரி கிடையாது, சாதியப் பாகுபாடும் கிடையாது. கூடவே பலியிடலும் கிடையாது.

அந்தக் காலத்தில் பஞ்சமர்கள் மட்டுமல்லாது நாடார்களும் வைதீகக் கோயில்களுக்குள் நுழைய முடியாது. வருணத்தில் இவர்கள் சூத்திரர்கள் என்றாலும் பனையேறிகள் என்பதால் இந்தத் தடை எனப்பட்டது. ஆனால் காணிக்கையை கோயிலுக்குள் நுழைய உரிமையுள்ள ஒருவரிடம் கொடுத்து அனுப்பலாம். இந்த மனிதர்கள் வேண்டாம், இவர்களின் காசு மட்டும் வேண்டும்! இந்த அவமானத்தை தடுக்கத் துணிந்தார் வைகுண்டர். அந்தக் கோயில்களுக்கு காணிக்கை அனுப்பாதீர்கள், நிழல் தாங்கலுக்கு வந்து வழிபடுங்கள் என்றார். 'காணிக்கை இடாதீங்கோ காவடி தூக்காதீங்கோ/ வீணுக்குத் தேடு முதல் விருதாவில் போடாதீங்கோ' என்றார். தங்களை அனுமதிக்காத கோயிலுக்கு தங்களது காசை அனுப்புவது விருதாவேலை என்று பாமரத் தமிழில் நறுக்கென்று கூறினார்.

தான் முன்வைக்கும் ஆன்மிக வாழ்வை மக்களுக்குப் புரியவைக்க 'துவையல் பந்தி' எனும் பயிற்சி முகாமை நடத்தினார். அதில் சுமார் 700 குடும்பங்கள் கலந்து கொண்டதாகக் கூறப்படுகிறது. அங்கே மூன்று வேளையும்

குளித்து, ஒருவேளை கஞ்சி குடித்து ஒருவித தவ வாழ்வுக்கான பயிற்சியைக் கொடுத்தார் சுவாமிகள். அவர்களுக்குத் தனது போதனைகளையும் எடுத்துரைத்தார். அவர்கள் ஊர்தோறும் சென்று அவற்றைப் பரப்பினார்கள். அப்படியாக வைதீக மதங்கள் மறுத்த ஆன்மிக வாழ்வை நாடார் மக்களுக்கு இவர் வேறு வடிவத்தில் தந்தார்.

அய்யா வைகுண்டர் தனது இயக்கத்துக்கென்று தனிக் கொடியையும் கண்டார். காவி நிறத்தில் வெள்ளை தீபச் சுடரை அது கொண்டிருந்தது. அதை 'அன்புக்கொடி' என்றும், தம்மைப் பின்பற்றுவோரை 'அன்புக்கொடி மக்கள்' என்றும் அழைத்தார். சுவாமிகளைப் பின்பற்றுவோர் நிழல் தாங்கலில் இந்தக் கொடியை ஏற்றி வழிபாடு செய்தனர். வைகுண்டர் பிறந்தநாள் ஊர்வலத்திலும் அதை உயர்த்திப் பிடித்தனர்.

1851-ல் சுவாமிகள் இந்த மண்ணைவிட்டு மறைந்தபோதும் தங்களுக்கென ஒரு சொந்தமான, புதுமையான மதவாழ்வு கிடைத்தது என அம்மக்கள் அவரை நன்றியோடு நினைத்தனர். அவர்களால் 'அய்யா' என்று பிரியத்தோடு அழைக்கப்பட்டவரின் சமாதி சாமித் தோப்பில் உள்ளது. அங்கு ஏற்றிவைக்கப்படும் குத்துவிளக்கு ஒளியை வணங்குகிறார்கள். அவரின் இந்த மாற்று மதப் பிரிவினுடைய வளர்ச்சியின் அளவுக்கு வைதீகக் கோயில்களின் சாதியத்துக்கும் வருமானத்துக்கும் தளர்ச்சி என்பது நிச்சயம்.

அருட்பிரகாச வள்ளலார்

சிதம்பரத்துக்கு அருகே உள்ள மருதூரில் 1823-ல் பிறந்தார் இராமலிங்கர். கணக்குப்பிள்ளை வகுப்பைச் சேர்ந்த இவருக்கு இளவயதில் சைவ மதத்தின் மீது அதிகப்பற்று. குடும்பம் சென்னைக்கு வந்தபோது அதை அடுத்துள்ள திருவொற்றியூர் சிவனை தினமும் தொழுது வந்தார். தனது கவித்துவ ஆற்றலைப் பக்திப் பாடல்கள் புனையப் பயன்படுத்தினார். சிதம்பரம் நடராஜரை நாடி அதன் அருகிலிருந்த கருங்குழியில் 1858 முதல் தங்கினார். அங்கிருந்து அடிக்கடி சிதம்பரம் சென்று நடராஜரைத் தரிசித்து வந்தார். அவரைத் துதித்தும் பாடல்கள் இயற்றினார்.

இந்தக் கட்டத்தில்தான் இராமலிங்கரின் வாழ்வில் ஒரு முக்கியமான திருப்பம் ஏற்பட்டது. அதுபற்றி

1904-ல் பு.பாலசுந்தர நாயகர் என்பார் எழுதிய 'இராமலிங்க பிள்ளை பாடல் ஆபாச தர்ப்பணம்-மருட்பா மறுப்பு' என்கிற சிறு நூல் கூறுகிறது: 'தில்லைத் தலத்தினும் பார்க்க உயர்ந்த தலங்கள் வேறின்மையால் கோயில் என்பர். அங்கே பிள்ளை தரிசிக்கப் போய் கலை ரகசிய லிங்கத்தைக் காட்டுமாறு தீக்ஷிதர்களைக் கேட்க அவர் உட்பிரவேசித்தல் கூடாது, இங்கு நின்று தரிசிக்க என்றனர். பிள்ளை பெருஞ் சினங்கொண்டு இதற்கு எதிராக ஒரு சிதம்பர தலமுண்டாக்கி நடராசரையும் அங்கே வரவழைத்து நடனஞ் செய்விக்கின்றோம், சிற்றம்பலமுஞ் செய்கின்றோமென்று வடலூரில் உத்தரஞான சிதம்பரமென்று ஒரு கட்டிடங் கட்டி நடராசர் எல்லாருங் காண இங்கே வந்து நடம் புரிவார் என்று கதையுங் கட்டியிருந்தார்."

1872-ல் வடலூரில் இராமலிங்கர் 'ஞான சபை' என்பதைக் கட்டினார். அது சிதம்பரம் நடராஜர் கோயிலுக்கான போட்டி வழிபாட்டுத் தலம் என்பது தெரிய வருகிறது. பிராமணரல்லாதார் என்பதால் கோயிலில் ஒரு குறிப்பிட்ட பகுதியைத் தாண்டி இராமலிங்கராலும் போக முடியவில்லை. அவர் என்னதான் பக்தி பரவசத்தோடு அதே நடராஜர் மீது பாடல்கள் பாடியிருந்தாலும் அவரின் பிறப்பு தடையாக வந்தது. பக்தியை மிஞ்சியதா பிறப்பு எனும் சாதி எனும் எண்ணம் வந்து அதே நடராஜரை வடலூரில் தரிசித்துக்கொள்கிறேன், சிதம்பரம் வேண்டாம் என்று முடிவெடுத்திருக்கிறார்.

ஞான சபை எனப்பட்ட இந்த வழிபாட்டுத் தலத்தில் விக்ரகம் கிடையாது, ஜோதி வழிபாடுதான். அதற்கு புரோகிதர்களும் கிடையாது. சபை துவங்கப்பெற்ற அன்று அன்பர்களுக்கு விடுத்த விளம்பரத்தில் இராமலிங்கர் கூறினார்: "எல்லாச் சமயங்களுக்கும் எல்லா மதங்களுக்கும் எல்லா மார்க்கங்களுக்கும் உண்மைப் பொது நெறியாகி விளங்குஞ் சுத்த சன்மார்க்கத்தைப் பெற்று பெருஞ்சுகத்தையும் பெருங்களிப்பையும் அடைந்து வாழும் பொருட்டு மேற்குறித்த உண்மைக் கடவுள் தாமே திருவுள்ளங் கொண்டு சுத்த சன்மார்க்கத்தின் முக்கிய லட்சியமாகிய உண்மை விளக்கஞ் செய்கின்ற ஓர் ஞான சபையை இங்கே தமது திருவருட் சம்மதத்தால் இயற்றுவித்து அருட்பெருஞ் ஜோதியராய் வீற்றிருக்கின்றார்."

இஸ்லாம் தமிழகம் வந்த பிறகு மார்க்கம் என்கிற சொல் பிரபலமானது. கிறிஸ்தவம் வந்த பிறகு பிரபலமானது திருச்சபை என்கிற சொல். சமயம், மதம் என்பதோடு அவற்றையும் அவர் பயன்படுத்தியது கவனிக்கத்தக்கது. அனைத்து மதங்களுக்கும் பொதுவானவர் 'உண்மைக் கடவுள்' என்றும், அவரை வணங்கவே இந்த ஞானசபை என்றும் சொன்னார். அப்படியெனில் அவருக்கான பௌதீக வடிவம் என்ன? அதுதான் ஜோதி. இப்படியாக வைதீகத்துக்கு மாற்றான ஒரு புது மதப்பிரிவைத் தோற்றுவித்தார்.

ஜோதி என்றால் அது குத்து விளக்காகக்கூட இருக்கக்கூடாது என்று கருதினார். அப்படியிருந்தால் அது இந்து மதக் கோயிலாகப் போய்விடும் என நினைத்தார். சபை தொடங்கி ஆறு மாதங்களுக்குப் பிறகு வெளியிட்ட 'ஞானசபை விளக்க விபவ பத்திரிகை'யில் இராமலிங்கர் கூறினார்:

"ஞான சபைக்குள்ளே தகரக் கண்ணாடி விளக்கு வைத்தல் வேண்டும். பித்தளை முதலியவற்றால் செய்த குத்து விளக்கு வேண்டாம். தகரக் கண்ணாடி விளக்கு வைக்குங் காலத்தில் தகுதியுள்ள நம்மவர்கள் தேக சுத்தி கரணசுத்தியுடையவர்களாய் திருவாயிற்படி புறத்திலிருந்து கொண்டு விளக்கேற்றி பன்னிரெண்டு வயதுக்கு உட்பட்ட சிறுவர் கையிற் கொடுத்தாவது, எழுபத்திரண்டு வயதுக்கு மேற்பட்ட பெரியவர் கையிற் கொடுத்தாவது உட்புற வாயில்களுக்குச் சமீபங்களில் வைத்துவரச் செய்விக்க வேண்டும்." அதாவது நிரந்தர பூசாரி எனும் ஏற்பாடே கூடாது என்றார். பூசாரி என்றாலே சாதி விவகாரம் வந்துவிடும் என நினைத்தார். சிதம்பர அனுபவம் இதில் வெளிப்பட்டது எனலாம்.

சுத்தமான ஆன்மிக வாழ்வில் பிறப்பின் அடிப்படையில் பேதம் காட்டுவது இருக்கக்கூடாது என்று, அப்படி பேதம் காட்டுகிற மதங்களுக்கெல்லாம் மாற்றாகவே இப்படியொரு போட்டி வழிபாட்டுத் தலத்தை இராமலிங்கர் உருவாக்கினார் எனலாம். 1873-ல் அவர் ஆற்றிய உரை இதை உறுதிப்படுத்துகிறது:

"நாம் நாமும் முன்பார்த்தும் கேட்டும் லட்சியம் வைத்திருந்த வேதம், ஆகமம், புராணம், இதிகாசம் முதலிய கலைகள் எதனினும் லட்சியம் வைக்க வேண்டாம்.

ஏனென்றால் அவைகளில் ஒன்றிலாவது குழூ உக்குறியின்றித் தெய்வத்தை இன்னபடி என்றும், தெய்வத்தினுடைய உண்மை இன்னதென்றும் புறங்கவியச் சொல்லாமல் மண்ணைப் போட்டு மூடிவிட்டார்கள். இதுபோல சைவம், வைணவம் முதலிய சமயங்களிலும் வேதாந்தம், சித்தாந்தம் முதலிய மதங்களிலும் லட்சியம் வைக்க வேண்டாம். அவற்றில் தெய்வத்தைப் பற்றி குழூ உக்குறியாகக் குறித்திருக்கிறதேயன்றிப் புறங்கவியச் சொல்லவில்லை.”

கோயிலிலும் சாதி பார்க்கப்படுவதற்கு ஆதாரமாக ஆகமம் போன்ற நூல்களையே சொன்னார்கள். ஆகவே அவற்றை மதிக்க வேண்டாம் என்றார் தனது அன்பர்களை. இதற்கெல்லாம் உச்சம் சைவம், வைணவம், வேதாந்தம், சித்தாந்தம் என்ற சகல வைதீகங்களையும் மறுத்தது. தன்னுடையது இவை அனைத்துக்கும் மாற்றான ஒரு தனி மதப் பிரிவு என்று தெளிவாகப் பறைசாற்றினார்.

இத்தகைய சநாதன மறுப்பு நிலைப்பாடு வைதீகர்களிடமிருந்து எத்தகைய எதிர்ப்பை ஏற்படுத்தி யிருக்கும் என்பதை எளிதில் ஊகிக்கலாம். எதிர்நீச்சல் போட்டவருக்கு சலிப்பும் வந்தது. ‘கடை விரித்தோம் கொள்வாரில்லை, கட்டிவிட்டோம்’ என்றுகூட ஒரு கட்டத்தில் சொன்னார். 1874, ஜனவரி 30 நடுநிசியில் அறைக்குள் சென்று தாழிட்டுக்கொண்டவர் அதற்குப் பிறகு வெளியே வரவில்லை, அறையை உடைத்துப்பார்த்தால் உள்ளே இல்லை எனப்பட்டது. அது எப்படி மாயமாய் மறைந்திருப்பார்? இராமலிங்கரின் வாழ்வு மட்டுமல்ல அவரின் மறைவும்கூட பரபரப்பானதே.

எனினும் அவர் எழுப்பிய எண்கோண வடிவிலான ஞான சபை இப்போதும் வடலூரில் இருக்கிறது, மக்களின் பசிப்பிணி போக்க அவர் ஏற்றிய அடுப்பின் நெருப்பும் இன்னும் எரிகிறது. இதுவும்கூட ஜோதிதான். மனசுக்கு சபையின் ஜோதி என்றால் வயிறுக்கு அடுப்பின் ஜோதி. இரண்டையும் தந்தவரை தமிழர்கள் ‘அருட்பிரகாச வள்ளலார்’ என்று அருமையாக அழைத்தார்கள். எனினும் அவரை முழுமையாகப் புரிந்திருந்தார்களா என்பது சந்தேகமே. புரிந்திருந்தால் தமிழர்களின் மதவாழ்வு வேறு மாதிரியாக இருந்திருக்கும்.

நாடார்களின் ஆலய நுழைவுப் போராட்டம்

அய்யா வைகுண்டர், அருட்பிரகாச வள்ளலார் ஆகியோரின் புது மதப் பிரிவுகள் எனும் வாய்ப்புகளை தமிழர்கள் ஓரளவு பயன்படுத்திக்கொண்டாலும் பெருந் தெய்வக் கோயில்களின் அந்தப் பிரமாண்டம் அவர்களை ஈர்த்துக்கொண்டேயிருந்தது. அவற்றுக்குள் நுழைய வேண்டும் எனும் தங்களின் ஆவலை பஞ்சமர் மற்றும் நாடார்களால் தவிர்க்க முடியவில்லை. காரணம் அந்தப் பெருந் தெய்வங்களையும், அவற்றின் கோயில்களையும் சுற்றி எழுப்பப்பட்ட பிம்பங்கள் அத்தகையவை. அவற்றுக்குள் நுழைய முடியாது எனும் நிலை இவர்களின் தாழ்த்தப்பட்ட சமூக நிலையைச் சுட்டிக்காட்டிக்கொண் டேயிருந்தது, அவர்களின் சுயமரியாதைக்கு சவால் விட்டுக் கொண்டிருந்தது.

நாடார்கள் அன்று பனையேறிகள் என்றும் சாணார்கள் என்றும் அழைக்கப்பட்டார்கள். தாமிரபரணிக்கு தெற்கே குமரி வரை அவர்கள் பரவியிருந்தார்கள். பனை மரம் அவர்களின் வாழ்வாதாரமாக இருந்தது. அதில் தயாரான நுகர்பொருள்களை விற்பதற்காக அவர்கள் தாமிரபரணியைத் தாண்டி வடக்கேயும் பயணிக்க ஆரம்பித்தார்கள். இடையிலே தங்கி ஓய்வெடுக்கவும், சரக்குகளைப் பாதுகாக்கவும் 'பேட்டை' எனப்பட்டதை உருவாக்கினார்கள். இப்படித்தான் சிவகாசி, விருதுநகர், சாத்தான்குடி, திருமங்கலம், பாளையம்பட்டி, அருப்புக்கோட்டை போன்ற இடங்களில் பேட்டைகள் உருவாயின. காலப்போக்கில் அவை நாடார்களின் புது வாழ்விடங்களாக மாறின. இவர்கள் வடக்குப் பகுதி நாடார்கள் எனப்பட்டார்கள்.

பனை பொருள்கள் மட்டுமல்லாது வேறு பொருள்களையும் விற்கத் தொடங்கினார்கள். வியாபாரம் செழித்து அவர்களின் பொருளாதார வாழ்வு உயர்ந்தது. எனினும் சமூக அந்தஸ்து தாழ்ந்தே கிடந்தது. பொருளாதார மாறுதல் நடந்த உடனேயே அது தானியங்கியாக சமூக மாறுதலுக்கு இட்டுச்சென்று விடாது என்பதை வாழ்வு உணர்த்தியது. ஆனால், பொருளாதார மாற்றமானது சமூக மாற்றத்துக்கான அஸ்திவாரமாக, முன்தேவையாக இருந்தது. தங்களது பொருளாதார வளத்தை தங்களின் சமூக மேம்பாட்டுக்குப் பயன்படுத்த முனைந்தார்கள் நாடார்கள்.

1856-ல் திருமங்கலத்தில் 'பாண்டியகுல சத்திரிய நாடார் உறவின்முறை' எனும் அறக்கட்டளை உருவாக்கப்பட்டது. அதற்கு அந்த ஊர் நாடார்களிடம் மகமை எனும் வரி வசூலிக்கப்பட்டது. அந்த நிதியைக்கொண்டு கோயில், கடை வீதி, கல்வி நிறுவனம் ஆகியவை தொடங்கப்பட்டன. பொதுவாக நாடார்கள் தாங்கள் பத்ர காளியின் பிள்ளைகள் எனக் கருதுவதால், தங்கள் ஊர்களில் அந்த தாய்க்கு கோயில் எழுப்பினர். திருமங்கலத்திலும் 1872-ல் ஸ்ரீபத்திரகாளி மாரியம்மன் கோயில் கட்டப்பட்டது.

இப்போதும் அங்கே இது பிரபலமான கோயில். ஆண்டுதோறும் வைகாசியில் 13 நாள் திருவிழா விமரிசையாகக் கொண்டாடப்படுகிறது. அதில் ஆறாம் நாளில் 'சமணர் கழுவேற்ற லீலை' நடக்கிறது, அதற்காக நாயன்மார்கள்போல வேடம் தரிக்கிறார்கள். வைதீகக் கோயில் பாரம்பர்யம் ஒன்று இந்த நாட்டார் தெய்வக் கோயிலில் நடப்பது அரிதானது.

நாடார்கள் பெரிதாகக் குடியேறிய ஊர்களில் எல்லாம் இப்படி உறவின்முறைகள் உருவாக்கப்பட்டு, பொதுக் காரியங்கள் நடத்தப்பட்டு அவர்கள் தம் சமூக அந்தஸ்தை உயர்த்த முயன்றனர். ஆனாலும் அவர்களுக்கு பெருந்தெய்வக் கோயில்களில் அனுமதி இல்லை. இந்த நிலையில்தான் அந்த உரிமையைக் கேட்டு அவர்கள் போராட்டப் பாதையில் இறங்கினர்.

நாடார்களின் வரலாறை எழுதியிருப்பவர் ராபர்ட் எல் ஹார்ட்கிரேவ். அவரது விவரிப்பின்படி 1872-ல் திருச்செந்தூர் சுப்ரமணியசுவாமி கோயிலில் நுழைய முயன்றார்கள் நாடார்கள். ஆனால் அங்கிருந்த பிராமணர்களும் வேளாளர்களும் அவர்களைத் தடுத்து நிறுத்தவும் மோதல் உருவானது. ஏழு நாடார்கள் மீது வழக்கு பதியப்பட்டது. 1874-ல் மதுரை மீனாட்சி கோயிலுக்குள் நுழைய முயன்றார்கள் சில நாடார்கள். மூக்க நாடார் என்பவர் கோயிலுக்குள் நுழைந்து மீனாட்சி தரிசனம் பெற்றுவிட்டார். அவரை அடையாளம் கண்டுகொண்ட கோயில் பணியாளர்கள் அவர் சாகும் வகையில் நையப் புடைத்தனர். நாயக்கர் காலத்தில் மதுரை வீரனுக்கு ஏற்பட்ட கதிதான் ஆங்கிலேயர் காலத்தில் இவருக்கு நடந்தது. நாடார்கள் தொடுத்த கிரிமினல் வழக்கில் அவர்களின் கோயில் நுழைவு உரிமையை நீதிபதி ஏற்கவில்லை.

ஸ்ரீவில்லிபுத்தூர் அருகில் உள்ள திருத்தங்கல் சுப்பிரமணிய சுவாமி கோயிலுக்குள் நுழையவும் ஒரு போராட்டம் நடந்தது. 1876-ல் இது நடந்தபோது ஸ்ரீவில்லிபுத்தூரிலிருந்த மாவட்ட முன்சீப் அதற்குத் தடை உத்தரவு போட்டார். வேண்டுமென்றால் கோயிலைச் சுற்றியுள்ள தெருக்களில் ஊர்வலமாய்ப் போகலாம் என்றார். ஆக அதற்கும், முன்பு தடை இருந்திருக்கிறது! ஆனால், நாடார்களும் இந்துக்களே அரசு ஆவணங்களின்படி!

1890-ல் மதுரை மற்றும் திருச்சி நாடார்கள் அந்தந்த ஊர் கோயில்களுக்குள் நுழைய முயன்றனர். ஆனால், வழமையை மீறியதற்காக மாவட்ட நீதிமன்றங்கள் அவர்களுக்கு அபராதம் விதித்தன. 1895-ல் கழுகுமலையின் தேரோடும் வீதிகளில் நாடார்கள் தங்களது சாமி ஊர்வலம் நடத்தினர். இதற்கு கோயில் டிரஸ்டியாகிய எட்டயபுரம் ஜமீன்தார் எதிர்ப்பு தெரிவித்து சாமி ஊர்வலத்துக்கு இடையூறு செய்தார். இதனால் ஏற்பட்ட தகராறில் ஜமீன்தாரின் பிராமண மேனேஜர் கொலை செய்யப்பட்டார். ஏழு நாடார்களும் கொலையுண்டனர். சட்டம் ஒழுங்கைப் பாதுகாக்க கூடுதல் போலீசாரைக் கொண்டுவந்து இறக்கியது அரசு என்றது திருநெல்வேலி மாவட்ட கெஜட்டீர்.

ராமனாதபுரம் ஜமீனிலிருந்த கமுதியில் 1897-ல் அங்கிருந்த மீனாட்சி சுந்தரேஸ்வரர் கோயிலுக்குள் 15 நாடார்கள் நுழைந்தார்கள். மேள தாளத்துடன் கையில் தீப்பந்தம் ஏந்தி நுழைந்தார்கள். பணியாளர்கள் தடுத்ததையும் மீறி தெய்வ தரிசனம் செய்தார்கள். கோயிலின் பரம்பரை டிரஸ்டி என்ற முறையில் ராமனாதபுரம் ஜமீன்தார், நாடார்கள் மீது மதுரை நீதிமன்றத்தில் வழக்கு தொடுத்தார். கோயிலுக்குள் நாடார்கள் நுழைய நிரந்தரத் தடை விதிக்குமாறும், ஏற்கெனவே நுழைந்ததால் ஏற்பட்ட தீட்டைக் கழிக்க ரூ.2,500 பெற்றுத் தருமாறும் கோரியிருந்தார். வழக்கு படு தீவிரமாக நடந்தது. முடிவில் வந்த தீர்ப்பு நாடார்களுக்கு எதிராக இருந்தது. வழமைப்படி நாடார்களுக்கு கோயில் நுழைவு உரிமை இல்லை என்பதால் நுழைந்தது தவறு என்றும், இனி நுழையத் தடைஎன்றும், தீட்டுக் கழிக்க நாடார்கள் ரூ.500 தரவேண்டும் என்றும் அது சொன்னது.

நாடார்கள் உயர்நீதிமன்றத்தில் மேல்முறையீடு செய்தார்கள். அங்கும் அவர்களுக்கு எதிராகவே தீர்ப்பு

வந்தது. இந்தப் போராட்டங்கள் பற்றி 1933-லேயே நூல் எழுதிய பி.சிதம்பரம்பிள்ளை, உயர்நீதிமன்ற தீர்ப்பைக் கையாண்டிருக்கிறார். நீதிபதிகள் பென்சன் மற்றும் ஜே.ஜே. மூர் வழங்கிய தீர்ப்பில் உள்ள இந்த வாசகங்கள் அன்றைய மனோநிலையை விளக்குகின்றன:

"சைவக் கோயில்களுக்குள் சாணார்கள் நுழையக்கூடாது என்று சாஸ்திரங்கள் கூறியதன் காரணம் அவர்கள் பார்த்து வந்த பரம்பரை சாதித் தொழில் என்று கருதலாம். சாணார்களில் பலர் தம் பரம்பரைத் தொழிலைக் கைவிட்டு விட்டார்கள், கல்வி, உழைப்பு, எளிமையின் மூலமாக வியாபாரிகள், வணிகர்கள், வக்கீல்கள், குமாஸ்தாக்கள் எனும் அந்துஸ்தான நிலைகளை அடைந்துள்ளார்கள் என்பதில் சந்தேகம் இல்லை.

எனவே, சமூக அந்தஸ்தையும் உயர் வழிபாட்டு உரிமையையும் பெறுவதற்கான அவர்களது முயற்சிகளின்பால் அனுதாபம் எழுவது இயல்பே. ஆனால் அந்த அனுதாபம் நியாயமற்ற, ஆதாரமற்ற நிலைப்பாடுகளுக்கு இட்டுச் செல்வதாக மற்றும் இதர சாதியினரின் நிலைநிறுத்தப்பட்ட உரிமைகளில் தலையிடும் அளவுக்கு சாணார்களை உயர்த்துவதாக ஆகிவிடக்கூடாது. அவர்கள் தங்களுக்கான கோயில்களைக் கொண்டிருக்கிறார்கள், அதிக எண்ணிக்கையில் இருக்கிறார்கள், செல்வத்திலும் கல்வியிலும் வலுவாக இருக்கிறார்கள். இதரர்களின் நிறுவனங்களிலோ அல்லது உரிமைகளிலோ தலையிடாமல் தங்களது சொந்த பலத்தில் அவர்களால் முன்னேற முடியும். அதைச் செய்யும்போது அனைத்து நல்லெண்ணம் படைத்தோரின் அனுதாபமும், தேவைப்பட்டால் நீதிமன்றங்களின் பாதுகாப்பும் அவர்களுக்கு கிடைக்கும்."

ஆங்கிலேய நீதிபதிகளின் சிந்தனையே எப்படி இருந்திருக்கிறது பாருங்கள்! மனு வாதம் நிலைநிறுத்திய அநீதிகளை உயர்சாதியினர் எனப்பட்டோரின் நியாயமான உரிமைகள் என்பதாகவே அவர்களும் பார்த்தார்கள். எனவே, அவற்றில் நாடார்கள் தலையிடாமல் முன்னேற வேண்டும்! அப்படிச் செய்தால் நல்லெண்ணம் கொண்டோரின் அனுதாபத்தைப் பெற முடியும்! சாதியத்தை ஏற்றிருப்பதுதான் அன்று நல்லெண்ணம்!

தங்களை பிறப்பால் தாழ்ந்தவர்கள் என ஒப்புக்கொள்ள வைப்பதே கோயில் நுழைவு உரிமை மறுப்பின் அடித்தளமாக இருந்தது, அது மனித உரிமை மீறல். இந்த உண்மையை அன்றைய வெள்ளைக்காரக் கோர்ட்டும் ஏற்கவில்லை. 1857 சிப்பாய் கிளர்ச்சியில் ஏற்பட்ட அனுபவத்தின் காரணமாக அவர்கள் மனு சாஸ்திரத்தை, அதன் சாதியத்தை சட்ட விதிகளாக அமல்படுத்தினார்கள்.

எனினும் தனது முயற்சியில் பின்வாங்காத விக்கிரமாதித் தன்களாக நாடார்கள் லண்டனிலிருந்த பிரிவியூ கவுன்சிலுக்குச் சென்றார்கள். 1908-ல் வந்த அதன் தீர்ப்பும் நாடார்களுக்கு எதிராகவே அமைந்தது. லண்டன் நீதிபதிகளும் மதுரை நீதிமன்றம் மற்றும் உயர்நீதிமன்றம் கூறிய வழமை என்பதை எடுத்துக்காட்டி விஷயத்தை முடித்துவிட்டார்கள்.

இதற்கிடையில் சிவகாசி நாடார்கள் ஒரு புதுமையான நடவடிக்கை எடுத்தனர். பிராமணர்களைப் போலப் பஞ்சகச்சம் கட்டி, குடுமி வைத்து, பூணூல் அணிந்து நடமாட ஆரம்பித்தார்கள். கோயிலுக்குள் நுழையும் உரிமையைப் பெறுவதற்காக இப்படி நடந்துகொண்டார்கள் என்கிறார் ஆய்வாளர் எம்.என்.சீனிவாஸ். இதற்கு ஊரின் சாதி இந்துக்கள் எதிர்ப்பு தெரிவித்தார்கள். ஆனால் நாடார்கள் அடுத்த கட்டத்துக்குப் போனார்கள் 1895-ல். சிவகாசியின் விஸ்வநாத சுவாமி கோயிலுக்குள் தங்களை அனுமதிக்க வேண்டும் என்றும், அதன் தேவஸ்தானம் கமிட்டியில் தங்களையும் சேர்க்க வேண்டும் என்றும் கோரிக்கை வைத்தார்கள்.

இதை அந்தக் கமிட்டி நிராகரித்தது. இதனால் ஆவேசம் கொண்ட நாடார்கள் 1898-ல் கோயிலுக்குள் தடாலடியாக நுழைந்தார்கள். இதை எதிர்த்துக் கிளம்பினார்கள் சாதி இந்துக்கள். முடிவில் 1899-ல் அங்கே பெரும் கலவரம் வெடித்தது. பேரா. சி.பரமார்த்தலிங்கம் தரும் விபரத்தின்படி அது தொடர்பான வழக்குகளில் 552 பேருக்கு சிறைத் தண்டனையும், 7 பேருக்கு தூக்குத் தண்டனையும் கிடைத்தது. இதிலிருந்து நடந்த கலவரம் எத்தகையது என்பதை உணரலாம். ஆனாலும் கோயில் நுழைவு உரிமை நாடார்களுக்கு கிடைக்கவில்லை.

இதற்கு காரணங்கள் இரண்டு. ஒன்று, ஆங்கிலேய ஆட்சியளர்கள் சமூகநீதி பற்றிக் கவலைப்படாதது. அது அவர்களின் நீதி பரிபாலனத்தில் தெளிவாக வெளிப்பட்டது. மேலும் இந்து மதத்தில் நிலவும் சாதிய ஒடுக்குமுறைகள் கிறிஸ்தவப் பரவலுக்கு வழிவகுக்கும். எனவே அவற்றை ஒழிக்கும் வேலையில் இறங்க வேண்டாம் என்று அவர்கள் கணக்குப் போட்டிருக்கலாம்.

இரண்டு, நாடார்கள் தாங்கள் ஒன்றுபட்டுப் போராடினார்களே தவிர, சாதி இந்துக்கள் மத்தியில் இன்னும் சமூகநீதிச் சிந்தனையாளர்கள் கிளம்பவில்லை என்பதைக் கவனிக்கத் தவறினார்கள். அந்த 19-ம் நூற்றாண்டில் புறப்பட்டதெல்லாம் அய்யா வைகுண்டர், அருட்பிரகாச வள்ளலாரின் மாற்று மதப் பிரிவுகளே, நாடார்கள் தங்களுக்கென கட்டிய கோயில்களே. அவற்றைப் பயன்படுத்திக் கொள்ளட்டும், ஏன் வைதீகக் கோயில்களுக்குள் வரப் பார்க்கிறார்கள் எனும் எண்ணம்தான் சாதி இந்துக்களிலிருந்த ‘நல்லெண்ணம் கொண்டோர்’ எனப்பட்டோரிடமும் இருந்தது. அவர்களுக்குள்ளேயே சமூக நீதிக் குரல் எழ 20-ம் நூற்றாண்டு பிறக்க வேண்டியிருந்தது.

நீதிக் கட்சியின் ஆட்சியில் கோயில் நிர்வாகம்

இரட்டை ஆட்சி முறையின் கீழ் சென்னை மாகாணத்திலும் 1920-ன் இறுதியில் தேர்தல் நடந்ததில் நீதிக் கட்சி எனப்பட்ட பிராமணரல்லாதார் இயக்கம் ஆட்சியில் அமர்ந்தது. அதன் முதல்வராக 1921-26ல் இருந்தவர் பனகல் அரசர். இந்த அரசு தனக்கிருந்த குறுகிய அதிகாரத்தை பிராமணரல்லாதார் நலனுக்குப் பயன்படுத்த முனைந்தது.

பெரியார்

அந்தக் காலத்தில் கல்வியிலும் அரசு வேலையிலும் பிராமணர்களே ஆளுகை செலுத்தி வந்தார்கள். இது சாம்ராஜ்ஜிய காலத்தின், நாயக்கர் காலத்தின் தொடர்ச்சியாக இருந்தது. ஆங்கிலேயர் ஆட்சியில் நவீன கல்வியானது பிராமணரல்லாதாருக்கும் ஓரளவு கிடைத்ததால் அவர்கள் இப்போது அரசுப்பணியில் சேர விரும்பினார்கள். இதை உணர்ந்த ஆங்கிலேய ஆட்சியாளர்கள் 1854-லேயே ஒரு

நிலை ஆணையை (எண் 128-2) பிறப்பித்தார்கள். அது பல சாதியினருக்கும் அரசு வேலையை பகிர்ந்தளிக்கச் சொன்னது கலெக்டர்களை. இதற்குக் கடும் எதிர்ப்பு பிராமணர்களிடமிருந்து கிளம்பியதால் ஆணை நிறைவேற்றப் படவில்லை. 1857-ல் சிப்பாய் கிளர்ச்சி கண்டு ஆட்சியாளர்கள் மிரண்டதும் இதற்கு ஒரு காரணமாக இருக்கும்.

இந்த நிலையில்தான் 1921-ல் ஒரு புதிய ஆணையை (அரசாணை எண் 613) பிறப்பித்தது பனகல் அரசர் அரசு. இது 1854 ஆணையை அடிப்படையாகக் கொண்டது. இதன்படி அந்த ஆண்டு இறுதியில் அரசு வேலைகள் 48% பிராமணரல்லாதாருக்கு, 22% பிராமணர்களுக்கு, 15% முஸ்லிம்களுக்கு, 10% இந்திய கிறிஸ்தவர்களுக்கு, 2% ஐரோப்பியர்கள் & ஆங்கிலோ இந்தியர்களுக்கு, 3% தாழ்த்தப்பட்ட வகுப்பார் உள்ளிட்ட இதரர்களுக்கு என்று கிடைத்தன.

சாதி, மதம் இரண்டுமே கணக்கில் கொள்ளப்பட்டதைக் கவனிக்க வேண்டும். இந்து மதம் என்பது ஒற்றைத் தன்மையானது அல்ல, அது பல பிரிவுகளின் கூட்டமைப்பாக இருந்தது. அதை வரலாறும் வாழ்க்கை அனுபவமும் சொல்லிக்காட்டின. அதனால்தான் பிராமணரல்லாதார், பிராமணர், தாழ்த்தப்பட்ட வகுப்பார் என பகுத்துத் தரப்பட்டது. இந்துக்கள் என்று சொல்லியிருந்தால் அது, எண்ணிக்கையில் மிகக் குறைவாக இருந்த பிராமணர்களது ஆளுகையின் நீட்சியாகப் போயிருக்கும்.

கல்வித் துறையிலும் சமூக நீதி வழங்க முயன்றது நீதிக்கட்சி அரசு. தாழ்த்தப்பட்டோரை அனுமதிக்காத பள்ளிகளுக்கு அரசு நிதி நிறுத்தப்படும் என்று எச்சரித்து அறிவிக்கை வெளியிட்டது 1923-ல். அந்தக் காலத்தில் மருத்துவக் கல்லூரியில் சேர சம்ஸ்கிருத மொழி தேவையாக இருந்தது. இது பிராமணர்களுக்கு மட்டும் வசதி செய்துதரும் ஏற்பாடு. இதனால் இதரர்கள் பாதிக்கப்படுவது கண்டு அதை நீக்கியது அரசு.

இத்தகைய அரசுதான் மெட்ராஸ் இந்து மத அறநிலையங்கள் மசோதா என்பதை அறிமுகப்படுத்தி, அதுபற்றி கருத்துகளைக் கேட்டது. இந்த மசோதாவுக்கு தனது ஆதரவையும், அதே நேரத்தில் சில ஷரத்துகளுக்கு எதிர்ப்பையும் தெரிவித்தார் காஞ்சி சங்கராச்சாரியார்

சந்திரசேகரேந்திரர். 'பூஜ்யஸ்ரீ ஸ்ரீமஹா ஸ்வாமிகள் வரலாறு' எனும் அவரது வாழ்க்கை வரலாறு நூல் கூறுகிறது:

"இந்து கோயில்களுக்காகச் சட்டம் இயற்றுவது பற்றி ஆராய பனகல் அரசர் அரசு ஒரு குழுவை நியமித்திருந்தது. காஞ்சி மடம் சார்பாக அதனிடம் ஒரு மகஜரை வக்கீல் எஸ். மகாலிங்க ஐயர் வழங்கினார். இதுபற்றி சுவாமிகளின் அபிப்பிராயம் என்ன என்று அப்போது பனகல் அரசர் கேட்டார். இந்தச் சட்டம் தேவைதான் என்று சுவாமிகள் கருதுகிறார், ஆனால் சில ஷரத்துகள் பற்றி அவர் கவலை கொண்டுள்ளார். மகஜரில் அது தரப்பட்டுள்ளது என்று பதிலளிக்கப்பட்டது. அரசர் மிகவும் சந்தோஷப்பட்டார்." கவலை தெரிவிக்கப்பட்ட ஷரத்துகள் எவை என்றோ அல்லது அவை என்னவாயின என்பது பற்றியோ அந்த நூல் தெரிவிக்கவில்லை. அந்தச் சட்டத்திற்கு காஞ்சி மடத்தின் பொதுவான ஆதரவு இருந்தது நிச்சயமாகிறது.

இப்படியாக அந்தச் சட்டம் 1926-ல் நடப்புக்கு வந்தது. அதன்படி இந்து கோயில்களின் நிர்வாகம் அரசின்கீழ் வந்தது. அதற்காக இந்து மத மற்றும் தர்ம அறநிலையங்கள் போர்டு என்பது அமைக்கப்பட்டது. அதற்கு ஒரு தலைவரும், 2 முதல் 4 வரையிலான கமிஷனர்களும் அரசால் நியமிக்கப்பட்டார்கள். அதுவொரு சட்டபூர்வ அமைப்பாக இயங்கத் தொடங்கியது. இந்த போர்டுக்கு கோயில் தர்மகர்த்தாக்கள் கணக்குகளைச் சமர்ப்பிக்கவும், போர்டு தரும் உத்தரவுகளை நிறைவேற்றவும் வேண்டியிருந்தது.

இப்படியாக தர்மகர்த்தாக்கள் மீதான அரசின் கண்காணிப்பு வந்தது. அதுமட்டுமல்ல, கோயில் செலவு போக மீதியிருந்த வருவாயை இதுவரை தர்மகர்த்தாக்கள் தம் விருப்பப்படி செலவழித்து வந்தார்கள். அது பெரும் ஊழலுக்கு வழிவகுத்தது. அதைத் தடுத்து நிறுத்தியது சட்டம். உபரி வருவாயை போர்டுதான் செலவு செய்யும் என ஆக்கியது. அதேநேரத்தில் 'அறநிலையங்களின் நோக்கங்களுக்கு முரண்படாத வகையில் மத, கல்வி அல்லது தர்ம காரியங்களுக்கு' அதைப் பயன்படுத்த வேண்டும் என்றும் கூறியது. இப்படியாகத்தான் கோயில்கள் கொள்ளைக்காரர்களின் கூடாரமாக மாறாமல் இந்தச் சட்டம் தடுக்க முயன்றது.

1919-ல் ஆங்கிலேயர்கள் கொண்டுவந்த இரட்டை ஆட்சி முறையில் பெண்கள் சட்ட சபை உறுப்பினர்களாக முடியாது என்றிருந்தது. இதை 1921-ல் மாற்றியது நீதிக்கட்சி அரசு. அதனால் 1926-ல் டாக்டர் முத்துலெட்சுமி ரெட்டி சட்டசபை உறுப்பினராக நியமிக்கப்பட்டார். இந்தியாவிலேயே அப்படி உறுப்பினரான முதல் பெண்மணி அவர்தான். தேவதாசி முறை ஒழிப்புக்காக அவர் சபையில் குரல் கொடுத்தது இந்துக் கோயில்கள் வரலாற்றில் மகத்தான புதுமையாகும்.

அரசு ஆவணங்களில் 'தீண்டத்தகாதவர்' எனும் சொல்லே ஆங்கிலேயர்களால் பயன்படுத்தப்பட்டு வந்தது. இதற்கு எம்.சி.ராஜா போன்ற தலைவர்கள் கடுமையாக எதிர்த்து வந்தார்கள். தம் மக்கள் ஆதி திராவிடர்கள் என்றே அழைக்கப்பட வேண்டும் என்றார்கள். 1922-ல் இந்தப் பெயர் மாற்றத்துக்கான தீர்மானத்தை நிறைவேற்றியது நீதிக்கட்சி. அதன்படி 'பறையர் மற்றும் பஞ்சமர்' எனும் சொற்களுக்குப் பதிலாக 'ஆதிதிராவிடர்' என்பது பயன்படுத்தப்பட வேண்டும் என்றானது. அதற்குப் பிறகுதான் ஆதி திராவிடர் மற்றும் தாழ்த்தப்பட்ட வகுப்பார் எனும் சொற்கள் நடப்புக்கு வந்தன. இப்படியாக திராவிடர் எனும் சரித்திரச் சொல்லாடல் அரசு ஆவண எழுத்தானது. பெயரில் என்ன இருக்கிறது என நினைத்துவிடக் கூடாது. பெயர் மாற்றமும் பொதுவாக சமத்துவத்தை நோக்கியும், குறிப்பாக கோயில் நுழைவை நோக்கியும் நகர்த்திச் சென்றது.

பெரியாரின் சுயமரியாதை இயக்கம்

ஆங்கிலேயர் ஆட்சியிலிருந்து சுதந்திரம் வேண்டிப் போராடி வந்த காங்கிரசில் சேர்ந்து தீவிரமாகச் செயல்பட்டு வந்தார் பெரியார். அதன் காரணமாக தமிழ்நாடு காங்கிரஸ் கமிட்டி தலைவராக உயர்ந்தார். அந்த நிலையில்தான் வைக்கம் போராட்டம் வெடித்தது. திருவாங்கூர் சமஸ்தானத்தில் இருந்த அந்த ஊரின் சிவன் கோயிலைச் சுற்றியிருந்த நான்கு தெருக்களுக்குள் ஈழவர் உள்ளிட்ட தாழ்த்தப்பட்ட வகுப்பார் செல்லத் தடை இருந்தது. சாதியத்தின் இந்த மனித உரிமை மீறலை எதிர்த்து 1924 மார்ச்சில் போராட்டம் தொடங்கியது.

அதை முன்னெடுத்தவர் ஈழவர் தலைவர் டி. கே. மாதவன். அவருக்குத் துணைபுரிந்தவர் மதுரையின் பிரபல வக்கீல்

ஜார்ஜ் ஜோசப். மதுரையில் வாழ்ந்திருந்தாலும் இவர் திருவாங்கூர் சமஸ்தானத்தின் செங்கண்ணூரில் பிறந்தவர் என்பதால் அப்பகுதியின் நியாயமான போராட்டங்களில் ஈடுபாடு காட்டினார்.

தெரு நுழைவு உரிமை கோரி நடந்த சத்தியாகிரகத்தில் அப்பகுதி காங்கிரஸ் தலைவர்கள் எல்லாம் ஏப்ரல் முதல் வாரத்திலேயே சிறையில் அடைக்கப்பட்டுவிட்டார்கள். தலைவர் பஞ்சம் ஏற்பட்ட நிலையில்தான் போராட்டத்துக்குத் தலைமை தாங்க வருமாறு காந்தி, ராஜாஜி, பெரியார் ஆகிய மூவருக்கும் ஜார்ஜ் ஜோசப் கடிதம் எழுதினார். இதில் பெரியார் மட்டுமே ஒப்புக்கொண்டு வைக்கம் சென்றார் என்கிறார் இந்தப் போராட்டம் பற்றி ஆய்வு செய்துள்ள பழ.அதியமான்.

இதில் இன்னோர் அம்சமும் உள்ளது. இது இந்து மதம் சம்பந்தப்பட்ட பிரச்னை என்பதால் கிறிஸ்தவராகிய ஜார்ஜ் ஜோசப் இதில் பங்கேற்கக்கூடாது என்பது காந்தியின் நிலைப்பாடாக இருந்தது. பிற மதத்தவர் பங்கேற்றால் அதையே காரணமாகக் காட்டிப் பழைமைவாதிகள் பிரச்னையை வகுப்புவாதமாக மாற்றுவார்கள் என நினைத்தார். இதன் காரணமாகவும் ஜோசப், பெரியார் உள்ளிட்டோருக்கு கடிதம் எழுதியிருக்கலாம்.

தமிழ்நாடு காங்கிரஸ் கமிட்டி தலைவர் என்ற முறையில் களத்தில் குதித்த பெரியார் தெரு நுழைவு உரிமைக்காகக் கனல் பறக்கும் பிரசாரத்தை மேற்கொண்டார். விநோதம் என்னவென்றால் அந்த நான்கு தெருக்களில் நுழைய முஸ்லிம்கள், கிறிஸ்தவர்களுக்கு உரிமை இருந்தது, ஈழவர்களுக்கு இல்லை! பிற மதத்தவருக்கு உள்ள உரிமை ஏன் இந்த இந்துக்களுக்கு இல்லை என்று அவர் கேட்டார். உடனே அதிகாரிகள், வேண்டுமென்றால் பிற மதத்தவரையும் நுழையக் கூடாது எனச் சொல்லி விடுகிறோம் என்றார்கள்! அவர்களுக்கு உணவு தருவதுபோல எங்களுக்கும் தாருங்கள் எனக் கேட்டால் அவர்களையும் பட்டினி போடுகிறோம் என்கிறீர்களே, இது என்ன அக்கிரமம் என்று சாடினார் பெரியார்.

பெரியார் மட்டுமல்லாது அவரது மனைவி நாகம்மையாரும் போராட்டத்தில் பங்கு கொண்டார். இத்தகைய

போராட்டங்களில் பெண்கள் கலந்துகொள்வது அந்த நாளில் அபூர்வத்திலும் அபூர்வம். திருவாங்கூர் சமஸ்தான ஆட்சியாளர்கள் தந்த இரு சிறைத் தண்டனைகளை அனுபவித்தார் பெரியார். சிறையில் அரசியல் கைதியாக அல்லாமல், ஒரு கிரிமினல் கைதியாக நடத்தப்பட்டார். இந்தக் கொடுமையைக் கண்டு தமிழ்த் தென்றல் திரு.வி.க வேதனை கொண்டார். "அந்தச் சமயத்தில் அவரை 'வைக்கம் வீரர்' என்று எழுதினேன். அது அவருக்கு ஒரு பட்டப் பெயராகவே பிற்காலத்தில் ஆகிவிட்டது" என்று திரு.வி.கவே குறிப்பிட்டுள்ளார்.

போராட்டம் 1925 நவம்பரில் ஒரு சமரசத்தின் பேரில் முடிவுக்கு வந்தது. அதாவது கோயிலைச் சுற்றியுள்ள நான்கு தெருக்களில் மூன்றில் அனைவரும் நடக்கலாம் என்பதே அந்த சமரசம். அங்கே நடந்த வெற்றி விழாவிலும் பெரியார் பங்கேற்றார் என்கிறார் பழ.அதியமான். ஆக சுதந்திரப் போராட்டத்தில் ஈடுபட்ட காலத்திலேயே சமூகநீதிப் போராட்டங்களில் தீவிரம் காட்டியவர் பெரியார் என்பதை வைக்கம் உணர்த்தியது. இவரின் இந்தச் சிந்தனைக்கும் காங்கிரஸுக்கும் ஒத்துவரவில்லை. அங்கே பழமைவாதிகளின் பிடி ஓங்கியிருந்தது. அதனால் வெறுத்துப் போய் அங்கிருந்து வெளியேறியவர் அதே 1925-ல் 'சுயமரியாதை இயக்கம்' கண்டார்.

சுயமரியாதை இயக்கத்தின் முதல் மாகாண மாநாட்டை 1929-ல் செங்கற்பட்டில் நடத்தினார் பெரியார். "பிறவியினால் உயர்வு தாழ்வு உண்டென்ற கொள்கையை ஆதரிக்கும் மதம், வேதம், சாஸ்திரம், புராணங்களையெல்லாம் பொது ஜனங்கள் பின்பற்றக்கூடாது. ஜாதி அல்லது சமயப் பிரிவுகளைக் காட்டும் குறிகளை யாரும் அணிந்துகொள்ளக் கூடாது" என்று அங்கே நிறைவேற்றப்பட்ட தீர்மானங்கள் கேட்டுக்கொண்டன. 1930, 1931-ல் முறையே ஈரோடு, விருதுநகரில் மாநாடு நடைபெற்றது. அங்கே இந்து மதம் பற்றி மேலும் சில குறிப்பான தீர்மானங்கள் போடப்பட்டன. அவை:

"வணங்குவோருக்கும் வணங்கப்படுவதற்கும் மத்தியில் தரகரையோ பூசாரியையோ ஏற்படுத்துவது சுயமரியாதைக்கு விரோதம் என்றும், தெய்வ வணக்கத்துக்கு பணச்செலவு அனாவசியம் என்றும் இம்மாநாடு கருதுகிறது. பூசாரிகளுக்கு

தற்காலம் விடப்பட்டிருக்கும் மானியங்களை ரத்து செய்ய வேண்டும் என்றும் இம்மாநாடு தீர்மானிக்கிறது. கோவில்கள், மடங்கள் ஆகியவற்றின் வருமானங்களை படிப்பு, சுகாதாரம் அபிவிருத்திக்காகச் செலவிடுவதுதான் மேல் என்றும், புதிதாக மடங்களும் வேத பாடசாலைகளும் அன்ன சத்திரங்களும் கட்டுவது அனாவசியம் என்றும் இம்மாநாடு கருதுகிறது.”

ஒருவிதமான சமயச் சீர்திருத்தத்தை அன்று அவர் வலியுறுத்தியதை இந்தத் தீர்மானங்கள் காட்டுகின்றன. சம்ஸ்கிருதமயமாகியிருந்த பெருந்தெய்வக் கோயில்களுக்கு மேலும் பணம் போய்ச் சேரக்கூடாது என்பதிலும், அங்குள்ள உபரிப் பணம் பொதுக் காரியங்களுக்கே போகவேண்டும் என்பதிலும் அவர் குறியாக இருந்தார். அதனால்தானோ என்னவோ கோயில் நுழைவு உரிமையை அவர் வற்புறுத்தவில்லை போலும். ஆனால் காந்தி தலைமையிலான காங்கிரஸ் அதற்கு முக்கியத்துவம் கொடுத்தது.

காந்தியின் கோயில் நுழைவு இயக்கம்

காந்தி

தாழ்த்தப்பட்ட வகுப்பாரை ‘ஹரிஜனங்கள்’ என அழைத்த காந்தி 1920-களின் பிற்பகுதியிலேயே அவர்களது உரிமைகளுக்காகக் குரல் கொடுக்கத் தொடங்கினார். அதில் கோயில் நுழைவு இயக்கமும் சேர்ந்திருந்தது. காங்கிரஸ் ஆதரவோடு நடந்த வைக்கம் போராட்டத்தைக் கண்டோம். அதை இந்திய அளவில் விரிவுபடுத்த முனைந்தார். இது தொடர்பாக காஞ்சி சங்கராச்சாரியாரை 1927-ல் சந்தித்துப் பேசினார்.

பூஜ்யஸ்ரீ ஸ்ரீமஹா ஸ்வாமிகள் வரலாறு இது விஷயம் பற்றி கூறியிருப்பது: ‘‘ஹரிஜனங்களை கோயிலுக்குள் அனுமதிப்பது பற்றி சுவாமிகள் தன் கவலையைத் தெரிவித்தார். நாட்டில் உள்ள பெரும்பாலான மக்கள் பழைய முறையிலும், சாஸ்திரங்கள் வகுத்துள்ள விதிகளிலும் நம்பிக்கை வைத்துள்ளார்கள். அவர்களது மனம் புண்படும். அத்தகைய செயல்கள் ஹிம்சையாகவே இருக்கும்.’’

கோயிலுக்குள் ஒரு சாராரை அனுமதிக்காதது இம்சை இல்லையாம், அனுமதிப்பதே இம்சையாம்!

அதே நூல் கீழ்வரும் உரையாடலையும் தந்துள்ளது: "காந்தி: தீண்டத்தகாதோரை கோயில்களுக்குள் அனுமதிப்பது பற்றி சுவாமிகளின் அபிப்பிராயம் என்ன? ஆச்சாரியா: கோயில்கள் புனிதமானவை. அவற்றின் புனிதத் தன்மையை ஆகமங்கள் புகழ்ந்துள்ளன. ஆகம சாஸ்திரங்களில் நம்பிக்கை இல்லாதவர்கள் மற்றும் கோயிலின் சுத்தம், புனிதம் பற்றி ஆகமங்கள் கூறியுள்ள கோட்பாடுகளை ஏற்காதவர்கள் கோயில்களுக்குள் நுழைய நிச்சயம் தகுதியற்றவர்கள்." அந்தக் காலத்தில் பண்டிதர்கள் வகுத்த தடையை ஏற்றுக்கொள்ள வேண்டியதுதான், மீறினால் புனிதம் கெட்டப் போகும் என்றார். விஷயம் தெளிவானது. பஞ்சமர்களின் கோயில் நுழைவை சநாதனிகள் ஏற்கப் போவதில்லை என்பதை அவர்களின் பிரதிநிதியாக சங்கராச்சாரியார் சொல்லிவிட்டார்.

ஆச்சர்யமான விஷயம் என்னவென்றால் அதற்குப் பிறகும் தனது கோயில் நுழைவு இயக்கத்தில் காந்தி உறுதியாக இருந்தது. சங்கராச்சாரியாரின் வாக்கை தெய்வ வாக்காகக் கருதுகிறவர்கள் காங்கிரசில் கணிசமாக இருந்த நிலையிலும் அவர் தனது இயக்கத்தைத் தொடர்ந்தார். இதே சென்னை மாகாணப் பயணத்தின்போதுதான் விருதுநகரில் நாடார்களின் ஆலய நுழைவு உரிமையை வலியுறுத்திப் பேசினார். 19-ம் நூற்றாண்டில் நாடார்கள் நடத்திய கோயில் நுழைவுப் போராட்டங்களின்போது கேட்காத அந்த ஆதரவுக் குரல் இப்போது கேட்டது. காலம் கனிந்திருந்தது.

அது: "திருநெல்வேலியிலிருந்து மதுரை வரை உள்ள ஆலயங்களில் நாடார்களை அனுமதிப்பது இல்லை என்பதைக் கேள்விப்பட்டு நான் வியப்பும் வருத்தமும் அடைந்தேன். என்னுடைய இந்து மதத்தில் இப்படி நடக்கிறதே என்ற வெட்கமும் எனக்கு ஏற்பட்டது. மதுரைக்கு நான் மூன்று முறை வந்திருக்கிறேன். ஆனாலும் அங்குள்ள ஆலயத்துக்குள் நான் நுழைந்தது இல்லை. நாடார்களின் துன்ப வரலாற்றைக் கேள்விப்பட்ட பின் இவ்வாறு நான் செல்லாமல் இருந்தது ஒரு வரப்பிரசாதமே என்று கருதுகிறேன். ஆகையால் நீங்கள் எல்லோரும் வரிந்து கட்டிக்கொண்டு தீண்டாமையைப் போக்கவும், எல்லா

ஆலயங்களிலும் எல்லோரையும் அனுமதிக்கவும் போராட வேண்டும்."

1932-ல் அண்ணல் அம்பேத்கரோடு நடந்த பேச்சு வார்த்தைக்குப் பின்பு ஏற்பட்ட புனே ஒப்பந்தத்தை தொடர்ந்து 'ஹரிஜன யாத்திரை' என்பதை மேற்கொண்டார் காந்தி. 1934-ல் தமிழகத்துக்கு வந்தார். எங்கே அவர் ஹரிஜனங்களை அழைத்துக்கொண்டு கோயிலுக்குள் புகுந்துவிடுவாரோ எனப் பயந்து, சிதம்பரம் நடராஜர் கோயிலையும், காஞ்சி வரதராஜ பெருமாள் கோயிலையும் வைதீகர்கள் அடைத்துவிட்டார்கள். உண்மை என்ன வென்றால் அவை திறந்திருந்தாலும் காந்தி சென்றிருக்க மாட்டார். ஹரிஜனங்களை அனுமதிக்காதவரைத் தானும் அந்தக் கோயில்களுக்குள் நுழைவதில்லை எனும் விரதத்தை அவர் கடைப்பிடித்தார்.

இந்தப் பயணத்தின்போது அவர் குற்றாலம், மதுரை, திருவாரூர், திருவண்ணாமலை, கன்னியாகுமரி என முக்கியமான ஊர்களுக்குச் சென்றாலும் அங்குள்ள கோயில்களுக்குச் செல்லவில்லை. ஒரு தீவிர பக்தரின் இந்த கோயில் பகிஷ்காரம் தீண்டாமைப் பிரச்னையின்பால் சாதி இந்துக்களின் கவனத்தைத் திருப்பியது.

கோயில் நுழைவு மசோதா

இதற்கிடையில் மெட்ராஸ் மாகாணத்தில் 1926-ல் நடந்த தேர்தலில் நீதிக்கட்சி தோற்று பி.சுப்பராயன் தலைமையிலான சுயேச்சைகளின் அரசு அமர்ந்தது. அதில் அமைச்சராக இருந்த முத்தையா முதலியார்தான் 1928-ல் ஒரு முக்கியமான இட ஒதுக்கீட்டுஆணையைக் கொண்டுவந்தார். அதன்படி பிராமணரல்லாத இந்துக்களுக்கு 41.8%, பிராமணர்களுக்கு 16.6%, கிறிஸ்தவர்களுக்கு 16.6%, முஸ்லிம்களுக்கு 16.6% , தாழ்த்தப்பட்ட வகுப்பார் உள்ளிட்ட இதரருக்கு 8.4% இடங்கள் கிடைத்தன. இதிலும் இந்துக்கள் மூன்று வகையாகப் பிரிக்கப்பட்டிருந்தது கவனிக்கத்தக்கது. இதுதான் 1947 வரை நடப்பில் இருந்தது.

1930-ல் நடந்த தேர்தலில் சுயேச்சைகள் ஜெயிக்கவில்லை, சுப்பராயன் போன்றோரே வெற்றிபெற்றிருந்தனர். 1937 வரை பி.முனுசுவாமி நாயுடு மற்றும் பொப்பிலி அரசர் தலைமையிலான நீதிக்கட்சியின் ஆட்சி நடந்தது. இந்த

நிலையில்தான் காந்தியின் தீண்டாமை ஒழிப்பு இயக்கத்தின் தாக்கம் மெட்ராஸ் மாகாண சட்டசபையில் எதிரொலித்தது. எதிர்க்கட்சித் தலைவராக இருந்த பி.சுப்பராயன் 1932 நவம்பரில் கோயில் நுழைவு மசோதாவை அறிமுகப் படுத்தினார். அது இந்துக்களில் தாழ்த்தப்பட்ட வகுப்பார் உள்ளிட்ட அனைவரும் கோயில்களுக்குள் நுழைய அனுமதி தந்தது, அவர்களைத் தடுப்பது சட்டவிரோதம், தண்டனைக்குரியது எனச் சொன்னது. தனது மசோதாவின் நகலை காந்திக்கும் அனுப்பிவைத்தார் சுப்பராயன்.

மசோதாவுக்கு சனாதனிகள் கடும் எதிர்ப்பு தெரிவித்தார்கள். அகில இந்திய வருணாஸ்ரம சுயராஜ்ய சங்கம் என ஒன்று இருந்தது. அவர்கள் விரும்பிய சுயராஜ்யம் வருணாசிரம் எனப்பட்ட சாதியத்திற்கு! அந்த அமைப்பின் மெட்ராஸ் கிளை 1933 ஜனவரியில் மசோதாவுக்கு எதிர்ப்புத் தெரிவித்து வைஸ்ராய்க்கு எழுதியது. அதாவது இந்துக்களில் ஒரு பிரிவினருக்கு எதிராக அந்த கிறிஸ்தவ மதத்தைச் சார்ந்த அந்நிய ஆட்சியாளருக்கு எழுதியது! மேலும் கோயில் நுழைவு இயக்கத்தை நடத்தும் காந்திக்கும் அது கண்டனம் தெரிவித்தது.

ஆங்கிலேய ஆட்சியாளர்கள் மிகத் தந்திரமாக நடந்துகொண்டார்கள். சுதந்திரம் கேட்டுப் போராடும் காங்கிரசுக்கு எதிராக அவர்களும் கூச்சமின்றி சநாதனிகளை ஆதரித்தார்கள். சுப்பராயனின் மசோதாவை ஏற்க முடியாது என்றார் வைஸ்ராய். அதற்கு அவர் சொன்ன காரணங்கள் இரண்டு. ஒன்று, கோயில் நுழைவு என்பது மத்திய அரசின் அதிகாரத்துக்கு உட்பட்டது, அதுபற்றி ஒரு மாகாணம் சட்டம் இயற்ற முடியாது. இரண்டு, இந்துக்களிடம் இதற்கு போதிய ஆதரவு இல்லை. ஏதோ கருத்துக்கணிப்பு நடத்திக் கண்டறிந்தவர் போலச் சொன்னார். எல்லாம் சனாதனிகளின் எதிர்ப்பை மனதில் கொண்டே.

ஒரு மாகாணத்தால் சட்டம் இயற்ற முடியாது என்ற நிலையில் மத்திய சட்டசபை எனப்பட்ட அன்றைய நாடாளுமன்றத்தில் சி.எஸ். ரங்க ஐயர் என்பார் சுப்பராயன் மசோதா போன்ற ஒன்றை, கோயில் நுழைவுக்கான தடைகள் நீக்கும் மசோதா என்பதைக் கொண்டுவந்தார் 1933 மார்ச்சில். உடனே அதை நடைமுறைக்கு சாத்தியப்படாதது

என்று சொல்லிவிட்டார்கள் ஆங்கிலேய ஆட்சியாளர்கள். சனாதனிகளை அவர்கள் பகைத்துக்கொள்ளத் தயாராயில்லை என்பது மேலும் உறுதியானது. ஐயரும் தனது மசோதாவை 1934 ஆகஸ்டில் வாபஸ் பெற்றுக்கொண்டார்.

1935-ல் இந்தியா சட்டம் வந்து, சற்றே கூடுதல் அதிகாரத்துடன் மாகாண அரசுகள் அமைந்தபோதுதான் கோயில் நுழைவுச் சட்டம் நிறைவேறுவதற்கான வாய்ப்பு பிரகாசமானது. மெட்ராஸ் மாகாணத்தில் நீதிக்கட்சி தோற்கடிக்கப்பட்டு காங்கிரஸ் வெற்றிபெற்றது. 1937-ல் ராஜாஜி தலைமையில் மந்திரிசபை அமைந்தது. காந்தி நடத்திவந்த ஹரிஜன சேவா இயக்கப் பின்னணியில் அவரின் அரசு கோயில்களை அவர்களுக்குத் திறந்து விடும் எனும் எதிர்பார்ப்பு அதிகரித்தது.

ராஜாஜி

இந்தச் சூழலில் 1938-ல் ஆதி திராவிடர்களின் தலைவராகிய எம்.சி.ராஜா கோயில் நுழைவு மசோதா ஒன்றை சட்டசபையில் அறிமுகப்படுத்தினார். மாகாணம் முழுமைக்கும் பொருந்தும் அந்த மசோதாவை ராஜாஜி ஆதரிக்கவில்லை. முதலில் மலபார் பகுதிக்கு மட்டும் கொண்டுவருவோம், அங்கு ஏற்கெனவே இந்துக்கள் மத்தியில் ஆதரவு இருக்கிறது என்றார். ராஜா தனது மசோதாவை வாபஸ் பெற மறுத்த நிலையில் அது தோற்கடிக்கப்பட்டது. அதே ஆண்டில் மலபார் கோயில் நுழைவு மசோதாவைக் கொண்டுவந்தார் ராஜாஜி.

அது நேரடியாக கோயில்களை ஆதிதிராவிடர்களுக்குத் திறந்துவிடவில்லை. ஒரு கோயிலைத் திறந்துவிட வேண்டும் என்று 50க்கும் குறைவில்லாத வாக்காளர்கள் மனு கொடுத்தால், அதன் பேரில் அந்தக் கோயில் தர்மகர்த்தாக்கள் பக்தர்களின் கருத்தைக் கேட்க வேண்டும், அவர்களில் பெரும்பாலோர் அதை ஆதரித்தால் கோயிலைத் திறந்துவிடலாம். இதற்கே டி.டி.கிருஷ்ணமாச்சாரி போன்றவர்கள் எதிர்ப்பு தெரிவித்தனர். மதம் சம்பந்தமான பிரச்னையை ஒரு மாகாணம் தீர்மானிக்க முடியாது என்றார்கள். ஆனால் சபாநாயகர் அதை நிராகரித்தார். அந்த ஆண்டு இறுதியில் அசெம்பிளி, கவுன்சில் எனும்

இரு அவைகளிலும் நிறைவேற்றப்பட்டு 1939 பிப்ரவரியில் நடப்புக்கு வந்தது.

இது தமிழர்கள் மத்தியில் கோயில் நுழைவுப் போராட்டத்தை தீவிரப்படுத்தியது. மலபாருக்கு ஒரு நீதி, மதராஸுக்கு ஒரு நீதியா எனும் கேள்வி எழுந்து காங்கிரசை விரட்டியது. அதிலும் ஆதி திராவிடர்களின் தலைவர்கள் சிலர் கடும் விமர்சனத்தை வைத்தனர். மறுபக்கம் மதமாற்றம் எனும் துருப்புச் சீட்டையும் அவர்கள் வைத்திருந்தனர். இதனால் எல்லாம் ராஜாஜிக்கு நெருக்கடி அதிகரித்தது. அவர், சட்டத்தின்படி கோயில் நுழைவு என்பதற்குப் பதிலாக நுழைவின்படி சட்டம் எனும் புதுப் பாதையைத் தேர்ந்தெடுத்தார். அதற்காக மதுரையின் மீனாட்சி அம்மன் கோயிலைத் தேர்வு செய்தார். அதற்கொரு காரணம் அவரின் அத்யந்த நண்பர் எஸ்.வைத்தியநாதய்யர் அங்கிருந்தது.

வைத்தியநாத ஐயர்

தமிழ்நாடு ஹரிஜன சேவா சங்கத்தின் தலைவராக 1935 முதல் இருந்தார் ஐயர். அந்த இயக்கத்தின் மீதான தனது விசுவாசத்தை அவர் தனது சொந்த ஊரில் நிரூபிக்க வேண்டியிருந்தது. எனவே 1939 மே முதல் மீனாட்சி கோயில் நுழைவு ஆதரவு இயக்கத்தை அவர் நடத்தினார். மதுரை விக்டோரியா எட்வர்டு ஹாலில் ஜூன் மாதம் நடைபெற்ற கோயில் நுழைவு மாநாடு, வரும்பொருள் உரைப்பதாக இருந்தது. அதில் பேசிய முதல்வர் ராஜாஜி "எதிர்ப்பாளர்கள் சட்டத்தின் உதவியை நாடுவார்களே என நினைக்க வேண்டாம். அப்படி நாடினால் எட்டே நாட்களில் நான் உங்களுக்கான சட்டம் தருவேன்" என்றார். விஷயம் புரிந்தது.

மதுரையில் கோயில் நுழைவு ஆதரவுப் பொதுக்கூட்டங்கள் பல பகுதிகளிலும் நடந்தன. 'ஹரிஜனங்கள் இந்துக்கள். அவர்களை கோயிலில் அனுமதியுங்கள்' எனும் சுவரொட்டிகள் ஒட்டப்பட்டன. மதுரை நகராட்சி கவுன்சிலிலும் ஆதரவு தீர்மானம் நிறைவேறியது. கோயில் நிர்வாக அதிகாரி ஆர்.எஸ்.நாயுடு, தேவஸ்தான கமிட்டி உறுப்பினர் ஏ. சிதம்பரநாத முதலியார் ஆகியோரின் ஆதரவு பெறப்பட்டது. கோயில் நுழைவு சீர்திருத்தத்துக்கு இடையூறு செய்யாதீர்கள் என்று

எதிர்ப்பாளர்களை பசும்பொன் முத்துராமலிங்கத் தேவர் எச்சரித்தார் என்று அவரின் ஜெயந்தி விசேட சுவடியில் குறிப்பிட்டுள்ளார் சசிவர்ணத் தேவர்.

சாம்ராஜ்ஜியவாதிகள் காலத்திலும், நாயக்கர்களது காலத்திலும் நடக்காத அந்த அதிசயம் ஆங்கிலேயர்கள் காலத்தில் நடந்தது. பஞ்சமர்களை பிராமணியக் கோயிலுக்குள் அனுமதிப்பது பற்றி அப்போதெல்லாம் கனவிலும் நினைத்திருக்க மாட்டார்கள், இப்போது நனவில் நடந்தது. 1939, ஜுலை 8 ந்தேதி காலை 8.45க்கு அது நிகழ்ந்தது. ஐந்து ஹரிஜனங்களையும் ஒரு நாடாரையும் அழைத்துக் கொண்டு கோயிலுக்குள் நுழைந்தார் வைத்தியநாதய்யர். அம்மன் தரிசனம், சுவாமி தரிசனம் செய்வித்தார். அவர்கள்: கக்கன், சுவாமி முருகானந்தம், முத்து, வி.எஸ்.சின்னையா, வி.ஆர்.பூவலிங்கம், எஸ்.எஸ்.சண்முக நாடார்.

வானம் விழவில்லை, பூமி அதிரவில்லை. மாறாகப் பெருந்திரள் கூடி அந்த நிகழ்வை ஆசையோடு வேடிக்கை பார்த்தது. சனாதனிகள் கூட்டம்தான் கடும் பாய்ச்சல் காட்டியது. வர்ணாஸ்ரம சுயராஜ்ய சங்கத்தின் தலைவர் என்.நடேச ஐயர் தலைமையில் அந்தக் கோஷ்டி அர்ச்சகர்களைத் தூண்டிவிட்டு கோயில் கதவை அடைக்கச் சொன்னது. பூட்டை உடைத்து கதவைத் திறந்தார் ஆர். எஸ். நாயுடு. அர்ச்சகர்களை வேலை நிறுத்தம் செய்ய வைத்தது. அவர்களைத் தற்காலிகப் பணிநீக்கம் செய்து நெல்லை யிலிருந்து அர்ச்சகர்களைக் கொண்டுவந்தார் ஆர். எஸ் நாயுடு. வைத்தியநாதய்யரை கோர்ட்டுக்கு இழுத்தது. அவரைப் பாதுகாக்கவும், கோயில் நுழைவை முன்தேதியிட்டு சட்டபூர்வமாக்கவும் ஜுலை 17-ல் ஓர் அவசரச் சட்டம் போட்டார் ராஜாஜி. பின்னர் அது முறையான சட்டமாகவும் ஆனது. அதுவும் இது மலபார் சட்டம் போல பக்தர்களின் கருத்தைக் கேட்கச் சொல்லவில்லை, நேரடியாக அனுமதி தந்தது.

மதுரை மீனாட்சி கோயிலைத் தொடர்ந்து ஹரிஜனங் களுக்கும் நாடார்களுக்கும் இதுவரை திறக்கப்படாத கோயில் கதவுகள் பலவும் அடுத்தடுத்து திறந்தன. நாடு சுதந்திரம் பெறும்போது அனேகமாக பெருந்தெய்வக் கோயில்களில் எல்லாம் நுழைவு சாத்தியமானது. பக்தி காரணமாகவும்

தமது உரிமையை நிலைநாட்டும் உந்துதலிலும் அவர்கள் பிராமணியக் கோயில்களுக்குள் நுழைந்து தரிசனம் செய்தார்கள். இந்த வகையில் அவர்களுக்கு நன்மை என்பதோடு இந்து மதத்துக்கும் அது நன்மையாக இருந்தது இரண்டு விதங்களில். ஒன்று, இந்தக் கோயில்களின் வருவாய் பெருகியது. இரண்டு, மதமாற்றம் குறைந்தது- அதற்கு ஒரு காரணமாக இருந்த கோயில் நுழைவு மறுப்பு அகற்றப்பட்டதால்.

ஆச்சர்யமான விஷயம் என்னவென்றால் இப்படிப் பெருந்தெய்வக் கோயில்கள் தங்களுக்குத் திறந்தும் இம் மக்கள் தம் நாட்டார் தெய்வ வழிபாட்டைக் கைவிடாதது. மதுரை வீரனையும் காத்தவராயனையும் மாரியம்மனையும் பத்ரகாளியையும் இவர்கள் தொடர்ந்து வழிபட்டார்கள். ஏற்கெனவே அனுமதிக்கப்பட்டிருந்த சூத்திரர்கள் எப்படித் தம் குல தெய்வங்களையும் கிராம தெய்வங்களையும் விடாது வணங்கினார்களோ அப்படித்தான் இவர்களும். பன்மை மத வழிபாடு என்பது இவர்களுக்கும் ஆனது. விநோதமான வேதனை என்னவென்றால் சூத்திரர்களின் பல நாட்டார் தெய்வக் கோயில்கள் அப்போதும் பஞ்சமர்களுக்குத் திறக்கப்படாதது! அதற்கு 21-ம் நூற்றாண்டு பிறக்க வேண்டி யிருந்தது!

காஞ்சி சங்கர மடம்

ஆங்கிலேயர் ஆட்சியில் கோயில்களைப் பராமரிக்கும் பணியை ஒரு வழியாக அரசே ஏற்றதைக் கண்டோம். ஆனால் சாம்ராஜ்ஜியவாதிகள், நாயக்கர்கள் போல புதுக் கோயில் கட்டுவதிலோ, இருக்கிற கோயிலை விரிவாக்குவதிலோ அவர்கள் அனேகமாக ஈடுபடவில்லை. அதுபோல புதிய வேத பாடசாலைகளைத் துவக்கி வேத விற்பன்னர்களை போஷிக்கும் வேலையிலும் இறங்கவில்லை. அதுதான் மூவர் தேவாரம் பாடும் ஓதுவார்கள் நிலையும். இவர்களைப் பாதுகாக்கும் வேலையில் மடங்கள் இறங்கின.

இன்றைக்கு தமிழகத்தில் செல்வாக்கோடு இருக்கும் காஞ்சி சங்கர மடம் தோன்றியது இந்தக் காலத்தில்தான். ஆனால், இதை அந்த மடம் ஏற்பதில்லை. ஆதிசங்கரர் துவக்கியதில் காஞ்சி மடமும் ஒன்று என்றும், கடைசி காலத்தில் அவர் வாழ்ந்து சமாதியானதும் இங்குதான் என்றும் அது கூறுகிறது.

இதற்கு ஆதாரம் இல்லை என்கிறார்கள் வரலாற்றாளர்கள் நீலகண்ட சாஸ்திரியாரும் ஜி.சீனிவாசாச்சாரியும். அவர்களது 'இந்தியாவின் சிறப்பு வரலாறு' கூறுகிறது: 'சங்கரர் (கி.பி. 788-820) ஒரு மாபெரும் சிந்தனையாளர். சிருங்கேரி, துவாரகா, பத்ரிநாத், பூரி என்று இந்தியாவின் நான்கு திசைகளில் மடங்களை நிறுவியது அவரின் மேதைமையையும் தீர்க்கதரிசனத்தையும் காட்டுகிறது."

'காஞ்சி மடத்தின் உண்மை வரலாறு' எனும் தனது கட்டுரையில் (இந்து 3-9-94) வித்யாசங்கர் சுந்தரேசன் கூறுகிறார்: 'ராஜா பிரதாப சிம்ஹன் சுல்ஷாஜியின் காலம் கி.பி.1821. அவனது காலத்தில்தான் சிருங்கேரி மடத்தின் ஒரு கிளையாக கும்பகோணம் மடம் துவங்கப்பட்டது. 1821 என்று கும்பகோணம் மடம் கட்டடத்திலேயே பொறிக்கப்பட்டுள்ளது. கும்பகோணம் மடத்தின் முத்திரை கன்னட மொழியில் உள்ளது, அதில் சாரதா மடம் என்றுள்ளது."

காஞ்சி மடத்தின் அம்மன் காமாட்சி. சிருங்கேரி மடத்தின் அம்மனே சாரதா. ஆக கும்பகோணம் மடம் சாரதா மடத்தின் ஒரு பிரிவு. ஆனால் காஞ்சி மடத்தின் ஆச்சாரிய பரம்பரையோ அன்றைய அரசியல் சூழல் காரணமாகவே காஞ்சியிலிருந்து கும்பகோணத்துக்கு அன்றைய ஆச்சாரியார் மாறினார் என்கிறது. அதாவது சிருங்கேரி மடத்தின் கிளை கும்பகோணம் என்பதை மறுக்கிறது. பிறகு எப்படி அந்த மடத்தின் முத்திரையில் கன்னடத்தில் சாரதா வந்தது? இதற்கு உரிய பதில் அதில் இல்லை.

ஒன்று நிச்சயம். காஞ்சியிலிருந்து கும்பகோணம் வந்ததற்கு சரித்திர ஆதாரம் இல்லையே தவிர கும்பகோணத்திலிருந்து காஞ்சி சென்றதற்கு ஆவண ஆதாரம் உள்ளது. காஞ்சிபுரத்திலிருந்த காமாட்சி கோயிலுக்கு கும்பாபிஷேகம் செய்யத் தங்களுக்கு அனுமதி தர வேண்டும் என்று கி.பி. 1839-ல் கிழக்கிந்தியக் கம்பெனி கலெக்டரிடம் மனு போட்டது கும்பகோணம் மடம். பின்னர் அந்தக் கோயிலின் ஒரே தர்மகர்த்தாவாகிப் போனார் இந்த மடத்தின் தலைவர். இது நடந்தது 1842-ல். இதன் காரணமாக காமாட்சி கோயிலின் ஒரிஜினல் பூசாரிகள் தங்கள் உரிமைகளை இழந்தார்கள். இது தொடர்பாக இரு தரப்பாரும் கம்பெனி அரசிடம்

மாறிமாறி போட்ட மனுக்கள் சரித்திர ஆவணங்களாக உள்ளன என்கிறார் வித்யாசங்கர் சுந்தரேசன்.

இப்படியாக காஞ்சியைத் தமது இருப்பிடமாகக் கொண்ட கும்பகோணம் மடத்தின் தலைவர் விரைவிலேயே சுயேச்சையான தலைவராக, இன்னொரு சங்கராச்சாரியாராக அறிவித்துக்கொண்டார் என்பதே அந்த ஆய்வாளரின் முடிவு. இன்றுவரை சிருங்கேரி மடமானது காஞ்சி மடத்தை சங்கரர் உருவாக்கிய மடமாக அங்கீகரிப்பதில்லை என்பதை அதன் இணையதளம் உணர்த்துகிறது.

'இந்தியா முழுக்க யாத்திரை செய்தபோது தனது ஆன்மிக மையங்களாகச் சிலவற்றை தேர்வு செய்தார் ஸ்ரீசங்கரர். அவற்றில் முக்கியமானது சிருங்கேரி. இதர மையங்கள் பூரி, துவாரகா, பத்ரிநாத், காசி, கேதார்நாத்." காசி, கேதார்நாத்தை சேர்த்தவர்கள் காஞ்சியைச் சேர்க்கவில்லை!

காஞ்சி மடத்தின் பூர்வீகம் இப்படி விவாதத்திற்குரிய ஒன்றாக இருந்தாலும், அது கம்பெனியார் ஆட்சிக் காலத்தில்தான் காஞ்சியில் வேரூன்றி, அந்தப் பெயரைப் பெற்றது என்பதில் சந்தேகம் இல்லை. இப்படி எழுந்த மடம் எத்தகைய பணிகளை ஆற்றியது என்கிற விபரத்தை அதன் பீடாதிபதியாக 1907 முதல் 1994 வரை திகழ்ந்த சந்திரசேகரேந்திரர் வாழ்க்கை சரிதத்திலிருந்து அறிய முடிகிறது. 1915-ல் அவருக்கு வயது 21 பூர்த்தியானதால் மடத்தின் நிர்வாகம் சட்டப்படி அவருக்கு வந்தது. அந்த ஆண்டு சங்கர ஜெயந்தி படுவிமரிசையாகக் கொண்டாடப்பட்டது. கூடவே 'ஆர்ய தர்மம்' என்கிற மாதப் பத்திரிகையை அவர் தொடங்கினார். ஆக திராவிட எனும் சொல்லாடலை வேறு பகுதியினர் பயன்படுத்தினார்கள் என்றால் இவர் ஆர்ய என்பதைப் பயன்படுத்தினார். மொத்தத்தில் அன்றுகூட இந்து என்பது ஆட்சியாளர்களின் சொல்லாக இருந்ததே தவிர இவர்களுடையதாக இல்லை!

1916-ல் நவராத்திரி விழா பெரிதாகக் கொண்டாடப்பட்டது. 'இந்த ஒன்பது நாள்களிலும் அம்பிகைக்கு லட்சார்ச்சனை செய்யப்பட்டது. நெய்யினால் லட்ச விளக்குகள் ஏற்றப்பட்டும், லட்சம் பிராமணர்களுக்கு அன்னம் அளிக்கப்பட்டும் இவ்விழா மிகச் சிறப்பாக நடைபெற்றது' என்கிறது அவரின் வரலாறு. பிராமணர்களுக்கு தானம் செய்தால்தான் மகா

புண்ணியம் எனும் எண்ணம் மேலோங்கியிருந்த காலத்தில் அவர்களுக்கு அன்னதானம் என்பதே வழமையாக இருந்தது.

1917-ல் ஒரு வித்வத் சபையைக் கூட்டியவர் 'அக்காலத்தில் மஹாவித்வான்களாக விளங்கியவர்களுக்கு ஸாஸ்த்ர ரத்னாகரம் எனும் பட்டத்தை வழங்கினார்.' அந்தப் பட்டத்தை வாங்கியவர்களின் பட்டியலைப் பார்த்தால் சாஸ்திரிகள், தீட்சிதர் என்றுள்ளது. 'இவர்கள் யாவரும் ஸ்வாமிகளால் அவ்வப்போது நன்கு கௌரவிக்கப்பட்டு, மடத்திலிருந்து தகுந்த சன்மானங்களையும் அடைந்திருக்கிறார்கள்' என்கிறது இதே நூல். 1942-ல் 'வேத தர்ம பரிபாலன சபை' என்பதை அமைத்தார். அது இன்றுவரை நடந்து வருகிறது. அன்றே நான்கு லட்ச ரூபாயில் ஆரம்பிக்கப்பட்ட இந்த சபை வேத விற்பன்னர்களில் சிறந்தோருக்கு ஆயுள் முழுவதும் நிதி உதவி செய்கிறது. இதே நோக்கத்துக்காக 'கலவை பிருந்தாவன டிரஸ்ட்' ஒன்றும் உருவாக்கப்பட்டது. இதிலிருந்தும் வேத விற்பன்னர்களுக்கு ஆண்டுதோறும் பெருந்தொகையானது சன்மானமாகத் தரப்பட்டது.

கும்பகோணம் அத்வைத சபையின் பொன்விழா 1945-ல் நடைபெற்றது. அவ்வமயம் 108 பண்டிதர்களுக்கு பொன் மோதிரம் பரிசளித்தார் சந்திரசேகரேந்திரர். அந்தக் காலத்திலே சுப்ரமண்ய சாஸ்திரிகள் என்பார் இவருக்கு 1008 ரூபாய் காணிக்கையாகக் கொடுத்தார். அன்று அது கணிசமான தொகை. 'அத்தொகை ஸ்மஸ்க்ருத மொழியின் அபிவிருத்தியின் பொருட்டுச் செலவிடப்படுமென ஸ்வாமிகள் கூறினார்கள்' என்கிறது அவரின் வரலாறு.

அந்தக்காலத்தில் வேத மதத்தையும் வேத விற்பன்னர்களையும் காக்கும் பொறுப்பை சாம்ராஜ்ஜியவாதிகளும், நாயக்க மன்னர்களும் பார்த்துக்கொண்டார்கள். ஆங்கிலேயரிடம் அதை எதிர்பார்க்க முடியாது என்பதை உணர்ந்திருந்த சங்கர மடம் அதைத் தனது பணியாக மேற்கொண்டது தெளிவாகிறது. இப்படியாக அந்நியர்கள் ஆட்சிக் காலத்திலும் இந்து மதம் எனப்பட்டதற்குள் இருந்த வேத மதம் தன்னைப் பராமரித்துக்கொண்டது.

இதற்காக வேதம் படிக்கும் ஒரு பிரிவினரிடமிருந்தே தனது குரு பரம்பரையை உருவாக்கிக்கொண்டது காஞ்சி மடம். அதன் இணைய தளத்திலுள்ள குரு பரம்பரை பட்டியலைப்

பார்த்தால் இது தெளிவாகிறது. 1813-1851 காலத்தில் பீடாதிபதியாக இருந்தவரின் பூர்வாசிரமப் பெயர் வெங்கட சுப்ரமணிய தீட்சிதர். 1851-1891 காலத்தில் இருந்தவர் சேஷாத்திரி சாஸ்திரியின் புதல்வர். 1891-1907 காலத்தில் இருந்தவர் சீதாராம சாஸ்திரியின் புதல்வர். அடுத்து 7 நாட்களே பதவியில் இருந்தவர் நரசிம்ம சாஸ்திரியின் புதல்வர். அடுத்த மிக அதிக காலம் 1907 முதல் 1994 வரை மகா சுவாமிகளாக இருந்த சந்திரசேகரேந்திரர் சுப்ரமணிய சாஸ்திரிகளின் புதல்வர். இதிலிருந்து காஞ்சி மடமானது வேத மதம் காக்கவும், வேத விற்பன்னர்களை போஷிக்கவும் வேத மதத்தவரால் நடத்தப்பட்ட மடம் என்பதை உணரலாம்.

ஸ்ரீ வானமாமலை மடம்

அத்வைதவாதியான ஆதி சங்கரர் சைவம், வைணவம் எனும் மதப்பிரிவுகளை எல்லாம் கடந்தவர். ஆனால் மக்களை ஈர்க்க பின்னாளில் சங்கர மடத்தவர்கள் சாரதா, காமாட்சி என்று பெண் தெய்வங்களைத் தம் வழிபாட்டில் சேர்த்துக்கொண்டனர். நெற்றி நிறைய திருநீறு பூசி நடைமுறையில் சைவ மதத்தவராக விளங்கினர், அது சார்ந்த கோயில்களையே, பண்டிதர்களையே பெரிதும் ஆதரித்தனர். இந்த நிலையில் வைணவம் சார்ந்த மடங்கள் தம் கோயில்களையும், பண்டிதர்களையும் ஆதரிக்க கிளம்பின. அவர்களுக்கும் முன்புபோல அரச ஆதரவு இல்லாமல் போனது.

நாங்குநேரியில் உள்ள 'ஸ்ரீவானமாமலை மடம்' பழைமையான பீடம். அதன் 'தோற்றமும் வளர்ச்சியும்' பற்றி பேராசிரியர் செ.லஷ்மி நாராயணன் எழுதியிருக்கிறார். அது 'தென்கலை வைணவப் பிரிவின் ஆச்சாரிய பீடம்' என்று துவக்கத்திலேயே குறிப்பிட்டிருக்கிறார். தென்கலை சம்பிரதாயத்தின் ஒரு முக்கியமான குரு மணவாள மாமுனிகள். அவரது சீடர்தான் ஸ்ரீவானமாமலை ஜீயர். அவரது பரம்பரையினர் தொடர்ந்து பீடாதிபதிகளாக இருந்துள்ளனர். அவர்களது பணிகளை ஜீயர்வாரியாக விரிவாகப் பட்டியலிட்டுள்ளது நூல்.

1801-1813-ல் பீடாதிபதியாக இருந்தவர் திருவேங்கட ராமாநுஜ ஸ்வாமி. ஸ்ரீவில்லிபுத்தூர், ஸ்ரீரங்கம் போன்ற வைணவத் தலங்களுக்கு யாத்திரை சென்று வந்தவர் 'தெய்வநாயகன், ஸ்ரீவரமங்கைத் தாயார், ஆண்டாள்

ஆகியோருக்கு தனித்தனியாகத் தந்தமும் தங்கமும் கலந்த பல்லக்குகள் மூன்றினை ஸமர்ப்பித்தருளினார்' என்கிறது நூல். நாங்குநேரியில் வானமாமலை கோயிலும் உண்டு. அதன் கடவுளருக்குத்தான் இந்தக் கைங்கர்யம். மடத்துக்கு அருகே அழகிய மணவாளன் திருமண்டபமும் கட்டினார்.

அடுத்தடுத்து வந்த ஜீயர்களின் பணிகளைப் படித்தால் அவர்கள் வானமாமலை கோயிலுக்கும் பக்கத்தில் உள்ள வைணவக் கோயில்களுக்கும் செய்த கைங்கர்யங்களே வருகின்றன. 1905-1933 காலத்தில் பீடாதிபதியாக இருந்தவர் ஸ்ரீகலியன் ராமாநுஜ சுவாமிகள். இவரது பணிகள் மூன்று வகையானவை. பிற வைணவத் தலங்களுக்குச் செய்தவை, வானமாமலை தலத்துக்குச் செய்தவை, பொதுவான திருப்பணிகள். முதல் வகைக்கு உதாரணம் ஸ்ரீரங்கத்தில் திருமணத்தூண் நிறுவி தங்க முலாம் பூசியது. இரண்டாம் வகைக்கு உதாரணம் தங்கக் குத்துவிளக்கும் வைரத் திருமண் காப்பும் தந்தது. மூன்றாவது வகைக்கு உதாரணம் மண்டபங்கள் கட்டியது. மொத்தம் நடந்த 68 பணிகளில் கீழ்வரும் நான்குதான் வித்தியாசமானவை:

'வருஷம் ஒன்றுக்கு ரூபாய் ஆயிரம் செலவில் உபய வேதாந்த பாடசாலை ஒன்றும், வேதாத்யநப் பாடசாலை ஒன்றும் நடத்தச் செய்தது. பெரிய புத்தக சாலையும், ஆயுர்வேத ஔஷத சாலையும் அமைத்தது.' ஆக தென்கலை வைணவ மடத்தின் பணியும் பிரதானமாக வைணவக் கோயில்கள் விரிவாக்கம் மற்றும் வேதாந்த வளர்ப்புமாகத்தான் இருந்தது.

மடம் அமைத்த புத்தக சாலையும்கூட சம்ஸ்கிருத மயமாகத்தான் இருந்தது. தமிழ்த் தாத்தா உ. வே. சாமிநாதய்யர் தனது 'என் சரித்திரம்' நூலில் கூறியுள்ளார்: "வானமாமலை மடத்தில் ஏடு தேடினேன். அங்கே எல்லாம் ஸமஸ்கிருதச் சுவடிகளாக இருந்தன. ஒரே ஒரு தமிழ்ச் சுவடி மாத்திரம் இருந்தது. அதுவும் நைடதம்." இதுதான்அன்றைய நிலை.

தருமபுர ஆதீனம்

கி.பி.12-ம் நூற்றாண்டிலேயே மெய்கண்ட தேவர் எனும் சைவ வேளாளரால் சைவ சித்தாந்தம் எனும் ஒரு தத்துவம் முன்வைக்கப்பட்டிருந்தது. ஆச்சர்யமான விஷயம் என்னவென்றால் இவரைக் குருவாகக் கொண்டு அந்த சித்தாந்தத்தை அருணந்தி சிவாச்சாரியார், உமாபதி

சிவாச்சாரியார் ஆகியோர் முன்னெடுத்தது. பின்னவர் 14-ம் நூற்றாண்டைச் சேர்ந்தவர், தில்லைவாழ் அந்தணர்களில் ஒருவர். சம்ஸ்கிருத வேதங்கள், வேதாந்தத்துக்கு முக்கியத்துவம் தராமல் இப்படியொரு புதிய கருத்தியலை ஏற்றதை இதர சிவாச்சாரியார்கள் ஏற்கவில்லை.

தென்னிந்திய சைவ சித்தாந்த நூற்பதிப்புக் கழக வெளியீடான 'மெய்கண்ட சாத்திரம் பதினான்கு' எனும் படைப்பு இந்த பரபரப்பான செய்தியைக் கூறுகிறது: "தில்லைவாழ் அந்தணர்கள் இவர் (உமாபதி சிவாச்சாரியார்) தனித்தமிழ் மெய்கண்ட சந்தானத்தைக் குருவாகக் கொண்டு திகழ்கின்றமையானும், சிவப்பிரகாசம் என்னும் தனித்தமிழ்ப் புடைநூல் இயற்றினமையானும், தங்கள் மரபுக்குப் புறம்பென நீக்கினர். இவரும் கொற்றவன்குடியில் திருமடம் அமைத்து வீற்றிருந்தருளினார். தன் மாணவர் பலருக்கும் மெய்கண்ட நூல்களை நவின்றருளினார்."

இப்படித்தான் தமிழகத்தில் ஆதீன மடங்கள் உருவாயின. சம்ஸ்கிருதத்திற்குப் பதிலாக தமிழ், வேத-வேதாந்தத்துக்குப் பதிலாக சைவ சித்தாந்தம் என்று அவை புறப்பட்டன. ஆனால், சிவபெருமானே இவர்களுக்கும் முழுமுதற் கடவுள் என்பதால் சைவத்தின் பெருந்தெய்வக் கோயில்களே இவர்களின் வழிபாட்டுத் தலங்களாகவும் ஆகி ஒரு தனி மதப் பிரிவாக உருவாகவில்லை. அதாவது சைவ மதத்துக்குள்ளேயே ஒரு தத்துவப் பிரிவாக நின்றுபோனது.

தொன்மையான சைவ மடங்களில் ஒன்று தருமபுர ஆதீனம். 'தருமபுர ஆதீன ஸ்தாபகர் ஸ்ரீகுருஞான சம்பந்த சுவாமிகள் வரலாறு' எனும் நூலை மடம் வெளியிட்டுள்ளது. அதன் தொடக்கத்திலேயே 'ஆதீனத்தின் கொள்கை சைவ சித்தாந்தம்' என்று அறிவிக்கப்பட்டுள்ளது. ஆதீனகர்த்தர்கள் 'மெய்கண்ட சந்தானம்' என்று அழைக்கப்பட்டார்கள். அதாவது சைவ வேளாளராகிய மெய்கண்ட தேவரின் வாரிசுகள் எனப்பட்டார்கள். இதிலிருந்து அந்தப் பிரிவினரே ஆதீனகர்த்தாக்களாக வந்தார்கள் என்பதை உணரலாம்.

கி.பி. 16-ம் நூற்றாண்டில் தொடங்கப்பட்ட இந்த ஆதீனத்தின் நிர்வாகத்தில் 27 கோயில்கள் மற்றும் கட்டளைகள் உள்ளன. வருகிற வருமானத்திலிருந்து இந்தக் கோயில்களின் பராமரிப்பும் கும்பாபிஷேகங்களும்

நடத்தப்படுகின்றன. தஞ்சைத் தரணியில் உள்ள இந்த மடத்துக்கு அதன் வளமான நிலங்களே வருமானத்துக்கான மூல ஊற்று. அதன் இதர பணிகள் என்று பார்த்தால் கீழ்வருபவை உள்ளன:

1941-ல் சைவ சித்தாந்தத்தின் மூலவரான மெய்கண்டர் மாநாடு நடத்தப்பட்டது. 1942-ல் தேவாரப் பாடசாலை தொடங்கப்பட்டது. ஓதுவார்களுக்கான பியிற்சிப் பள்ளி இது. இதை முடிப்பவர்களுக்கு 'தேவார இசைமணி' பட்டம் வழங்கப்பட்டது. இதன் ஆசிரியர்களும் மாணவர்களும் சைவக் கோயில் திருவிழாக்களில் சாமி ஊர்வலத்தில் தேவாரம் பாடியபடி சென்றார்கள். 1943-ல் ஆகம பாடசாலை ஆரம்பிக்கப்பட்டது. கோயில் அர்ச்சகர்களுக்கான பயிற்சிப் பள்ளி இது. இங்கே ஆகம வேதங்களும் மந்திரங்களும் கற்றுக் கொடுக்கப்பட்டன. அவர்களுக்கு சம்ஸ்கிருத இலக்கியமும் கற்றுத் தரப்பட்டது. பயிற்சி முடிந்ததும் 'ஆகம பிரவீணா' எனும் பட்டம் வழங்கப்பட்டது. 1946-ல் ஓரியண்டல் கல்லூரி சென்னைப் பல்கலைக்கழகத்தின் ஓர் உறுப்பு கல்லூரியாக உருவானது. அங்கே தமிழ் மற்றும் சம்ஸ்கிருதப் பிரிவுகள் இருந்தன.

1940-களின் நிலை இது. இதற்கு முன்பும் இதே மரபுதான் இருந்திருக்கும் என ஊகிக்கலாம். அதாவது சைவ சித்தாந்தை தனி சித்தாந்தமாகக் கொண்டிருந்தாலும், கூடவே மூவர் தேவாரம் மற்றும் சம்ஸ்கிருத அர்ச்சனை முறை ஏற்பு என்பதே இதன் நடைமுறையாக இருந்தது. இவற்றை வளர்ப்பதே இதன் தலையாய பணிகளாக இருந்துள்ளன. இதிலிருந்து ஒரு விலகல் என்று பார்த்தால் 1942-ல் 2 ஆசிரியர்கள் மற்றும் 70 மாணவர்களுடன் மடம் தொடங்கிய ஆரம்பப்பள்ளி. இன்னொரு குறிக்கத்தக்க செய்தி, கோயில் நுழைவுச் சட்டம் வருவதற்கு முன்பே அதைத் தனது ஆதீனக் கோயில்களில் நடைமுறைப்படுத்திவிட்டதாக நூல் கூறியிருப்பது.

திருவாவடுதுறை ஆதீனம்

மற்றொரு தொன்மையான சைவ மடம் தஞ்சைத் தரணியின் திருவாவடுதுறை ஆதீனம். இதுவும் கி.பி. 16-ம் நூற்றாண்டில் தொடங்கப்பட்டதுதான். இதனது கட்டுப்பாட்டில் 150க்கு மேற்பட்ட கோயில்களும், இதற்கு 50 கிளை மடங்களும் உள்ளன. அந்த வகையில் இது பெரிய,

வலுவான ஆதீனம். இதனுடைய வரலாற்றை ஆதீனகர்த்தர் வாரியாக எழுதியிருக்கிறார் ச.கிருஷ்ணமூர்த்தி. சைவ சித்தாந்தத்தின் மெய்கண்டார் மரபில் வந்ததுதான் இந்த ஆதீனமும் என்பவர், எட்டாவது பட்டம் மாசிலாமணி தேசிகர் காலத்தில் *(1625-1658)* நடந்த ஒரு சம்பவத்தை குறிப்பிட்டுள்ளார். அது: 'திருவெண்காட்டில் பிராமண போஜனத்தைவிட மாகேசுவர பூசையே சிறந்தது என்பதைத் தேசிகர் நிரூபித்துள்ளார். இங்கு பிராமணர் போசனத்தின் உச்சிட்டம் போட்ட கிணற்று நீர் தூர் எடுக்கும்போது புழுக்கள் நெளிய, மாகேசுவர பூசை ஒரு மண்டலம் நடத்தி நாள்தோறும் போட்ட உச்சிட்ட கிணற்று நீர் தூர் எடுக்கும்போது புழுக்கள் இல்லாமல் இருந்ததோடு தண்ணீர் கங்கையைப்போல் தெளிவாக இருந்ததாம்.'' ஆன்மிக வாழ்வில் பிராமணர்களுக்கும் சைவ வேளாளர்களுக்கும் இடையில் அன்றிருந்த உரசலின் ஒரு வெளிப்பாடு இது எனலாம்.

காஞ்சி சங்கர மடமும், வானமாமலை ஜீயர் மடமும் சம்ஸ்கிருத இலக்கியங்களையும், வேத விற்பன்னர்களையும் போஷிப்பதில் கவனம் செலுத்தி வந்த நிலையில், திருவாவடுதுறை ஆதீனம் தமிழ் இலக்கியங்களையும், தமிழாசிரியர்களையும் போற்றி வந்தது. 14-வது பட்டம் வேலூர் சுப்பிரமணிய தேசிகர் காலத்தில் *(1790-1845)* திருக்குறளும், நாலடியாரும் அச்சுவாகனம் ஏறின. இது நடந்தது 1812-ல். களப்பிரர் காலத்தின் இந்த சமண இலக்கியங்கள் சாம்ராஜ்ஜியவாதிகள் காலத்தில் திட்டமிட்டுப் புறக்கணிக்கப்பட்டன. அவற்றுக்கான புதுவாழ்வைத் தொடங்கிவைத்தவர் திருவாவடுதுறையின் இந்த ஆதீனகர்த்தர்.

அடுத்து பட்டத்துக்கு வந்த அம்பலவாண தேசிகர்தான் *(1840-1869)* திரிசிரபுரம் மீனாட்சி சுந்தரம்பிள்ளையை மடத்தின் ஆஸ்தான வித்வானாக நியமித்தவர். பிள்ளையவர்களின் வாழ்க்கை வரலாறை எழுதியுள்ளார் அவரின் மாணாக்கர் உ. வே. சாமிநாதய்யர். அப்போது திருவாவடுதுறை எப்படி இருந்தது என்பதை அதில் இப்படி வருணித்திருக்கிறார்:

"அங்கே ஆதீன வித்வான்களாக கந்தசாமி கவிராயர் என்பவரும் சரவண ஓதுவார் என்பவரும் வேறு சிலரும் இருந்தார்கள். தமிழிற் சைவ வைணவ சமயச் சார்பான

கருவி நூல் படிப்பவர்களும் கந்த புராணம், பெரிய புராணம், கம்ப ராமாயணம் முதலிய நூல்கள், திருமுறை முதலியவை, ஸ்தல புராணங்கள், சைவ சாஸ்திரங்கள் முதலியவற்றைப் படிப்பவர்களும் அங்கே உண்டு. மடத்தில் உணவுக்குப் பண்டங்களைப் பெற்றுத் திருவாலங்காடு, திருக்கோடிகா, பாஸ்கரராசபுரம், குற்றாலம் முதலிய ஊர்களிலுள்ள வடமொழி வித்வான்களிடம் சென்று படித்து வந்த அந்தண மாணவர்களும் பலர் இருந்தனர்."

ஆக திருவாவடுதுறையானது அன்று தமிழின் தாய்வீடாக இருந்தது. சம்ஸ்கிருதம் படிக்க வேறு ஊர்களுக்குத்தான் செல்ல வேண்டியிருந்தது. அதற்கும் உதவி செய்தது ஆதீனம். ஆங்கிலேயரின் ஆட்சிக்காலத்தில் தமிழுக்கு அரசு ஆதரவு இல்லாத நிலையில் இது மிகப்பெரும் பேறாக இருந்தது. இதன் தொடர்ச்சியாகத்தான் இருந்தது அடுத்து பட்டத்துக்கு வந்த மேலகரம் சுப்பிரமணிய தேசிகர் (1869-1888) உ.வே.சாவின் பழந்தமிழ் இலக்கியப் பதிப்புக்கு உதவியது. ச.கிருஷ்ணமூர்த்தி கூறுகிறார்: "சமண நூலான சீவக சிந்தாமணியைப் பதிப்பிக்க தேசிகர் பொருளுதவி புரிந்ததுடன் ஓலைச்சுவடியையும் அளித்துள்ளார். மேலகரம் சுப்பிரமணிய தேசிகர் மட்டுமின்றி 20-வது தேசிகர்வரை உள்ள குருமார்கள் அனைவரும் உ.வே.சா அவர்களுக்குப் பெரும் பொருள் வழங்கி தமிழ் நூல்கள் அச்சில்வர உதவியுள்ளார்கள்."

புறச் சமயமான சமணத்தின் படைப்பைப் பாதுகாத்து வைத்திருந்து அது அச்சேற உதவியது சுப்பிரமணிய தேசிகரின் பரந்த உள்ளத்தைக் காட்டுகிறது. சைவ வேளாளர்களில் கணிசமானோர் ஆதிநாளில் சமணத்தைச் சார்ந்தவர்கள் எனும் ஒரு கருதுகோளை இது நினைவூட்டுகிறது. இரு சாராரின் புலால் மறுப்பும் பிராமணிய ஆதிக்க எதிர்ப்பும் இணைப்புப் புள்ளிகள்.

சுப்பிரமணிய தேசிகர் காலமானபோது சென்னையில் இருந்தார் உ.வே.சா. தன்னால் அவரது இறுதி நிகழ்ச்சியில் கலந்துகொள்ள முடியவில்லையே என அவர் துடிதுடித்ததை தனது என் சரித்திரம் நூலில் பதிவு செய்திருக்கிறார். மடத்தில் நடந்த அஞ்சலி நிகழ்ச்சியில் 'குருமணி சுப்பிரமணிய... சிந்தாமணியை உதவுமணி' என்று ஒரு தம்பிரான் இரங்கற்பா

பாடினார். இதற்கு அங்கே இருந்த ஒருவர் 'சைவ மடத்தின் உதவியைக்கொண்டு சாமி நாதய்யர் ஜைன நூலைப் பதிப்பதா? அந்த நூல் பரவாமல் பார்த்துக்கொள்ள வேண்டும்' என்றார். இதை அறிந்து வருத்தமடைந்ததாக உ.வே. சா பதிவிட்டுள்ளார்.

எத்தகைய கட்டுப்பெட்டிச் சூழலில் சீவக சிந்தாமணியைக் கொண்டுவந்திருக்கிறார் உ.வே.சா, அவருக்கு உதவியிருக்கிறார் தேசிகர் என்பதை எண்ணிப் பார்க்க வேண்டும். 19-ம் நூற்றாண்டிலேயே சமணம் மீது இவ்வளவு வன்மம் என்றால் சாம்ராஜ்ஜியவாதிகள் காலத்தில் எப்படி இருந்திருக்கும் என்பதை எளிதில் ஊகிக்கலாம் அன்றோ?

இதனினும் ஆச்சர்யம் என்னவென்றால் பௌத்த நூலாகிய மணிமேகலையை பதிப்பிக்கவும் உ.வே.சா முடிவு செய்தது, அதற்கும் அடுத்து பட்டத்துக்கு வந்த அம்பலவாண தேசிகர் (1888-1920) உதவி செய்தது. இதையும் 'என் சரித்திரம்' பேசிச் செல்கிறது. அவர் வாக்காகவே கேட்போம்:

"1897-ல் கும்பகோணத்தில் மகாமகம் நடைபெற்றது. அம்பலவாண தேசிகர் முன்னிலையில் வித்துவான்களுக்கு உத்தம சம்பாவனை நடைபெற்றது. ஆறு ஆசனங்களைப் போடச்சொல்லி பிரசித்தமான ஸமஸ்கிருத வித்துவான்கள் ஐவரை ஐந்து ஆசனங்களில் அமரச் செய்தார். அவர்கள் அமர்ந்த பிறகு என்னை நோக்கி 'அந்த ஆசனத்தில் இருக்க வேண்டும்' என்று ஆறாவது ஆசனத்தைக் காட்டினார். 'இவர்களுக்குச் சமானமாக இருக்க எனக்குத் தகுதி இல்லையே' என்றேன். அதற்கு தேசிகர் 'தகுதி உண்டென்பதை உலகம் அறியும். இவர்களைப் போன்ற மகா வித்வான்கள் இந்த நாட்டில் தேடிப்பார்த்தால் ஒருவேளை கிடைத்தாலும் கிடைப்பார்கள். ஆனால் தங்களைப்போல ஒருவர் அகப்படுவது அரிது' என்று அன்பொழுகக் கூறி வற்புறுத்தவே அந்த மகா மேதாவிகளுடைய வரிசையிலே பணிவோடு அமர்ந்தேன். இரட்டைச் சால்வையும் சம்மானமும் பெற்றேன். மணிமேகலையில் மேற்கொண்ட உழைப்பே அந்தப் பெருமைக்குக் காரணமென்று நான் எண்ணி இறைவன் திருவருளை வாழ்த்தினேன்."

இதே அம்பலவாண தேசிகர் அவர்கள் சிங்காரவேலு முதலியார் எழுதிய 'அபிதான சிந்தாமணி' எனும் அரிய

நூல் வெளிவர பொருளுதவி செய்தார் என்கிறார் ச.கிருஷ்ணமூர்த்தி. இதுவொரு முக்கியமான செய்தி. அபிதான சிந்தாமணி என்பது தமிழகத்தில் வெளிவந்த முதல் இலக்கியக் கலைக்களஞ்சியம். தமிழ் இலக்கியம் பற்றி என்ன விபரம் தேடி உள்ளே போனாலும் உங்களுக்கு கிடைக்கும்.

மொத்தத்தில் ஆங்கிலேயர் ஆட்சிக் காலத்தில் கோயில் விரிவாக்கம் மற்றும் மொழி வளர்ச்சியில் அரசின் பங்கு பெரிதாக இல்லாத நிலையில் அவற்றைச் செய்தது மடங்களும் ஆதினங்களுமே. அவற்றுக்கிடையே ஒரு விதமான வேலைப் பிரிவினையும் இருந்தது. வைணவக் கோயில்களை வைணவ மடங்களும், சைவக் கோயில்களை சைவ மடங்களும் பார்த்துக் கொண்டன என்றால் சம்ஸ்கிருத வளர்ப்பை சங்கர மடம் போன்றவையும் தமிழ் வளர்ப்பை திருவாவடுதுறை ஆதினம் போன்றவையும் கவனித்துக் கொண்டன.

இந்தப் பிரிவினை யதேச்சையாக நடந்தது அல்ல என்பதை மடாதிபதிகள் மற்றும் ஆதீனகர்த்தர்களின் சமூகப் பின்புலம் தெளிவாக உணர்த்துகிறது. யதேச்சையாகத் தெரிகிற பலவற்றின் பின்னாலும் சரித்திரம் ஒளிந்திருக்கிறது.

12

கிறிஸ்தவம்

செயின்ட் ஜார்ஜ் கோட்டையைத் தலைமையகமாகக் கொண்டு மெட்ராஸ் மாகாணத்தை கிழக்கிந்தியக் கம்பெனியார் நிர்வகிக்கத் தொடங்கியபோது, அவர்கள் மதத்தால் கிறிஸ்தவர்கள் என்பதால் தங்களுக்கு அரசு உதவி கிடைக்கும் என்று உற்சாகம் அடைந்தன கிறிஸ்தவ மிஷனரிகள். அதிலும் தென் தமிழகத்தில் அவர்கள் சந்தித்த அடக்குமுறைகளைக் கண்டோம். அதனால் கிறிஸ்தவப் பரவல் தேங்கியிருந்தது.

அபே துபே என்கிற பிரெஞ்சுக்காரர் 1792-1823 காலகட்டத்தில் தென்னிந்தியாவில் வாழ்ந்தவர். கத்தோலிக்க மிஷனரியாகிய இவர் தனது அனுபவங்களை 'இந்துக்களின் நடத்தைகள், பழக்கங்கள், சடங்குகள்' எனும் நூலாக எழுதினார். இந்துக்கள் என்று இவர் கருதியது அனேகமாக பிராமண சமூகத்தினரையே. அவர்களது வேத மதத்தையே இந்து மதமாகக் கருதி, அதன் நிறைகுறைகளை விவரித்திருக்கிறார். இது ஒருபுறமிருக்க அன்றைய கிறிஸ்தவம் பற்றிய இவரின் மதிப்பீடு இங்கு நமக்கு முக்கியம்.

அது: "இந்த முழு நாட்டையும் வெற்றிகொண்ட ஐரோப்பியர்களின் ஒழுக்கமற்ற, அராஜக நடத்தையை பார்த்த இந்துக்களுக்கு கிறிஸ்தவத்தின் மீதான வெறுப்பு தினந்தோறும் அதிகரித்து வந்தது. முடிவில் அது கிறிஸ்தவத்துக்கு மரண அடியாக இருந்தது. கடந்த 60 ஆண்டுகளில் மிகச்சில மதமாற்றமே இந்தியாவில்

கொண்டு ஸந்தியா வந்தனமோ வேறு அனுஷ்டானமோ செய்வார்கள். பிறகு தங்கள் வஸ்திரங்களில் மணலை எடுத்துக்கொண்டு மூஷிக வாகனம், ஸரஸ்வதி ஸ்தோத்திரம் முதலியவற்றைச் சொல்லிக்கொண்டே பள்ளிக்கூடத்துக்கு வருவார்கள்."

அன்றைக்கு அக்கிரகாரத்துப் பிள்ளைகளும் குடியானவத் தெருப் பிள்ளைகளுமே படித்தார்கள். குடியானவத் தெரு என்றால் பிராமணரல்லாத உயர்சாதி நிலவுடைமையாளர்கள். அதனால்தான் அவரவர் குலச்சின்னங்களை அணிந்தார்கள். அவர்களது படிப்பில் விஞ்ஞானப் பாடம் மட்டுமல்ல சரித்திரப் பாடம்கூட இல்லை என்பதை நோக்குங்கள். ஆனால், ராமாயணமும் விஷ்ணு சகஸ்ரநாமமும் இருந்தன. அதுசரி, மணலை ஏன் எடுத்துவந்தார்கள் என்கிறீர்களா? அதுதான் அன்றைய சிலேட்டு. அதை தரையில் கொட்டி விரலால் எழுதுவார்கள். விரல்கள் காய்த்துப் போகும். தன்னுடைய சக மாணவர்கள் பற்றி எழுதியுள்ள உ. வே. சா அவர்களில் பெண் பிள்ளைகள் இருந்ததாகச் சொல்லவில்லை. அந்தக் காலத்தில் உயர்சாதிப் பெண் பிள்ளைகளுக்கும் கல்வி கிடையாது என்றே கருதவேண்டியுள்ளது. மேலும் பூப்புக்கு வருமுன்னே திருமணம் செய்துவைப்பதே வழமையாக இருந்ததால் அதற்கு வாய்ப்பு இல்லை. கணவனாகப் பார்த்து எழுதப்படிக்கச் சொல்லிக் கொடுத்தால்தான் உண்டு.

மெக்காலே கல்வி முறை

அரசியல் அதிகாரத்தைப் பெற்ற ஆங்கிலேயக் கம்பெனியாருக்கு அதை நிலைநிறுத்திக்கொள்ள ஏதுவான கல்வி முறை தேவைப்பட்டது. தங்களுக்கான பணியாளர்களை எல்லாம் இங்கிலாந்திலிருந்து கொண்டுவர முடியாது. தங்களது படைக்கான வீரர்களை எப்படி இந்தியர்களிலிருந்து தேர்ந்தெடுத்தார்களோ அப்படி தங்களது சிவில் நிர்வாகத்துக்கான குமாஸ்தாக்களை இங்கிருப்பவர்களிலிருந்தே தேர்ந்தெடுக்க வேண்டியிருந்தது. அதற்கேற்ற கல்வி முறையை வகுக்கத் தொடங்கினார்கள். மேலும் மொழிப் பிரச்னையும் இருந்தது. அடிமைப்பட்டவர்களின் மொழியை ஏன் ஆண்டைகள் படிக்க வேண்டும்? எனவே ஆண்டைகளின் மொழியாம் ஆங்கிலத்தை அடிமைகள் மீது திணித்தார்கள்.

மேலும் இந்தியாவில் ஏகப்பட்ட மொழிகள் இருந்தன. படித்தவர்களுக்கிடையிலான அன்றைய இணைப்பு மொழி சம்ஸ்கிருதம். அதனிடத்தில் ஆங்கிலத்தை அமர்த்த முடிவு செய்தார்கள்.

இப்படித்தான் மெக்காலே பிரபு 1835-ல் ஒரு கல்விக் கொள்கையை உருவாக்கினார். பிரபலமான அந்தக் கொள்கைக் குறிப்பில் அவர் இப்படிக் குறிப்பிட்டார்: "1813-ல் நாடாளுமன்றம் 'படித்த இந்தியர்களை' உருவாக்க வேண்டும் எனச் சொன்னது, அரேபிய மற்றும் சம்ஸ்கிருத இலக்கியம் படித்தவர்களேயே எனப்படுகிறது. மில்டனின் கவிதை, லாக்கின் பௌதீகம் கடந்த சிந்தனை, நியூட்டனின் பௌதீகம் ஆகியவற்றைப் படித்தவர்களை அது குறிக்கவில்லை எனப்படுகிறது. அதாவது இந்துக்களின் புனித நூல்களையும், தர்ப்பைப் புல்லின் பயன்பாடுகளையும், கடவுளரைப் பற்றிய அதிசயங்களையும் அறிந்தவர்களே படித்த இந்தியர்களாம்! ஆனால், இந்தியாவிலும் அரேபியாவிலும் உள்ள மொத்த இலக்கியமும் ஒரு நல்ல ஐரோப்பியரது நூலகத்தின் ஒரு ஷெல்புக்கு இணையாகாது என்பதை எந்தவொரு கிழக்கத்திய ஆய்வாளரும் மறுக்க முடியாது."

இதில் ஐரோப்பியப் பெருமிதம் வெளிப்பட்டாலும் அன்று அங்குதான் நவீன அறிவியல் சிந்தனை பிறந்திருந்தது என்கிற உண்மையை, அத்தகைய சிந்தனை சம்ஸ்கிருத -அரேபிய இலக்கியத்தில் இல்லை என்கிற மெய்மையை, அதனால்தான் இந்த நாடு அடிமைப்பட்டது எனும் யதார்த்தத்தை மறுக்க முடியாது. தங்களது சுயநலத்துக்காகவே ஆட்சியாளர்கள் ஆங்கிலக் கல்வியை இங்கு அறிமுகப்படுத்தினாலும் அது ஏற்கெனவே இங்கிருந்த சம்ஸ்கிருத-அரேபிய-தமிழ்க் கல்வியைவிட எவ்வளவோ உயர்வாக இருந்தது.

ஆகவே, இது இந்தியர்களை ஈர்த்தது. அதிலும் சாதி பார்க்காமல் அதைத் தந்தது சூத்திரர்களுக்கும் பஞ்சமர்களுக்கும் மிகப்பெரும் பேறாக இருந்தது. இதை உணர்ந்து கிறிஸ்தவ மிஷனரிகள் ஆங்கிலக் கல்விக் கூடங்களைத் திறந்தார்கள் - அது கிறிஸ்தவ மதமாற்றத்துக்கு இன்றில்லாவிட்டால் நாளை இட்டுச் செல்லும் எனும் நம்பிக்கையில்.

1846-ல் ஒரு சுவையான விவாதம் கம்பெனி இயக்குநர்களிடையே எழுந்ததாக மெட்ராஸ் மாகாணத்தின் கல்வி வரலாறை எழுதியுள்ள எஸ்.சத்தியநாதன் கூறுகிறார். அதாவது ஆங்கிலக் கல்வியில் பைபிள் படிப்பைச் சேர்ப்பதா, கூடாதா என்று. 'மக்களின் மத உணர்வுகள் மற்றும் கருத்துகளில் தலையிடக்கூடிய எந்தவொரு படிப்பையும் அறிமுகப்படுத்துவது நியாயமோ அல்லது புத்திசாலித்தனமோ அல்ல' என்றது இயக்குநர்கள் அவை. ஆக ஆங்கிலக் கல்வி என்றாலும் ஒருவகை மதசார்பற்ற கல்வியை வழங்கவே கம்பெனியார் முயன்றதாகத் தெரிகிறது- மக்களை மத ரீதியாகப் பகைத்துக்கொள்ளக்கூடாது எனும் அவர்களது அரசியல் நோக்கிலிருந்து. அப்படியும் கல்வித்துறையில் களம் இறங்கினார்கள் மிஷனரிகள்.

குடும்பப் பெண்களுக்கு கல்வி

"மெட்ராஸ் பல்கலைக்கழகம், ராஜமுந்திரி, கடலூர் ஆகிய ஊர்களிலிருந்த மாகாணப் பள்ளிகள், சில ஆரம்பப் பள்ளிகள் எனும் மூன்று அரசு நிறுவனங்களைத் தவிர மாகாணத்தின் கல்வி முழுமையும் மிஷனரி சொசைட்டிகளிடமும் இந்தியர்களிடமும் இருந்தன. இந்தியர்கள் உருவாக்கியிருந்த உள்நாட்டுக் கல்வியின் திருப்திகரமற்ற தன்மை பற்றி நாம் ஏற்கெனவே சுட்டியுள்ளோம்.

ஆரம்பக் கல்வியில் சில மிஷனரி சொசைட்டிகளின் பங்கு கணிசமான அளவில் இருந்தது. 1854-ல் சுவிஷேஷ பிரசார சொசைட்டியானது சுமார் 186 பள்ளிகளை ஆதரித்து வந்தது. இவற்றில் பெரும்பாலானவை திருநெல்வேலி, மதுரை, திருச்சி, தஞ்சை மாவட்டங்களில் இருந்தன. இவற்றில் படித்த 5000-க்கும் மேற்பட்ட மாணவர்களில் 1400 பேர் மாணவிகள். மாகாணத்தில் மொத்தமிருந்த 1185 பள்ளிகளில் 38,005 மாணவர்கள் படித்தார்கள். இது 1852-ம் ஆண்டுக் கணக்கு" என்கிறார் எஸ்.சத்தியநாதன்.

சங்க காலத்துக்குப் பிறகு இப்போதுதான் பெண்கள் படிக்க ஆரம்பித்தார்கள். சாம்ராஜ்ஜிய காலத்திலும் நாயக்கர் காலத்திலும் ஆடல் பாடலுக்காக தாசிகளுக்கே படிப்பு சொல்லித் தரப்பட்டது. கம்பெனியார் ஆட்சியைப் பிடித்த வேளையிலும் இதுதான் நிலைமை. இப்போதுதான் குடும்பப் பெண்களுக்கு கல்வி கிடைத்தது. இதற்காகத் தமிழ்ப்

பெண்கள் கிறிஸ்தவத்துக்கு நன்றி செலுத்த வேண்டும். அது மட்டும் வராமலிருந்திருந்தால் பெண் கல்வி இன்னும் தாமதமாகியிருக்கும்.

“இந்தியாவின் இதர பகுதிகளைப்போல மெட்ராசிலும் மிஷனரிகளே பெண் கல்வியில் முன்னோடியாக இருந்தார்கள். சமூக-மத காரணங்களால் பெண் கல்வியில் நாட்டமில்லாதிருந்த ஒரு சமுதாயத்தில் மிஷனரிகளின் விடா முயற்சியே அதுபற்றிய விழிப்புஉணர்வை உருவாக்கியது. பெண் கல்வி பற்றி அரசு கவலைப்படாதிருந்த அந்த 1851-லேயே 285 பகல்நேரப் பள்ளிகளை மிஷனரிகள் நடத்தின. அவற்றில் 8919 பெண் பிள்ளைகள் படித்தார்கள். மேலும் 2274 பேர் உண்டு உறையுள் பள்ளிகளில் படித்தார்கள்” என்கிறார் அதே வரலாற்றாளர்.

உயர் வருணத்தவரும் ஆங்கிலம் படித்தனர்

இந்தப் புள்ளிவிபரங்கள் எல்லாம் ஒருபுறமிருக்க ஆங்கிலம் படித்ததால் சிலர் பெரிய பதவிகளுக்குப் போவதை மக்கள் கண்ணாரக்கண்டு வந்தார்கள். ‘பிரதாப முதலியார் சரித்திரம்’ என்று தமிழுக்கு முதல் நாவலைத் தந்த சாமுவேல் வேதநாயகம் பிள்ளை 1826-ல் பிறந்தவர். தமிழோடு ஆங்கிலமும் கற்றதனால் ஆங்கிலேயர்களின் நீதிமன்றத்தில் முதலில் மொழிபெயர்ப்பாளராகவும், பின்னர் முன்சீப் எனும் நீதிபதி பதவியையும் அடைந்தார்.

தமிழ்ப்பற்று இவரை மகாவித்துவான் மீனாட்சி சுந்தரம்பிள்ளை மற்றும் திருவாவடுதுறை ஆதீனம் சுப்ரமணிய தேசிகரோடு நட்புகொள்ள வைத்தது. அவர்களும் மதம் கடந்து தோழமை போற்றினார்கள். ஆதீனத்துக்கான வழக்குகள் விஷயத்தில் ஆங்கிலத்தில் மகஜர் தயாரிக்கவும் உதவினார் வேதநாயகம். ஆங்கிலேயரின் ஆட்சி நின்று நிலை பெற்றது அவர்களது மொழியைப் படிக்க வேண்டியதன் அவசியத்தை ஒவ்வொருவருக்கும் உணர்த்திவந்தது.

கிறிஸ்தவர்கள் ஆங்கிலம் கற்றதில் ஆச்சர்யம் இல்லை. அதைப் பார்த்து பிராமணர்களும் அன்றே கற்கத் தொடங்கியது தான் பெரும் திருப்பம். உ. வே. சா தனது ‘என் சரித்திரம்’ நூலில் விவரித்திருக்கிறார்: “என் இளமைக்காலத்தில் கிராமங்களுக்கு இங்கிலீஷ் படிப்பு வரவில்லை. நகரங்களில் சில பள்ளிக்கூடங்களில்

இங்கிலீஷ் கற்றுத் தந்தார்கள். இங்கிலீஷ் தெரிந்தவர்களுக்கு அளவற்ற மதிப்பு இருந்தது. அரைகுறையாகத் தெரிந்து கொண்டவர்களுக்கும்கூட எளிதில் ஏதேனும் வேலை கிடைக்கும். உத்தமதானபுரத்தில் நாங்கள் இருந்தபோது எனக்கு உபாத்தியாயராக இருந்த சாமிநாதையர் வீட்டுக்கு அவருடைய பந்து ஒருவர் அடிக்கடி வருவார். அவருக்கு சிவஸ்வாமி ஐயர் என்று பெயர்.

அவர் இங்கிலீஷ் படித்தவர். அவர் வந்த காலத்தில் என் உபாத்தியாயர் அவரிடம் சொல்லி எனக்கு இங்கிலீஷ் எழுத்துகளைக் கற்பிக்கும்படி கூறினார். அப்படியே அவர் கற்பிக்க நான் அவற்றைக் கற்றுக்கொண்டேன். இங்கிலீஷ் எண்களையும் அவரிடமே தெரிந்துகொண்டேன். இங்கிலீஷ் எழுத்துகளைத் தெரிந்துகொண்டபோது எனக்குள் இருந்த பெருமிதம் இவ்வளவென்று சொல்ல முடியாது. அந்த எழுத்துக்கு அவ்வளவு பிரபாவம் இருந்தது. எனக்கு இங்கிலீஷ் எழுத்துகளைச் சொல்லித்தந்த சிவஸ்வாமி ஐயர் பிற்காலத்தில் திருவனந்தபுரம் ஸமஸ்தானத்தில் தக்க உத்தியோகத்தைப் பெற்று வாழ்ந்தனர்."

இது நடந்தது 1860-களில். சம்ஸ்கிருத அல்லது தமிழ்க் கல்விக்குப் பதிலாக ஆங்கிலக் கல்வியை ஆங்கிலேய ஆட்சியாளர்கள் புகுத்தியபோது உயர்வருணத்தவர் மத்தியில் அதற்குப் பெரிய எதிர்ப்பு இருந்ததாகத் தெரியவில்லை. மாறாக ஏற்கெனவே கல்வியில் முன்னணியில் இருந்த வருணங்கள் இப்போது ஆங்கிலக் கல்விக்கு மாறத் தொடங்கினார்கள். அது இந்த மண்ணுக்கும், இவர்களது மரபுக்கும் எந்தச் சம்பந்தமும் இல்லாதது என்பது பற்றியெல்லாம் அவர்கள் பெரிதாக அலட்டிக் கொண்டதாகத் தெரியவில்லை. மாறாக அதைப் பெருமையாகவே கருதினார்கள்.

அதற்குக் காரணங்கள் மூன்று. ஒன்று, ஆங்கிலேயர்களின் ஆட்சி 1857 சிப்பாய்கள் கிளர்ச்சிக்குப் பிறகும் நின்று நிலைபெற்றது. இரண்டு, அந்தக் கல்வியின் பாடத்திட்டம் நவீனமாக இருந்தது. மூன்று, கொழுத்த சம்பளம் தரும் அரசு பதவிகள் கிடைத்தது. எனவே திண்ணைப் பள்ளிகளை உதறிவிட்டு மிஷனரிகள் நடத்திய ஆங்கிலக் கல்விக்கான பள்ளிகளில் சேர ஆரம்பித்தனர். இதனால் மிஷனரிகளின் பள்ளிகள் வெற்றிகரமாக நடைபோட ஆரம்பித்தன.

ஆரம்பக் கல்வியிலிருந்து கல்லூரிக் கல்வி வரை அவர்களது சேவை பரவியது.

பாளையக்கோட்டையில் தென்னிந்தியாவிலேயே முதல் பெண்கள் கல்லூரி 1895-ல் உதயமானது. அதுதான் இப்போதும் பிரபலமான சாரா டெக்கர் கல்லூரி. அந்தப் பகுதிப் பெண்கள் அறியாமையில் இருப்பதை இங்கிலாந்திலிருந்த ஒரு மாற்றுத்திறனாளியான சாரா டெக்கர் கேள்விப்பட்டு வருந்தினார். தனது நண்பர்களுடன் இணைந்து நிதி சேர்த்து அனுப்ப முதலில் உருவானது ஆசிரியர் பள்ளி. அதுவே பின்னர் உயர்நிலைப் பள்ளியானது. பிறகு கல்லூரியானது.

இப்படியாக நெல்லைப் பகுதியில் அந்தக் காலத்திலேயே பெண்கள் பட்டதாரிகளானார்கள். அதற்குப் பிறகுதான் 1915-ல் சென்னையில் மகளிர் கிறிஸ்தவக் கல்லூரி தோன்றியது. இங்கிலாந்து, கனடா, அமெரிக்காவின் 12 மிஷனரி அமைப்புகள் சேர்ந்து இதை உருவாக்கின. மெட்ராஸ் பெண்களுக்கு கல்லூரிக் கல்வி தர சீமையிலிருந்து மிஷனரிகள் வரவேண்டியிருந்தது. தொடங்கும்போது எத்தனை மாணவிகள் தெரியுமா? வெறும் 4 பேர்! அவர்களும் வைதீகர்களால் எவ்வளவு அவமானத்துக்கு ஆளானார்களோ?

மருத்துவ தானத்தில் மிஷனரிகள்

மிஷனரிகள் தங்களது கிறிஸ்தவப் பரவலுக்கு எடுத்துக் கொண்ட மற்றொரு சேவை மருத்துவம். சாம் நேசமணி கூறுகிறார்: "மிஷனரிகளின் பணி மருத்துவ தானமாக இருந்தது. மதத்துக்கும் மருத்துவத்துக்கும் இருந்த நெருங்கிய தொடர்பு மற்றும் சுவிசேஷ பிரசாரம் இன்னும் வெற்றியடையாதது ஆகிய காரணங்களால் மிஷனரிகளின் கவனம் சுகாதார நலன் பக்கம் திரும்பியது. அவர்கள் மருத்துவ மிஷன்களைத் தொடங்கினார்கள். 'தெய்வீக குணமளிப்பு' என்பதைத் தாங்கள் தருவதாகச் சொல்லி மதப் பிரசாரத்தை முன்னெடுத்தார்கள். அப்படியாக மருத்துவ மனைகளைத் தொடங்கி வியாதிக்கு எதிரான மிஷனரிகளின் இயக்கத்தை நடத்தினார்கள்."

மதமாற்றமே இந்த மருத்துவ இயக்கத்தின் நோக்கம் என்றாலும் அது ஏழைகளுக்கும் அடித்தட்டு சாதியினருக்கும் தேவையாக இருந்தது. அந்தக் காலத்திய நாட்டு வைத்தியம்

பணக்காரர்களுக்கும் உயர் சாதியினருக்குமே கிடைத்து வந்தது. தீண்டாமை காரணமாக பஞ்சமருக்கு வைத்தியம் செய்யமாட்டார்கள். அவர்கள் தங்களுக்குத் தெரிந்த கைவைத்தியத்தைச் செய்துகொள்வார்கள் அல்லது செத்து மடிவார்கள். அது அவர்களின் விதி எனப்பட்டது. இந்த நிலையில் மிஷனரிகளின் வைத்திய சாலைகள் அனைவருக்குமாக இருந்தன.அது கிறிஸ்தவத்தின்பால் இயல்பாகவே நல்லெண்ணத்தை உருவாக்கியது.

"(1870 வாக்கில்) எங்கே பார்த்தாலும் விஷ பேதியின் கொடுமை பரவியிருந்தது. 'ரெயில் வந்தது ஆசாரம் ஒழிந்தது. அதற்குத் தக்க பலன் இது' என்று சிலர் பேசினர். அரசாங்கத்தார் அந்நோய் பரவாதபடி மருந்துகளை ஊர்தோறும் வாங்கிக் கொடுத்தனர். மாயூரத்தில் இருந்த முன்சீப் வேதநாயகம் பிள்ளையும் தம்மாலான உதவியைச் செய்தார். அன்றியும் அந்நோய்க்குரிய மருந்தை வாங்கி கிராமந்தோறும் கொடுக்கும்படிச் செய்ய வேண்டுமென்ற கருத்தை அமைத்து சில பாடல்களை இயற்றி சுப்ரமணிய தேசிகருக்கு அனுப்பினார்" என்கிறார் உ.வே.சா.

ஒரு கிறிஸ்தவராகிய வேதநாயகம் இப்படி உதவினார் என்றால் மிஷனரிகள் எந்த அளவிற்கு உதவியிருக்கும் என்று எளிதில் ஊகிக்கலாம். அதுமட்டுமல்ல, ரயில் வந்ததால் ஆசாரம் ஒழிந்தது என சநாதனிகள் வருத்தப்பட்டதிலிருந்து அன்று பஞ்சமர்களை அவர்கள் கவனித்திருக்க மாட்டார்கள் என்பதும் புரிபடுகிறது. அரசோ அல்லது மிஷனரிகளோ கருணை காட்டினால்தான் உண்டு என்ற நிலையே இருந்தது.

பிரசவம் என்பது பெண்ணுக்கு செத்துப் பிழைப்பது. மூத்த தாய்மார்களே தம் அனுபவம் கொண்டு பிரசவம் பார்த்தார்கள். ஏதேனும் சிக்கல் வந்தாலும் ஆண் மருத்துவர்களை அனுமதிக்க மாட்டார்கள். மருத்துவப் பணியிலிருந்த மிஷனரிகள் இந்த நிலையை உணர்ந்து பெண் மருத்துவர்களைத் தயார் செய்தார்கள். வேலூரில் இன்று பிரபலமாக உள்ள சி.எம்.சி எனப்படும் கிறிஸ்டியன் மெடிக்கல் காலேஜ் மற்றும் மருத்துவமனை 1900-ல் ஓர் அமெரிக்க மிஷனரியால் உருவானதுதான்.

ஆண் டாக்டர்களை அனுமதிக்காத பெண் நோயாளிகளைக் கண்டுதான் தன்னை மருத்துவத் துறையில்

சென்னை லயோலா கல்லூரி

ஈடுபடுத்திக்கொண்டார் இடா ஸ்கட்டர் எனும் அந்த மிஷனரி. அமெரிக்காவில் மருத்துவப் பயிற்சி பெற்ற அந்தப் பெண்மணி, வேலூர் திரும்பி பெண்களுக்கு என்று ஒரு படுக்கை கொண்ட சிறிய மருத்துவமனையை ஆரம்பித்தார். பெண்களுக்கு உதவப் பெண்களைத் தயார் செய்வதுதான் அவரது வாழ்க்கை லட்சியமாக இருந்தது. முறையான செவிலியர் பயிற்சியை முதன்முதலில் 1909-ல் தொடங்கினார். எல்.எம்.பி எனப்பட்ட மருத்துவ டிப்ளமோ படிப்பை பெண்களுக்கு வழங்கும் மிஷனரி மெடிகல் ஸ்கூலை 1918-ல் தொடங்கியதும் அவரே. இப்படி கிளைகள் விட்டு வளர்ந்ததுதான் வேலூர் சி.எம்.சி.

அந்தக் காலத்தில் தொழுநோய்க்கு சிகிச்சையே தர மாட்டார்கள். முன் ஜென்மத்தில் செய்த பெரும் பாவத்துக்கு இந்த ஜென்மத்தில் கிடைத்துள்ள தண்டனை என்றே அது பார்க்கப்பட்டது. பால் வில்சன் பிராண்ட் என்பவர் வேலூர் மருத்துவமனையில் அதற்கும் சிகிச்சையளித்தார். அந்த வியாதியால் உடம்பின் சில பகுதிகள் மரத்துப் போவதால்தான் நோயாளிகள் தங்களைத் தாங்களே துன்புறுத்திக்கொள்கிளார்கள் என்பதை 1940-ல் கண்டுபிடித்தார். இந்தக் கண்டுபிடிப்பு அந்த நோய்க்கான உரிய சிகிச்சையை அறிய உதவியது.

மிஷனரிகள் இந்தக் காலத்தில் வேறு சில ஊர்களில் தொடங்கிய சில கல்லூரிகள்: 1844-ல் திருச்சியில் செயின்ட் ஜோசப் கல்லூரி, 1869-ல் சென்னைப் பல்கலைக்கழகத்துடன் இணைக்கப்பட்டது. 1878-ல் பாளையங்கோட்டையில்

செயின்ட் ஜான்ஸ் கல்லூரி ஆரம்பிக்கப்பட்டது. 1893-ல் நாகர்கோயிலில் ஸ்காட் கிறிஸ்டியன் கல்லூரி தொடங்கப்பட்டது.

1923-ல் பாளையங்கோட்டையில் செயின்ட் சேவியர் கல்லூரி ஆரம்பிக்கப்பட்டது. 1925-ல் சென்னையில் லயோலா கல்லூரி. ஆக சென்னை, திருச்சி, நெல்லை, நாகர்கோயில் என்று தமிழகத்தின் மேலிருந்து கீழ்வரை உயர்கல்வியைப் பரப்பின கிறிஸ்தவ மிஷனரிகள். இவை இன்றைக்கும் முதல்தரமான கல்லூரிகளாக அங்கீகரிக்கப்பட்டுள்ளது இவற்றின் பெருமையைப் பேசும்.

மிஷனரிகளின் அன்னதானம்

கிறிஸ்தவம் கையில் எடுத்த அடுத்த கருவி அன்னதானம். மன்னர்களும் மடாதிபதிகளும் செல்வந்தர்களும் சத்திரங்கள் கட்டி சாப்பாடு போட்டது உண்மை. ஆனால் அனேகமாக உயர் வருணத்தவருக்கே, அதிலும் குறிப்பாக பிராமணர்களுக்கே போடப்பட்டது. காரணம் அவர்களுக்கு அந்த தானத்தைச் செய்தால்தான் புண்ணியம் எனும் சிந்தனை மிக ஆழமாக இருந்தது. மனுதர்ம சாஸ்திரமும் அதை இப்படியாகக் கூறியிருந்தது: "பிராமணர்களின் வாய் வழியாகவே தேவர்களும் இறந்தவர்களின் ஆவிகளும் தங்களின் அவிர்பாகத்தை உண்ணுகிறார்கள்.'' (1–95) இத்தகைய சிந்தையுள்ள ஒரு சமுதாயத்தில் சூத்திரர்களுக்கும் பஞ்சமர்களுக்கும் அன்னதானம் என்பது இல்லாதிருந்தது.

கொடுமை என்னவென்றால் கொடும் பஞ்ச காலத்திலும் மனு நீதியே ஆட்சிபுரிந்தது. பட்டினியால் மரணம் என்பதும் முன்ஜென்ம வினையாகவே கருதப்பட்டது. இந்த நிலையில்தான் 1876-78 காலத்தில் தாது வருஷப் பஞ்சம் எனப்பட்டது மெட்ராஸ் மாகாணத்தில் ருத்ர தாண்டவம் ஆடியது. மழை பொய்த்தது ஒரு காரணம் என்றால், மறு காரணம் அப்போதும் ஆங்கிலேய ஆட்சியாளர்கள் தானிய ஏற்றுமதியை அனுமதித்து வந்தது. இதனால் உள்நாட்டில் பற்றாக்குறை ஏற்பட்டு பதுக்கலும் கருப்புச் சந்தையும் ஏற்பட்டது. ஏழைகளுக்கு உணவு எட்டாக் கனியானது. பசி பட்டினியால் அப்போது மாண்டவர்கள் எண்ணிக்கை பற்றி உறுதியான தகவல் இல்லை. இதுபற்றி ஆய்வுக் கட்டுரை எழுதியுள்ள லீலா சாமி கூறுகிறார்:

"இந்தப் பஞ்ச காலத்தில் பசியால் மாண்டவர்கள் எண்ணிக்கை உறுதியாகத் தெரியவில்லை. அது 68 ஆயிரம் முதல் 30 லட்சம் வரை என்று மதிப்பிடப்படுகிறது." அப்படி மாண்டவர்கள் ஏழைபாழைகள், அடித்தட்டு சாதியினர். இவர்களுக்காக கிறிஸ்தவர் வேதநாயகம் பிள்ளை இரங்கி, இறைவனை இறைஞ்சி பாடல்கள் பாடினார். 'பஞ்சம் தீரையா உனையன்றி தஞ்சம் ஆரையா?' எனக் கேட்டார்.

'மேகங்கள் யாவும் உயர் விண்நீங்கி வேசையர்தம்/ தேகங்களில் வாசம் செய்கையால்- மாகமிசை/ஆசைக்கும் கார் காணோம் அவ்வேசையர்/கொடுப்பர் காசைக் கொடுப்பவர்க்கு காண்' என்று 'மேகம்' எனும் சொல்லை வைத்து விளையாடினார். வானத்தின் மேகம் எல்லாம் வேசிகளின் உடலுக்குள் புகுந்துவிட்டதால்தான் மழையைக் காணோம்! அவர்களோ காசு கொடுப்போர்க்கு மட்டுமே அதை அள்ளிக் கொடுப்பர்! மேகம் என்பது மேக நோயையும் குறிக்கும். இப்படியாக அன்று நிலவிய தாசி முறையையும் பஞ்சத்தையும் ஒருசேரத் தாக்கினார்.

ஒரு தனிமனித கிறிஸ்தவரே இப்படி காருண்யத்தோடு பாடினார் என்றால் மிஷனரிகள் எந்த அளவுக்கு அதைக் காரியத்தில் காட்டியிருப்பார்கள் என்று எளிதில் ஊகிக்கலாம். கூடவே வரலாற்றுப் பேராசிரியர் எஸ்.மாணிக்கம் கூற்று உள்ளது: "மெட்ராஸ் மாகாணத்தில் 19-ம் நூற்றாண்டில் ஏற்பட்ட பெரும் பஞ்சங்களின்போது கிறிஸ்தவ மிஷனரிகள் செய்த பரிவான பராமரிப்பும் பொறுமையான பணிகளும் மக்கள் மனதில் பெரும் மாற்றத்தை ஏற்படுத்தின. பஞ்சங்கள் முடிவுக்கு வந்ததும் அதனால் பாதிக்கப்பட்ட ஆயிரக்கணக்கானவர்கள், பெரும்பாலும் தீண்டத்தகாதவர்கள் கிறிஸ்தவத்துக்கு மாறினர். அவர்கள் 'சோற்றுக் கிறிஸ்தவர்கள்' என்று, அதாவது ஒரு தட்டு சோற்றுக்காக கிறிஸ்தவர்களாக ஆனவர்கள் என்று பிறரால் கேலியாக விமர்சிக்கப்பட்டனர்."

ஒரு தட்டுச் சோற்றுக்காக மதம் மாறினவர்கள் என்றால் அதைக்கூடத் தராமல் அவர்களைப் பட்டினி போடுகிற மதமாகத்தானே அவர்களது தாய் மதம் இருந்திருக்கிறது! அந்த மதத்தவருக்கு இந்த பட்டினிப் பட்டாளத்தை விமர்சனம் செய்யும் தகுதி ஏது? அந்தப் பஞ்ச காலத்தில் இவர்களுக்கு கஞ்சி ஊற்றிப் புண்ணியத்தை சம்பாதித்துக் கொண்டன மிஷனரிகள்.

கிறிஸ்தவர் எண்ணிக்கை உயர்வு

இப்படியாக அந்தக் காலத்து சமணம்போல கல்வி தானம், மருத்துவ தானம், அன்னதானம் ஆகியவற்றை இந்தக் காலத்தில் செய்தது கிறிஸ்தவம். இது அதனுடைய விரிவாக்கத்துக்கு உதவி செய்ததா? புள்ளிவிபரங்களைப் பார்ப்போம். 1881-ல்தான் இந்தியா முழுக்க முறையான மக்கள்தொகைக் கணக்கெடுப்பு நடந்தது. அதில் மெட்ராஸ் மாகாணத்தில் கிறிஸ்தவர்கள் எண்ணிக்கை 7 லட்சம். ஆங்கிலேயர் ஆட்சியில் கடைசியாக எடுக்கப்பட்டது 1941-ல்.

அதில் இங்கே கிறிஸ்தவர்கள் எண்ணிக்கை 20 லட்சம். 60 ஆண்டுகளில் சுமார் மூன்று மடங்கு உயர்ந்திருந்தாலும் கோடிக்கணக்கானோர் வாழ்ந்த மெட்ராஸ் மாகாணத்தில் அவர்கள் லட்சக்கணக்கில்தான் இருந்தார்கள். அந்தக் காலம் முழுக்க மதத்தால் கிறிஸ்தவர்களாக இருந்தவர்களின் ஆட்சி நடந்தாலும் இதுதான் நிலைமை. இது பளிச்செனச் சொல்லும் உண்மை அரசின் மதத் திணிப்பு இல்லை என்பது தான். இருந்திருந்தால் கிறிஸ்தவர்களின் எண்ணிக்கை கோடிக்கணக்கில் அல்லவா இருந்திருக்கும்?

சதவீதக் கணக்கு பார்ப்போம். 1881-ல் மெட்ராஸ் மாகாணத்தின் மக்கள்தொகை சுமார் 3 கோடி. அதில் கிறிஸ்தவர்கள் 2.3%. 1941-ல் அதுவே சுமார் 5 கோடி. அதில் கிறிஸ்தவர்கள் 4%. 60 ஆண்டுகளில் இரு மடங்குக்கும் குறைவான உயர்வே. இதற்கும் காரணம் சாதி வித்தியாசம் பார்க்காது மிஷனரிகள் ஆற்றிய சேவை. இதையும் தடுக்க நினைத்திருந்தால் அடித்தட்டு சாதியினரையும் சமமாக நடத்த முன்வந்திருக்க வேண்டும் இந்து மதத்தின் உயர் சாதியினர்.

இவர்கள் செய்தது எல்லாம் அவர்களைக் கோயிலுக்குள் நுழைய அனுமதித்ததுதான். அதற்கே சநாதனிகள் எவ்வளவு எதிர்ப்பு தெரிவித்தார்கள் என்று பார்த்தோம். இதிலே சாதி மறுப்புத் திருமணம் போன்ற மெய்யான சமத்துவத்தை அன்று அவர்கள் முன்மொழியவே இல்லை. அவ்வளவு ஏன் அனைத்து சாதியினரும் அர்ச்சகராக வேண்டும், மடாதிபதி ஆகவேண்டும் என்றுகூடச் சொன்னதில்லை. இந்த நிலையில்தான் அடித்தட்டு சாதியினரில் ஒரு சிறு பகுதியினர் கிறிஸ்தவத்துக்கு மாறியிருந்தார்கள்.

13

இஸ்லாம்

ஆற்காட்டு நவாப் பற்றி ஏற்கெனவே பார்த்தோம். ஆங்கிலேயர்களுடன் நட்பாக இருந்த நவாப் வாலாஜா முகம்மது அலி, மெட்ராஸின் சேப்பாக்கத்தில் மாளிகை கட்டி குடியேறினார். சே பாக் என்றால் ஆறு பூங்காக்கள் என்று அர்த்தம். அந்த அழகான இடத்தில் அவரின் அரண்மனை அமைந்தது. இது நடந்தது *1767*-ல். இதனால் அவரின் பரிவாரங்களும் மெட்ராஸ் வந்து சேர்ந்தார்கள். இப்படித்தான் அங்கே பல உருது பேசும் முஸ்லிம்களின் குடியேற்றம் நடந்தது. எனினும் இதற்கும் முன்பாக தக்காணத்திலிருந்து வியாபாரம் நிமித்தமாக சில முஸ்லிம்கள் இங்கே வந்திருந்தார்கள்.

நவாப் வாலாஜா மசூதி, கோயில், தேவாலயம் என மூன்றையும் கட்ட தாராளமாக நிதி கொடுத்தார். திருவல்லிக்கேணியில் ஒரு கோயில் கட்ட இடம் தந்தவர் இவர் எனப்படுகிறது. திருச்சியில் ஒரு கோயிலிலிருந்து சில விக்ரகங்களை ஆங்கிலேய வீரர்கள் அகற்றியதாக புகார் வந்தபோது அவற்றை மீண்டும் அங்கே நிறுவுமாறும், இந்து கோயில்களுக்குள் இந்துக்களைத் தவிர வேறு யாரும் நுழையக்கூடாது என்றும் கோட்டைத் தளபதிக்கு உத்திரவிட்டார் நவாப்.

மைலாப்பூர் கபாலீஸ்வரர் குளத்தின் சிறப்பு

மைலாப்பூர் கபாலீஸ்வரர் கோயில் இன்றும் பிரபலமானது. மொகரம் பண்டிகையின்போது மட்டும் இந்தக் கோயிலின் குளத்துக்கு ‘பாஞ்சா’ எனப்படும் ஒரு சின்னத்தோடு வந்து தொழுகை நடத்துகிறார்கள் முஸ்லிம்கள். இது *200*

ஆண்டுகாலப் பழக்கம். இதற்கான காரணத்தை கூறுகிறார் கே.என்.ராகவேந்திர ராவ்:

"இந்தக் கோயில் 17-ம் நூற்றாண்டில் கட்டப்பட்டது. ஆனால், கோயில் சரித்திரமானது அதன் அருகில் உள்ள பெரிய குளம் பற்றி கூறவில்லை. தென்னிந்திய வரலாறு மற்றும் தொல்லியலில் வல்லுநராகிய என். எஸ். ராமசாமியின் கருத்துப்படி கோயில் குளமானது 18-ம் நூற்றாண்டில் முகம்மது அலி நவாப்பின் காலத்தில் கட்டப்பட்டது, அதற்கான நிலத்தை கொடுத்த நவாப், மொகரத்தின்போது அதை முஸ்லிம்கள் பயன்படுத்திக்கொள்ள அனுமதி கேட்டதால் இந்தப் பழக்கம் உருவானது'' என்கிறார். (இண்டியா டுடே 15-7-2013)

முகம்மது அலிக்குப் பிறகு அவரது மகன் நவாப் ஆனார். அவர் காலத்தில் ஆற்காட்டை தங்கள் கட்டுப்பாட்டுக்குள் கொண்டுவரப் பார்த்தார்கள் கிழக்கிந்திய கம்பெனியார். அதற்கு நவாப் மறுத்து வந்தார். அவர் மரணமடைந்ததும் சேப்பாக் மாளிகையை ஆங்கிலேயர்கள் கைப்பற்றினார்கள். அங்கே கிளைவுக்கு கூடாரம் போடப்பட்டது. அப்படியும் இறந்தவரின் மகன், அதாவது வாலாஜாவின் பேரர் கம்பெனியார் திணித்த ஒப்பந்தத்தில் கையெழுத்துப் போட மறுத்துவிட்டார். ஆனால் அவருடைய உறவினர் ஒருவரை பெயரளவு நவாபாக்கி ஆற்காட்டு நிர்வாகத்தை கையில் எடுத்துக்கொண்டுவிட்டார்கள் 1801-ல்.

இந்த பெயரளவு நவாபுகளின் வண்டியும் வெகுகாலம் ஓடவில்லை. ஆண் வாரிசு இல்லாதவர்களின் அரசுரிமை காலாவதியாகும் எனும் விதியின்படி நவாப் பதவியே பறிக்கப்பட்டது. சேப்பாக் மாளிகையும் பறிபோனது. கடைசி நவாபின் உறவினரான ஆசிம் ஷா பெரும்பாடு பட்டு ஆற்காட்டு இளவரசர் எனும் பட்டத்தை ஆங்கிலேயரிடமிருந்து பெற்றார் 1871-ல். சேப்பாக்கத்தின் கலாஸ் மஹால் பறிபோனதால் தற்போது திருவல்லிக்கேணியில் உள்ள அமீர் மஹால் 1859-ல் கட்டப்பட்டிருந்தது. அங்கு குடியேறினார் அடுத்த இளவரசர் ஜாகீர் உத்தவுல்லா பகதூர்.

முஸ்லிம் பெரு வணிகர்கள்

நவாப் ஆனவர் வெறும் இளவரசரானது அவரை நம்பி வந்திருந்த உருது பேசும் முஸ்லிம்களின் நிர்வாக

அதிகாரத்தைப் பறித்தது. பலரின் பதவிகள் பறிபோயின. ஆங்கிலேயர் அரசாங்கத்திலும் வேலை கிடைக்கவில்லை. காரணம் இந்துக்களோடு போட்டிபோட வேண்டியிருந்தது. இந்த நிலையில்தான் அவர்கள் வணிகத்தில் இறங்கினார்கள். ஏற்கெனவே தக்காணத்திலிருந்து முஸ்லிம்கள் மெட்ராஸ் வந்திருந்தது அவர்களுக்கு உதவியாக இருந்தது. அதில் சிலர் பெரும் வணிகராயினர். அவர்களில் ஒருவர் மகமது அப்துல்லா பாதுஷா. 1812-ல் திருவல்லிக்கேணியில் தனது வணிகத்தைத் தொடங்கினார். 1866-ல் அரேபியா, எகிப்து, போன்ற நாடுகளுக்குச் சென்று அவர்களின் இறக்குமதி, ஏற்றுமதி தேவைகளை அறிந்தவர் அதற்கேற்ப வணிகம் செய்து பெரும் பொருள் ஈட்டினார்.

இவரது புதல்வர் குடாஸ் பாட்ஷா சாஹிப் இன்னும் பெரிய அளவில் வணிகம் செய்து பல கல்வி, தர்ம நிறுவனங்களை உருவாக்கினார். அவை முஸ்லிம்களுக்கு பயன்பாட்டைத் தந்தன. மறுபுறம் ஆங்கிலேய ஆட்சியாளர்களின் நண்பராகவும் இருந்ததால் கான் பகதூர் பட்டம் பெற்றார். 1911-ல் டெல்லியில் நடைபெற்ற ராஜ தர்பாரில் மெட்ராஸ் மாகாணத்தின் முஸ்லிம்களின் சார்பாக அவர் பங்கேற்றார் என்றால் அவரின் முக்கியம் புரிபடும். இவரைப்போல வேறு சில பெரும் முஸ்லிம் வணிகர்களும் மெட்ராஸிலிருந்து செயல்பட்டனர்.

மறுபுறம் ஆற்காடு இளவரசர் குலாம் முகம்மது அலியும், மாகாண முஸ்லிம்களுக்கும் ஆங்கிலேய ஆட்சியாளர்களுக்கும் இடையிலான தொடர்புப் பாலமாக இருந்தார். 1906-ல் டாக்காவில் அகில இந்திய முஸ்லிம் லீக் தொடங்கப்பட்டபோது அதற்கு நிதி உதவி அளித்தார். முஸ்லிம்களின் தேவைகளைப் பிரதிபலிக்க லீக் தேவை என்று அவர் கருதினார். அடுத்த இரண்டு ஆண்டுகளில் மெட்ராஸ் மாகாண முஸ்லிம் லீகும் தொடங்கப்பட்டது. அதன் தலைவராக 1908 முதல் 1917 வரை இருந்தார். இதற்கிடையில் 1910-ல் மெட்ராஸ் முஸ்லிம் வாக்காளர்களால் மத்திய சட்டசபைக்கு அவர் தேர்ந்தெடுக்கப்பட்டார்.

1916-ல் மெட்ராஸ் சட்டசபைக்குத் தேர்ந்தெடுக்கப்பட்டார். ஆனால் இவர் 'பட்டாணியர்' எனப்பட்ட உருது பேசும் முஸ்லிம்களின் தலைவராகவே கருதப்பட்டார். 1918-ல் இவர் லீக் தலைவர் பொறுப்பிலிருந்து வெளியேறியதும் தமிழ்

பேசும் முஸ்லிம்கள் அரசியலில் தங்களை நிலைநிறுத்த முனைந்தனர்.

தமிழகத்தின் முஸ்லிம்கள் இருண்டு வகையினர்: உருது முஸ்லிம்கள், தமிழ் முஸ்லிம்கள். முன்னவர்களின் தாய்மொழி உருது. அதாவது வீட்டிலும் தமது சொந்தங்களோடும் உருது பேசுவார்கள், ஆனால் இதரர்களோடு தமிழ் பேசுவார்கள். பின்னவர் வெளியில் மட்டுமல்லாது வீட்டிலும் தமிழே பேசுவர். உருது முஸ்லிம்கள் 1/3 என்றால் தமிழ் முஸ்லிம்கள் 2/3 எனலாம். முன்னவர்கள் பொதுவாக தமிழகத்தின் வட மாவட்டங்களில் வாழ்ந்தார்கள் என்றால் பின்னவர்கள் பொதுவாக நெல்லை முதல் நாகூர் வரையில் தெற்கே வாழ்ந்தார்கள்.

இந்த இரு தரப்புக்கும் பொதுவானதாக மசூதியில் இருந்தது அரபு மொழி தொழுகை. குரானும் அன்று அரபியில்தான் இருந்ததே தவிர தமிழில் பெயர்க்கப்படவில்லை. பெயர்த்தால் தவறு வந்துவிடும் என நினைத்து புனிதத்தின் பெயரால் அதைச் செய்யவில்லை. கிறிஸ்தவ மிஷனரிகளைப் போல மதமாற்றத்தில் முஸ்லிம்கள் தீவிர அக்கறை காட்டாததும் அதைத் தமிழ்ப்படுத்தாதற்குக் காரணம் எனலாம். அக்கறை காட்டியிருந்தால் அப்போதே தமிழ்ப்படுத்தியிருப்பார்கள் அல்லவா?

இப்படிப்பட்ட சூழலில்தான் காந்தியின் வருகையைத் தொடர்ந்து மனு போடும் மகா சபையாக இருந்த காங்கிரஸ் ஒரு மக்கள் இயக்கமாக மாறியது. அந்தச் சமயத்தில்தான் கிலாபத் இயக்கம் எனப்பட்டது கிளம்பியது. அதில் பிரிட்டிஷ் ஏகாதிபத்திய எதிர்ப்பு கூறு இருந்தது. எனவே அது இந்தியாவிலும் கிளை பரப்பியது. அலி சகோதரர்களுடன் காந்தி இணைந்து நடத்திய அந்த இயக்கம் இந்திய முஸ்லிம்களை ஆட்சியாளர்களுக்கு எதிராகக் களம் காண வைத்தது. இதன் காரணமாக பிரிட்டிஷாரின் கோபத்துக்கு ஆளானார்கள் இந்திய முஸ்லிம்கள். இந்தியாவில் இஸ்லாம் பரவ அரசு ஆதரவு நேரடியாகவோ அல்லது மறைமுகமாகவோ இல்லை எனலாம்.

இஸ்லாமுக்குள் சீர்திருத்தக் குரல்

இதற்கிடையில் தமிழகத்தில் இஸ்லாமுக்குள் சீர்திருத்தக் குரலும் கிளம்பியிருந்தது. முந்தைய காலத்தில் எழுந்த தர்கா

வழிபாடு இங்கே இஸ்லாம் பரவ உதவியாக இருந்ததைக் கண்டோம். இப்போது பரவலைவிட சுத்த இஸ்லாமுக்கான தாகம் பிறந்தது. இஸ்லாம்தான் இறைவனுக்கு எதையும் இணை வைக்காத மதம், அதனால் உருவ வழிபாட்டையும் பூசாரித்தனத்தையும் ஒழித்த மதம். தர்கா என்ற பெயரில் குருமார்களின் சமாதி வழிபாடும், அதற்கான சடங்குகளும் இஸ்லாமின் ஏக தெய்வ வழிபாட்டுக்கு முரணானவை. இதனால் இந்து மத அறிவுஜீவிகளின் விமர்சனத்துக்குத் தாங்கள் ஆளாவதை உணர்ந்த சில இஸ்லாமிய அறிவுஜீவிகள் அவற்றை எதிர்க்கத் தொடங்கினார்கள்.

காயல்பட்டினத்தில் 1709 வாக்கில் வாழ்ந்தவர் ஷாமு ஷிகாபுதீன் வலியுல்லா எனும் கவிஞர். இவர் தர்காவில் நடந்த கந்தூரி விழாவை, சந்தனக்கூடு விழாவை எதிர்த்து கவிதை பாடினார். இதை எதிர்க்காத உலாமாக்களையும், மதத் தலைவர்களையும் விமர்சித்தார். இந்தக் குரல்கள் இஸ்லாமியக் கல்விக்கான கோரிக்கையாக உணரப்பட்டு 19-ம் நூற்றாண்டின் இறுதிப் பகுதியில் மதராஸாக்கள் எனப்பட்ட இஸ்லாமியக் கல்வி நிறுவனங்கள் அமைக்கப்பட்டன. இவற்றுக்கு முஸ்லிம் வணிகர்கள் நிதி உதவி தந்தனர். இப்படித்தான் 1872-ல் மெட்ராசில் மதராஸா இ சையீதியா, 1883-ல் வேலூரில் மதராஸா பகியாடஸ் சலிகா, 1900-ல் சென்னையில் ஜமாலியா அரபு கல்லூரி ஆகியவை பிறந்தன. ஆனால், இந்தக் காலத்தில் ஆங்கிலக் கல்வியில் அக்கறை காட்டவில்லை.

இதற்குப் பிந்தைய காலத்தில்தான் ஆங்கிலக் கல்வியில் கவனம் செலுத்தப்பட்டது. 1903-ல் வாணியம்பாடியில் முஸ்லிம் கல்வி சொசைட்டி உருவானது. 1905-ல் இருபாலர் பள்ளியையும் இது தொடங்கியது. அதில் ஆண் பிள்ளைகளே அதிகம் சேர்ந்தார்கள் என்றாலும் இதுவே முஸ்லிம் பெண் பிள்ளைகளுக்கான கல்விக்கண் திறப்பாக இருந்தது. மேற்கத்திய கல்வித் திட்டத்தைக் கொண்ட இத்தகைய பள்ளிகள் எண்ணிக்கையில் குறைவு என்றாலும் முஸ்லிம்கள் அதிலும் கவனம் செலுத்தியது அரசு நிர்வாகத்தில் உரிய பங்கு பெறுவதற்கான அச்சாரமாக இருந்தது.

"19-ம் நூற்றாண்டு இறுதியிலும் 20-ம் நூற்றாண்டின் துவக்கத்திலும் மெட்ராஸ் மாகாணத்தின் முஸ்லிம் சமூகத்தின் சமூக மற்றும் மதச் சீர்திருத்தங்களுக்கான நிகழ்ச்சிநிரலானது

பணக்கார முஸ்லிம் வணிகர்கள் மற்றும் நவாப் தர்பாரின் உறுப்பினர்களால் பெரிதும் நிச்சயிக்கப்பட்டு வந்தது. சீர்திருத்தங்களின்பால் அவர்கள் ஒரு பழமைவாத நோக்கையே அமல்படுத்தினார்கள். முஸ்லிம்களுக்கு மதக் கல்வி அளிப்பதற்காகப் பல மதராஸாக்களை துவக்குவதே அவர்களின் உத்தியாக இருந்தது" என்கிறார் ஆய்வாளர் சுந்தர சீனிவாச ஆர்.வட்லமுடி. அதாவது பழமைவாதிகள் நடத்திய சீர்திருத்தமாக இருந்தது என்கிறார். அதனுடைய பரப்பு ஓர் எல்லையைத் தாண்டாது என்பது தெரிந்ததே.

தாவூத் ஷாவின் தனித்த குரல்

ஆனால், நிலைமை இப்படியாகவே இல்லை. கும்பகோணம் அருகில் உள்ள நாச்சியார் கோயிலில் 1885-ல் பிறந்தவர் தாவூத் ஷா. இவரின் தந்தையார் பாபா ராவுத்தர் ஒரு தமிழ் முஸ்லிம். முதலில் ஒரு மதராஸா பள்ளியில் படித்தவர் பின்னர் ஆராவமுதன் ஐயங்கார் பள்ளியிலும், ராவ்பகதூர் எஸ். அப்பு சாஸ்திரியார் நேட்டிவ் உயர்நிலைப் பள்ளியிலும் படித்து 1904-ல் தனது பள்ளிப் படிப்பை முடித்தார். பிறகு கும்பகோணம் அரசு கல்லூரியிலும், 1909-ல் மெட்ராஸ் பிரசிடென்சி கல்லூரியிலும் சேர்ந்தார். அங்கு இவர் தமிழ்த் தாத்தா உ.வே.சா-விடம் தமிழ் கற்றார். 1912-ல் தத்துவம் மற்றும் தமிழில் பி.ஏ. பட்டம் பெற்றார்.

ஷாவின் கல்வி வரலாறு அன்று தமிழகத்திலிருந்த கல்வி வாய்ப்புகளைச் சுட்டுகிறது. அதைப் பயன்படுத்திய முஸ்லிம் மாணவர்கள் மிகக் குறைவு. அவர்கள் பெரும்பாலும் மதராஸா கல்வியோடு நின்றுவிடுவார்கள். இவரோ ஆங்கிலமுறைக் கல்விக் கூடங்களில் பயின்று அங்கே தமிழிலும் வல்லமை பெற்றார்.

இந்தப் பின்புலம் இஸ்லாமில் செய்ய வேண்டிய சீர்திருத்தங்கள் பற்றி இவரைப் பேசவும், எழுதவும் வைத்தது. 1919-20-ல் 'கமலம்' மற்றும் 'மறுகமலம்' எனும் ஏடுகளைத் தொடங்கி அவற்றில் இஸ்லாமியச் சீர்திருத்தம் பற்றி எழுதினார். காந்தி விடுத்த ஒத்துழையாமை இயக்கத்தை ஏற்று தான் வகித்த சப் மேஜிஸ்டிரேட் பதவியை 1921-ல் தூக்கி எறிந்தார் ஷா. இதே ஆண்டில் 'தத்துவ இஸ்லாம்' எனும் ஏட்டைத் தொடங்கினார். பின்னர் அதன் பெயரை 'தார் உல் இஸ்லாம்', அதாவது 'இஸ்லாமிய உலகம்'

என்று மாற்றினார். 1957 வரை நடத்தப்பட்ட இந்த ஏடுதான் அவரின் சீர்திருத்தச் சிந்தனைகளைத் தமிழகத்துக்கு, குறிப்பாக அதன் முஸ்லிம்களுக்கு எடுத்துச் சொன்னது.

“1929 ஜனவரியில் ‘ஆறு பணிகளை’ தனது சமூக-மதச் சீர்திருத்த சாதனைகள் மற்றும் இலக்குகள் என்று குறிப்பிட்டார் ஷா. அவை: புரோகிதர்களின் (உலாமாக்களின்) ஆதிக்கத்தை ஒழித்தல், அனைத்து இஸ்லாமியச் சிந்தனைகளையும் தமிழில் தருதல், குத்பா எனப்படும் வெள்ளிக்கிழமை உபதேசத்தை தமிழில் செய்தல், தமிழ் மற்றும் ஆங்கிலத்தில் முஸ்லிம் பெண்களுக்கு கல்வி வழங்குதல், முஸ்லிம் பெண்களுக்கு உரிமைகளும் வாய்ப்புகளும் நல்குதல், தேசியப் பிரச்னைகளில் பிராமணர்களிடமிருந்து முஸ்லிம்களின் நலன்களைக் காத்தல்” என்கிறார் ஆய்வாளர் வட்லமுடி. இவரின் சீர்திருத்த இலக்கு தமிழ் முஸ்லிம்களை நோக்கியும், தமிழ் சார்ந்தும் இருந்தது கவனிக்கத்தக்கது.

இஸ்லாமியத்துக்குப் புறம்பான சடங்கு முறைகளை எதிர்க்கத் துணிந்தார் ஷா. குறிப்பாக தர்காவில் ஆண்டு தோறும் நடத்தப்படும் கந்தூரி விழாக்களை அவர் கண்டித்தார். அங்கே அடக்கமாகியுள்ள சூபி ஞானிகள் செய்ததாகச் சொல்லப்படும் அற்புதங்களுக்கு ஆதாரம் இல்லை என்றார். இவரின் இந்தக் கருத்தோட்டத்துக்கு இவரின் எதிர்ப்பாளர்களிடமும் ஆதரவு இருந்தது.

தஞ்சை மாவட்டத்தின் கூத்தாநல்லூரில் நடைபெற்று வந்த கந்தூரி ஊர்வலம் நிறுத்தப்பட்டதாக இவரது எதிராளி பத்திரிகை ஒன்று எழுதியது. நாகூர் தர்ஹாவில் நடந்து வந்த சடங்குகளை அவர் எதிர்த்தார். நாகூர் புனிதத் தலம் என்று எந்த இஸ்லாமிய புனித நூலிலாவது குறிப்பிடப்பட்டுள்ளதா என்று கேட்டார். அங்கு செய்யப்படும் சடங்குகள் மெக்கா, மெதினா, பாக்தாத்தில் செய்யப்படுவதில்லையே என்றார்.

ஷாவின் ‘தார் உல் இஸ்லாம்’ பத்திரிகை வேறு சில தர்காக்களில் நடத்தப்படும் சடங்குகளையும் எடுத்துக்காட்டி விமர்சித்தது. ஐந்து முறை தொழுகை செய்யாத, போதை வஸ்துக்களை உபயோகிக்கிற, தர்காவோடு சம்பந்தப்பட்ட பல பொருள்களை வணங்குகிற, பிர்களுக்கு பரிசுகள் கொடுத்து பிரதிபலன் நாடுகிற முஸ்லிம்களையும் அது கண்டித்தது. கெட்ட ஆவிகளிடமிருந்த காத்துக்கொள்ள

கறுப்பு கயிறு கட்டுதல், நோயைக் குணப்படுத்த வேப்பிலை அடித்தல், நல்ல நாள் பார்த்தல், பெயர்சூட்டல் சடங்கு, பெண்களின் காதுகளில் துவாரங்கள் இடுதல் போன்ற பழக்கங்களையும் ஷா கண்டித்தார். இந்து மதப் பழக்கங்கள் சில இஸ்லாமுக்குள் அன்றே ஊடுருவியிருந்ததும், அதைக் களைய அவர் போராடியதும் தெரிகிறது.

முஸ்லிம்கள் மத்தியில் இவர் ஊட்டிய தமிழ் உணர்வின் காரணமாக 20-ம் நூற்றாண்டில் குரான் நல்ல தமிழில் பெயர்க்கப்பட்டது. வேலூரின் மதராஸா மற்றும் அரபிக் கல்லூரியைச் சார்ந்த இருவர் அதைச் செய்தனர். 1930-களில் வேறு சிலரின் மொழியாக்கங்களும் வந்தன. அவற்றில் ஒன்று உலாமாக்கள் சிலரின் அங்கீகாரத்தையும் பெற்றது. தமிழாக்கப் பணியில் ஷா ஈடுபட்டிருந்தாலும் அவருடையது ஆறு பாகங்களாக 1962-70-ல்தான் வெளிவந்தது. இதற்கிடையில் 'இஸ்லாமியப் பெரியார்' எனப்பட்ட ஷா 1969-ல் இந்த மண்ணைவிட்டு மறைந்தார். குரானை மூலத்திலிருந்து அல்லாமல் ஆங்கில மொழியாக்கத்திலிருந்து தமிழாக்கம் செய்ததால் உலாமாக்கள் மத்தியில் இவருடைய குரான் மொழிபெயர்ப்புக்கு எதிர்ப்பும் வந்தது.

தயானந்த சரஸ்வதியால் தொடங்கப்பட்ட ஆரிய சமாஜம் என்பது ஆரிய கலாசார மீட்டுருவாக்கத்தை நோக்கமாகக் கொண்டிருந்தது. அதற்காக அது வேத மதத்தை உயர்த்திப் பிடித்தது மட்டுமல்லாது இஸ்லாம் மற்றும் கிறிஸ்தவத்தை விமர்சிக்கவும் செய்தது, 'சுத்தி இயக்கம்' என்ற பெயரில் அந்த மதத்தவரை மீண்டும் இந்து மதத்துக்குள் கொண்டுவரவும் முயன்றது. தயானந்தர் எழுதிய 'சத்தியார்த் பிரகாசம்' அதனுடைய ஆதார நூல். இது தமிழில் 1925-26 காலத்தில் வெளிவந்தது. மொழியாக்கம் செய்தவர் எம். ஆர். ஜம்புநாத ஐயர். போதாக்குறைக்கு 'ரங்கீலா ரசூல்' என்று நபிகள் நாயகத்தின் வாழ்வைக் கொச்சைப்படுத்தும் பிரசுரத்தை ஆரிய சமாஜத்தை சேர்ந்த பண்டிட் ஷமுபதி வெளியிட்டிருந்தார். இதனால் அந்த அமைப்புக்கு எதிராக முஸ்லிம்கள் கிளர்ந்தெழுந்தார்கள்.

இந்தச் சூழலில்தான் சத்தியார்த் பிரகாசத்துக்குப் பதிலடி கொடுக்கும் வகையில் 'ஆரியருக்கு ஒரு வெடிகுண்டு' எனும் பிரசுரத்தை 1927-ல் வெளியிட்டார் ஷா. மெட்ராஸ் மாகாணத்தில் நிலவும் இந்து -முஸ்லிம் நல்லிணக்கத்தைக்

கெடுக்கவே ஆரிய சமாஜம் இந்த நூலைத் தமிழில் வெளியிட்டுள்ளது என்றார் ஷா. அதற்கு பதிலடி தரும் வகையில் தான் கூறும் விபரங்களைத் தவறாக எடுத்துக் கொள்ளக்கூடாது என்று இந்துக்களை அவர் கேட்டுக் கொண்டார்.

ஆரிய சமாஜிகளை எதிர்க்கும்போது சாதாரண இந்துக்களின் மனதை புண்படுத்திவிடக்கூடாது என்று உணர்ந்திருந்தார். முஸ்லிம் அல்லாதவர் அனைவரையும் கொல்ல வேண்டும் என்று குரான் உத்தரவிட்டுள்ளதாகக் கூசாமல் பொய்யுரைத்திருந்தார் தயானந்தர். அதற்கு குரானிலிருந்து ஆதாரம் காட்ட முடியுமா என்று சவால் விடுத்தார் ஷா. குரான் அரபி மொழியில் எழுதப்பட்டது எனும் அவரின் விமர்சனத்துக்கு வேதங்கள் சம்ஸ்கிருதத்தில் எழுதப்பட்டிருக்கிறதே, அதுமட்டும் மக்கள் மொழியா என்று எதிர்க்கேள்வி போட்டார்.

பெரியாரை ஆதரித்தார்-எதிர்த்தார்!

காங்கிரஸ் தலைவராக இருந்த பெரியார் அதன் சமூகப் பார்வையில் பிணக்கு கொண்டு அதிலிருந்து வெளியேறி 1925-ல் சுயமரியாதை இயக்கம் கண்டார் என்பதை அறிவோம். அதன் பிரதான நோக்கம் பிராமணரல்லாதாரின் உரிமைகளுக்கு குரல் கொடுப்பதே என்பதும் தெரியும். அதைச் செய்யும்போது அது வேத மதத்தின் வருணாசிரம எதிர்ப்பாகவும் இயல்பாக எழுந்தது. கூடவே மதம் பற்றிய சில விமர்சனங்களையும் கொண்டிருந்தது.

இஸ்லாமியரும், கிறிஸ்தவர்களும்கூட வருணாசிரமத்தால் தாக்குண்டவர்கள் என்பதால் அவர்களது மதங்கள் பற்றிய விமர்சனங்களை முதலில் அது பெரிதாக முன்வைக்கவில்லை. சுயமரியாதை இயக்கத்தின் வருணாசிரம எதிர்ப்பை ஆதரித்த ஷாவால் அது வேத மதத்தை மட்டுமல்லாது இதர அனைத்து மதங்களையும் எதிர்ப்பதைப் பார்த்தபோது அதிர்ந்தார், பெரியாரின் இயக்கத்தையும் எதிர்த்து எழுதினார். 1952 ஜூலையில் 'தார் உல் இஸ்லாம்' ஏட்டில் அவர் எழுதிய கட்டுரையின் தலைப்பு, 'ராமசாமி நாயக்கர் இஸ்லாமின் நம்பர் ஒன் எதிரி.'

இவர்தான் 1929-ல் பெரியார் நடத்திய குடியரசு ஏட்டில் சுயமரியாதை இயக்கத்தின் சாதனைகளைப் புகழ்ந்து

எழுதியவர். இந்து மதத்தில் உள்ள மூடநம்பிக்கைகளையும், பிராமணர் ஆதிக்கத்தையும், தேவையற்ற சடங்குகளையும் பெரியாரின் இயக்கம் கண்டிப்பதை அவர் பாராட்டினார். இத்தகைய இயக்கம் இஸ்லாமுக்குள்ளும் வரவேண்டும் என்றுகூடக் குறிப்பிட்டார்.

ஆனால், பெரியார் கடவுள் மறுப்பு கொள்கையைப் பேசத் தொடங்கியதும் அவரது இயக்கத்தை எதிர்க்கத் தொடங்கினார். 1952 ஜூனில் ஷா எழுதிய ஒரு கட்டுரையின் தலைப்பு 'நாத்திகம் நசுக்கப்பட்டது.' அதில் அந்த இயக்கத்தவரின் கடவுள் நம்பிக்கையின்மையை அவர் கண்டித்தார். அங்கிருந்த சில முஸ்லிம்களேஅப்படி எழுதியது கண்டுதான் 'நம்பர் ஒன் எதிரி' எனும் நிலைபாட்டுக்குப் போனார்.

முஸ்லிம்கள் எண்ணிக்கை சிறிதளவே உயர்வு

தாவூத் ஷாவின் வாழ்வு அந்தக் காலத்தைய தமிழ் முஸ்லிம்கள் உலகின் பல்வேறு கூறுகளையும் எடுத்துக் காட்டுவதால்தான் விரிவாகச் சொல்லப்பட்டது. இதிலிருந்து தமிழகத்தின் முஸ்லிம்கள் தம் சொந்த மதத்துக்குள் செய்ய வேண்டிய சீர்திருத்தங்கள் அல்லது அதன் மூலத்தைக் காத்தல், தங்களின் கல்வி வளர்ச்சி போன்றவை பற்றித்தான் அதிகம் கவலைப்பட்டார்களே தவிர கிறிஸ்தவர்களைப் போல தங்களது மதத்தைப் பிறரிடம் பரப்புவதில் பெரிதாக அக்கறை கொள்ளவில்லை என்பது புரிபடுகிறது. கிறிஸ்தவம் பரப்ப வெளிநாடுகளிலிருந்து மிஷனரிகள் எனப்பட்டவர்கள் வந்ததுபோல இஸ்லாமுக்கு வந்ததாகவும் தெரியவில்லை. இஸ்லாமை தமிழ்மயப்படுத்துவதில் ஏற்பட்டிருந்த தாமதமும்கூட அதையே சுட்டியது.

ஆங்கிலேயர் ஆட்சிக் காலத்தில் முஸ்லிம்களின் தொகை என்னவாக இருந்தது? 1881 மக்கள்தொகைக் கணக்கெடுப்பின்படி சென்னை மாகாணத்தில் முஸ்லிம்களின் எண்ணிக்கை சுமார் 19 லட்சம். அதுவே 1941-ல் 39 லட்சமாக உயர்ந்திருந்தது. 60 ஆண்டுகளில் இருமடங்கு உயர்வுதான். அதனால் கோடிக்கணக்கான இந்துக்கள் இருந்த மாகாணத்தில் முஸ்லிம்கள் லட்சக்கணக்கில்தான் இருந்தார்கள். சதவீதக் கணக்கு பார்ப்போம். 1881-ல் மொத்த மக்கள் தொகையில் முஸ்லிம்கள் 6%. அதுவே 1941-ல் 8% ஆக உயர்ந்திருந்தது. சிறிதளவே உயர்வு.

14

தமிழ்ப் புத்தம்

சாம்ராஜ்ஜிய காலத்தில் வீழ்த்தப்பட்ட புத்தம் நாயக்கர் காலத்தில் மீண்டெழவில்லை. ஆனால் ஆங்கிலேயர் காலத்தில் அப்படியொரு முயற்சி நடந்தது. அதற்கு ஆங்கிலக் கல்வி காரணமாக இருந்தது. மேற்கத்திய உலக அறிவுஜீவிகள் சிலர் புத்தம் பற்றி புதிய ஆர்வத்தோடு எழுதினார்கள். தமிழகத்தில் ஆங்கிலக் கல்வி கற்ற சிலர் அந்த நூல்களைப் படித்து புத்தர் மீது புது விருப்பத்திற்கு ஆளாயினர். அவர்களில் ஒருவர் சிந்தனைச் சிற்பி சிங்கார வேலர். இவர் பின்னாளில் தென்னிந்தியாவின் முதல் கம்யூனிஸ்டாக பரிணமித்தார் என்றாலும் தொடக்கத்தில் புத்தர் மீது ஈடுபாட்டோடு இருந்தார்.

1899, மே மாதம் ‘இந்தியன் சோஷியல் ரிஃபார்மர்’ எனும் ஏட்டில் கீழ்வரும் செய்தி வந்தது:

“சென்ற வியாழக்கிழமை அன்று புத்தர் பிரான் மறைவின் 2443-ம் ஆண்டு விழா ம. சிங்காரவேலு அவர்கள் இல்லத்தில் நடந்தது. புத்தர் பிரானின் வாழ்வைப் பற்றியும் அவரது போதனைகளைப் பற்றியும் தமிழில் தான் எழுதி அச்சிட்டு வெளியிட்டுள்ள சிறு நூல்களினின்று சில பகுதிகளைப் படித்தார். நூல்களின் பிரதிகளும் தரப்பட்டன. பண்டித அயோத்திதாஸ் அவர்களும் பேராசிரியர் லட்சுமி நரசு அவர்களும் பேசினார்கள்.”

தமிழகத்தில் புத்தத்துக்கு மறுவாழ்வு கொடுக்க முயன்றவர்கள் இந்த மூவரும். கல்கத்தாவில் ‘மகாபோதி சங்கம்’ தொடங்கப்பட்டிருந்தது. அதன் சென்னைக் கிளையின் தலைவராக நரசுவும், செயலாளராக சிங்கார

சிங்காரவேலர்

வேலுவும் இருந்தார்கள். தர்மானந்த கோசாம்பி எனும் புத்தவாதி இலங்கை செல்வதற்காக 1902-ல் சென்னை வந்தார். அவரிடம் சிங்கார வேலருக்கு கல்கத்தா சங்கம் எழுதியிருந்த கடிதம் இருந்தது. ஆகவே அவரை வரவேற்று உபசரித்த சிங்காரவேலர் அவர் இலங்கை செல்ல உதவினார். இலங்கையிலிருந்து 1903-ல் திரும்பிய கோசாம்பி சென்னையில் சில காலம் தங்கினார்.

அவருக்காகச் சென்னை ராயப்பேட்டையில் ஒரு குடிசையில் பௌத்த ஆசிரமம் நிறுவினார் சிங்கார வேலர். அங்கே ஒவ்வொரு ஞாயிறு மாலையும் புத்தம் தொடர்பான உரைகள் நிகழ்த்தப்பட்டன. பாலி மொழியில் இருந்ததை கோசாம்பி படித்து விளக்க, அதைத் தமிழில் பெயர்த்துச் சொன்னார் சிங்கார வேலர். கோசாம்பி தனது சுயசரிதையில் சிங்காரவேலர் பற்றியும் நரசு பற்றியும் சில மதிப்பீடுகளைத் தனது சொந்த அனுபவத்தின் அடிப்படையில் தந்திருப்பதாக ஆய்வாளர் அ. பகத்சிங் கூறுகிறார். அது ஒருபுறமிருக்க 20-ம் நூற்றாண்டின் தொடக்கத்தில் சென்னையில் புத்த மீட்டுருவாக்க முயற்சி நடந்தது என்பது குறிக்கத்தக்கது.

நரசுவின் 'புத்தத்தின் சாரம்'

லட்சுமி நரசு

மெட்ராஸ் கிறிஸ்தவக் கல்லூரியில் அறிவியல் படித்து பட்டம் பெற்ற லட்சுமி நரசு, 1909-ல் பச்சையப்பா கல்லூரியில் பேராசிரியராக சேர்ந்தார். அப்படி மேற்கத்திய கல்வியாளராக இருந்தவருக்கு புத்தம் மீது தனிப் பற்று உருவானது. 1907-ல் அவர் எழுதிய 'புத்தத்தின் சாரம்' எனும் நூலைப் படித்தால் அந்தப் பற்று மேம்போக்கானதுஅல்ல, மிக ஆழமானது, சரியான புரிதலைக் கொண்டது என்பது விளங்குகிறது. 'புத்தம் பற்றிய சிறந்த நூல்' என்று அண்ணல் அம்பேத்கர் அதைப் பாராட்டினார் என்றால் அது மிக நியாயமானது.

இந்த நூலுக்கு புத்த பிக்கு அநகாரிகா தர்மபாலா முன்னுரை

தந்திருக்கிறார். தனது முகவுரையில் புத்தத்தின் மீதான தனது தளரா நம்பிக்கையை இப்படியாக வெளிப்படுத்தியிருக்கிறார் நரசு: ‘‘கல்வி மற்றும் சுதந்திரச் சிந்தனையின் பரவல் காரணமாக ராமர் அல்லது ரஹீமிடம், கிருஷ்ணன் அல்லது கிறிஸ்துவிடம், காளி அல்லது லட்சுமியிடம், மாரி அல்லது மேரியிடம் நம்பிக்கையில்லாதிருக்கிற அந்த அறிவுஜீவித இந்திய வட்டாரத்துக்கு தர்மம் (புத்தம்) ஈர்ப்பைத் தரும். உண்மையான சுதேசி சிந்தனை நன்கு வேர்விட்டு வளரும்போது இன்று புத்த அவதாரக் கதையினால் மூடப்பட்டிருக்கும் சாக்கிய முனியின் பெயர் நித்திய புகழோடு வெளிப்படும்.” இதிலிருந்தே மெய்யான புத்தத்தை நரசு தேடினார் என்பது விளங்கும். அவரது நூலும் அதற்கு சாட்சியாக நிற்கிறது.

அந்த நூலின் உள்ளடக்கத் தலைப்புகளைப் பார்த்தாலே அதன் தரம் புரிபடும். அவை: வரலாற்றுப்பூர்வ புத்தர், புத்தத்தின் அறிவுபூர்வ நியாயம், புத்தத்தின் அறவியல், புத்தமும் சாதியும், புத்தத்தில் பெண்கள், நான்கு மகா சத்தியங்கள், புத்தமும் துறவுநிலையும், புத்தமும் அவநம்பிக்கை வாதமும், உன்னதமான எண்வகை மார்க்கம், உலகு பற்றிய புதிர், தனி மனித ஆளுமை, மரணமும் அதற்குப் பின்பும், இறுதி இலக்கு. புத்தரை அவதார புருஷராகக் கருதாமல் ஒரு சரித்திர ஞானியாகக் கருதி அவரது சிந்தனைகளை விவரிக்கும் ஒரு நூல் அந்தக் காலத்திலேயே வந்தது என்பது தமிழகத்துக்கு ஒரு பெருமை.

கடவுளை ஏற்காத சமணம்கூட தனி மனித ஆன்மாவை ஏற்றிருந்தது. புத்தம்தான் கடவுள் எனப்பட்ட பரமாத்மாவை மட்டுமல்லாது தனிமனித ஆத்மாவையும் ஏற்காதது. இதை “மரணமும் அதற்குப் பின்பும்” அத்தியாயத்தில் தெளிவாக விளக்கியிருக்கிறார் நரசு. இறந்த ஒருவன் மற்றொருவனாக மறுபிறப்பு எடுப்பான் என்பதை புத்தர் ஏற்கவில்லை.

ஆனால் இறப்பதற்கு முன்பு அவன் செய்த கர்மாக்கள், வினைகள், செயல்கள் பிறரை பாதித்திருக்கும். அந்த பாதிப்பின் தொடர்ச்சி அவன் இறந்த பிறகும் அப்படியாக இருக்கும் என்றார். அதாவது வேத மதம் மற்றும் சமணம் போல ஆன்மாவையோ, அது இன்னோர் உயிராக மறு பிறவி எடுப்பதையோ புத்தம் ஏற்கவில்லை. மாறாகத் தலைமுறைத் தொடர்ச்சியை மட்டுமே ஏற்றது. கர்மா பற்றிய

இத்தகைய கோட்பாடு புத்தத்தின் தனித்துவமாகும். இதை நரசு அருமையாக விவரித்திருக்கிறார்.

இறுதி அத்தியாயத்தின் தொடக்கம் இப்படி உள்ளது: "அநித்யம், அநாத்மம், நிர்வாணம் என்பவையே புத்தத்தின் மூன்று அடிப்படைக் கோட்பாடுகள். அநித்யம் என்றால் நிரந்தரமற்றது. நிரந்தரமற்றதை நிரந்தரமாகக் கருதிக் கொள்வதுதான் துக்கத்தின் ஊற்றுக்கண். ஆனால், அநித்யம் என்பது சிலர் கூறுவதுபோல மாயை அல்ல. அந்தக் கணத்தில் அது உண்மையாக இருக்கிறது. ஆனால் அதை நிரந்தரமாகக் கருதிக் கொள்ளும்போது துக்கம் நேருகிறது." இதன்மூலம் மாயாவாதத்தை நிராகரித்தது புத்தம். ஒரு தனி மனித வாழ்வு மாயை அல்ல. அவன் வாழ்கிற அந்தக் காலத்தில் அது நிஜமே. ஆனால், இப்படியே நிரந்தரமாக வாழ்வோம் என அவன் நினைத்துக்கொண்டால் அதுதான் அறியாமை, அதிலிருந்துதான் துக்கம் பிறக்கிறது.

"அனைத்து தவறான கோட்பாடுகளின் மூல ஊற்று ஆத்மா-அது ஜீவாத்மா என்றாலும் சரி, பிரம்மம் எனப்பட்ட பரமாத்மா என்றாலும்சரி. ஆத்மா கோட்பாடுதான் நிரந்தரமற்றதை நிரந்தரமானதாக ஒரு சாதாரண மனிதனை நினைக்க வைக்கிறது" என்கிறது புத்தம். சரிதானே, இறப்பு என்பது இந்த உடலுக்குத்தானே தவிர அதன் உள்ளிருக்கும் ஆன்மாவிற்கு அல்ல எனும் நினைப்புதான் யுத்தம் எனும் கொலைவெறிச் செயல் முதல் திதி கொடுத்தல் எனும் நம்பிக்கை வரையிலானவற்றுக்கு காரணியாக உள்ளது. தனி மனித ஆத்மா நிராகரிப்பு இயல்பாகவே பரமாத்மாவை தேவையில்லாமல் ஆக்கியது. அப்படியாகக் கடவுள் எனும் கருத்தியலை புத்தம் நிராகரித்தது.

"நிர்வாணம் என்றால் பரமாத்மாவோடு ஆத்மா ஒன்றுபடுவது என்கிறார்கள் சிலர். அது எப்படி? பரமாத்மா, ஆத்மா இரண்டையும் நிராகரித்த புத்தம் இரண்டும் ஒன்றுபடுவதே நிர்வாணம் என்று எப்படிச் சொல்லும்? பிரம்மம் எனப்பட்ட பரமாத்மா மீது நம்பிக்கை கொண்ட நபரை தான் பார்க்காத, எங்கேயிருக்கிறது என்று அறியாத, எப்படியிருக்கிறது என்பது தெரியாத, உண்மையில் அப்படியொரு மாளிகை இருக்கிறதா என்று உறுதிப்படுத்தாத நிலையில் அதை அடைய நாற்சந்தியில் படிக்கட்டு கட்டும் ஒருவர் என்றார் புத்தர் தேவிக்க சுத்தத்தில்"

என்கிறார் நரசு. ஆஹா, என்ன நயமான உவமை. மகா உண்மைகளையும் எளிமையாகச் சொல்வதில் வல்லவர் புத்தர். மகா உண்மைகள் எல்லாம் எளிமையானவையே என்றும் சொல்லலாம்.

"நிர்வாணம் என்றால் சகலத்தையும் கைவிடுதல் என்கிறார்கள் சிலர். 35 வயதில் போதி நிலையை அடைந்தார் புத்தர். ஆனால் அதற்குப் பிறகும் போதனைகள் செய்து கொண்டும், எத்தனையோ நல்ல காரியங்கள் செய்து கொண்டும் இருந்தார் அவர். நிர்வாணம் என்பது ஒருபுறம் பேராசை, வன்மம், அறியாமை எனும் மூன்று நெருப்புகளை அவிப்பது என்றால், மறுபுறம் மனித மேன்மையை உச்சத்துக்குக் கொண்டு செல்வது" என்றார் நரசு. நிர்வாணம் என்பது உலக பந்தங்களிலிருந்து ஓடி ஒளிவதும் அல்ல அல்லது அதன் நேரடி அர்த்தமாகிய உடை உடுத்தாததும் அல்ல. மாறாக மனத்தளவில், செயலளவில் தூய்மையாகத் திகழ்வது. இதுவே புத்தம் நாடும் இறுதி இலக்கு என்று விளக்கினார் நரசு.

பண்டிதர் அயோத்திதாசர்

அயோத்தி தாசர்

இப்படி புத்தம் குறித்து சரியான பார்வையைப் பெற்றுக்கொண்டிருந்த நரசுதான் சிங்காரவேலர், பண்டிதர் அயோத்திதாசரோடு நட்பு கொண்டிருந்தார். தாழ்த்தப்பட்ட வகுப்பில் பிறந்திருந்த பண்டிதர் 1898-லேயே பௌத்தராக மாறியிருந்தார். ஹென்றி ஆல்காட் எனும் மேற்கத்தியர் புத்தத்தில் ஈடுபாடு காட்டி வந்தார். அவர்தான் பண்டிதரை இலங்கைக்கு அழைத்துச் சென்று பௌத்தராக்கினார். அதே ஆண்டில் சென்னை ராயப்பேட்டையில் "தென்னிந்திய (சாக்கைய) பௌத்த சங்கம்" என்பதைத் தொடங்கினார் பண்டிதர். அதிலும் இணைந்து பணியாற்றினார் நரசு.

புத்த சிந்தனையைப் பரப்புவதற்காகவே 'தமிழன்' என்கிற பத்திரிகையை 1907-ல் தொடங்கினார் பண்டிதர். அதில் 'புத்தரது ஆதிவேதம்' என்ற தலைப்பில் அவரது வாழ்வு மற்றும் சிந்தனைகளை நான்கு ஆண்டுகள் தொடராக

எழுதி வந்தார். 1912-ல் அது நூலாகவும் வெளிவந்தது. பண்டிதரின் தனித்தன்மை என்னவென்றால் பழங்காலத் தமிழர்களை பூர்வ பௌத்தர்கள் என்றும், அவர்கள் படைத்த இலக்கியங்களில் புத்த சிந்தனைகள் நிரவிக் கிடக்கின்றன என்றும் கூறி, அவற்றைக் கொண்டும் புத்தரை தமிழர்களுக்கு மீட்டெடுத்துத் தர முயன்றது.

''சாதி பேதமற்ற திராவிடர்கள் இத்தேசத்தின் பூர்வகுடிகளாகும். இவர்கள் பெரும்பாலும் தமிழ் பாஷா விருத்தியைக் கோரி நின்றவர்களாதலின் தென்னாட்டுக்குள் தமிழர் என்றும், இலங்கைத் தீவில் உள்ளோர் இப்பூர்வகுடிகளை திராவிட பௌத்தர்கள் என்றும் வரைந்திருப்பதுமன்றி வழங்கிக் கொண்டும் வந்திருக்கிறார்கள்'' என்று எழுதியிருக்கிறார் பண்டிதர். மரபினத்தால் திராவிடர்களாக இருந்தவர்களே மொழியால் தமிழர்கள் ஆனார்கள், அவர்களது ஆதி மதம் புத்தமாக இருந்தது என்பது அவரின் கருத்தாகும்.

இதை நிலைநாட்ட சிலப்பதிகாரம், மணிமேகலை, சீவகசிந்தாமணி உள்ளிட்ட பல இலக்கியங்களை அலசியிருக்கிறார். அவ்வாறே ஔவையார் போன்றோரின் அற நூல்களையும் ஆராய்ந்திருக்கிறார். அவரின் இலக்கிய ஞானம் நம்மை அசத்துகிறது. சமண நூலாகிய திருக்குறளை 'திரிக்குறள்' என்றவர், புத்தத்தின் திரிபிடகமே அது என்றார். இதற்கு காரணம் புத்தத்துக்கும் சமணத்துக்கும் அவர் வேறுபாடு காணாதது. புத்தத்தின் ஒரு கட்டமே சமணம் என்பது போலவும் குறிப்பிட்டிருக்கிறார். 'பௌத்த குருக்களில் சமண நிலையில் உள்ளவர்கள் பிணி மூப்பை வெல்லாதவர்கள், அரகத்து நிலை அடைந்தவர்கள் பிணி மூப்பை வென்றவர்கள்' என்றார்.

தனது வேத மத எதிர்ப்புக்காக இரண்டையும் சேர்த்துப் பார்த்தார் எனலாம். ஆனால், இரண்டும் வெவ்வேறானவை என்பதை அவற்றின் வரலாறும், கோட்பாடுகளும், நடைமுறைகளும் தெளிவாகச் சொல்கின்றன. அவற்றைச் சாடும் மூவர் தேவாரமும்கூட அப்படி வித்தியாசப்படுத்தியே பார்த்திருக்கிறது. எனினும் வேத மதத்தின் வருணாசிரமம் போன்ற கேடுகளைச் சாட பண்டிதர் இந்த இரு மத இலக்கியங்களை பிரமாதமாகப் பயன்படுத்தினார், மறு வாசிப்பு செய்தார். அந்த வகையில் அது நியாயமே.

இரண்டின் பொதுக்குணமாக வேத மத எதிர்ப்பு இருந்தது உண்மை.

புத்தத்தின் கடவுள் மறுப்புக் கொள்கையைத் தெளிவாக உள்வாங்கியிருந்தார் பண்டிதர். "புத்த பிரான் காலத்தில் கடவுள் எனும் மொழி தோன்றியதுங் கிடையாது. எந்த சாஸ்திரிகளும் அவற்றை வற்புறுத்திக் கூறியதுங் கிடையாது" என்றார். ஆனால், அதன் ஆன்மா மறுப்பை இப்படியாகப் புரிந்துகொண்டிருந்தார் என்று சொல்ல முடியாது. "ஒருவன் இறக்கிறான், ஆனால் அவனது வினை மற்ற நபர்களிடம் மீண்டும் பிறக்கிறது. இந்த வினை தொடர்ச்சியில் ஓர் ஆன்மாவின் மறு பிறவிக்கு இடமில்லை. அதாவது இறந்த பின்னும் மனிதன் தனது வினைகளில்தான் தொடர்ந்து வாழ்கிறான். எப்படி ஒருவன் செய்த வினைகள் மறுபிறப்பு எடுக்கின்றன என்பதை நரசு போல பண்டிதர் அறிவியல் முறையில் விளக்கவில்லை. அதை அவர் ஏற்கவில்லை என்று தெரிகிறது. நரசுவின் பௌத்த விளக்கத்தை விஞ்ஞான வாதமாகவே பண்டிதர் புரிந்திருந்தார்" எனும் ஆய்வாளர் ராஜ் கௌதமனின் கணிப்பு குறிக்கத்தக்கது.

இதற்குக் காரணம், ஆன்மாவின் மறுபிறப்பை ஏற்றிருந்த சமணத்தை புத்தத்தோடு பண்டிதர் இணைத்திருந்தது என்று கூறலாம். இந்த இரு மதங்களும் ஒன்று என்றதால் சமணத்தின் மறு பிறப்புக் கொள்கையை புத்தத்தின் கூறாகவும் சொல்ல வேண்டிய நிலை அவருக்கு ஏற்பட்டதுபோலும்.

தமிழ்ப் புத்தத்தைத் தொடர்வார் இல்லை

1914-ல் பண்டிதர் காலமானார். அதற்குப் பிறகு புத்தத்தை தமிழகத்தில் முன்னெடுத்தது நரசு. தென்னிந்திய பௌத்த சங்கத்தின் கிளையை சென்னை பெரம்பூரில் 1917-ல் நரசு தொடங்கினார். அதற்கென்றே விகாரம், பள்ளிக்கூடம் அமைத்தார். 1921-ல் சொந்தக் கட்டடமும் எழுந்தது. "பெரம்பூர் பௌத்த சபையில் பிராமண புரோகிதர், வேதச் சடங்கு இல்லாமல் சீர்திருத்த திருமணங்கள் நடத்தி வைக்கப்பட்டன. இம்மாதிரி சீர்திருத்த திருமணங்கள் பின்னர் சுயமரியாதை திராவிட இயக்கத்தால் பிரபலமடைந்தன" என்கிறார் ராஜ் கௌதமன்.

பேராசிரியப் பணியிலிருந்து 1924-ல் ஓய்வுபெற்ற நரசு பௌத்த சபையை வளர்ப்பதில் தனது முழு நேரத்தையும்

செலவிட்டார். பெங்களூர், திருப்புத்தூர், கோலார் தங்க வயல் ஆகிய இடங்களில் கிளைகளை ஏற்படுத்தினார். ஏற்கெனவே குறிப்பிட்டதுபோல 'புத்தத்தின் சாரம்' எழுதியவர் ஆங்கிலத்தில் வேறு சில நூல்களையும் இதுபற்றி எழுதினார். 1934-ல் அந்தப் பேராசிரியப் பெருந்தகை இந்த மண்ணை விட்டு மறைந்தார்.

சிங்காரவேலர் 1920-களிலேயே கம்யூனிசத்தை நோக்கிச் சென்றுவிட, இப்போது தமிழகத்தில் புத்தத்தை மேலும் முன்னெடுப்பார் இல்லாது போயிற்று. "பவுத்தம் தொடர்பான அயோத்திதாசரின் பார்வையை அவருக்குப் பின் முன்னெடுத்துச் செல்வதற்கு வேறு யாரும் இருக்கவில்லை என்பது வேதனையான உண்மை. அயோத்தி தாசரின் மறைவுக்குப் பின்னர் ஐரோப்பிய மரபுவழி வந்த பவுத்தத்துக்கு அதிக மரியாதையும் மேன்மையும் வழங்கப்பட்டன. அயோத்திதாசரின் தமிழ்ப் பவுத்தம் என்ற சிந்தனை இதனால் ஏறக்குறைய மறைந்து போயிற்று. அவரது வழித்தோன்றல்களே அதனைத் தேக்கமடையச் செய்தனர்" என்கிறார் ஆய்வாளர் டி.தருமராஜன்.

தாழ்த்தப்பட்ட வகுப்பாரின் உரிமைகளைப் பண்டிதருக்குப் பின்பு முன்னெடுத்துச் சென்ற இரட்டைமலை சீனிவாசன், எம்.சி.ராஜா போன்ற தலைவர்கள் புத்தம் பற்றி அக்கறை செலுத்தவில்லை. 1919-ல் வந்த மாண்டேகு செம்ஸ்போர்டு சீர்திருத்தம், 1935-ல் வந்த இந்தியா சட்டம் ஆகியவற்றால் ஏற்பட்ட புதிய வாய்ப்புகளில் தாழ்த்தப்பட்ட வகுப்பாருக்கு உரிய பங்கை பெறுவதிலேயே அவர்கள் கவனம் சென்றது. அங்கே புத்த மதமாற்றம் என்பதைச் செய்திருந்தால் இந்த வகுப்பாரின் உரிமைகளைப் பெற முடியாமல் போகும் என்று அவர்கள் அச்சப்பட்டிருக்கலாம். அதைத் தவறு என்று சொல்ல முடியாது.

பிற்காலத்தில் புத்த மத மாற்றத்தால் இட ஒதுக்கீட்டில் பிரச்னை வந்ததை அறிவோம். 1941 மக்கள்தொகைக் கணக்கின்படி, மெட்ராஸ் மாகாணத்தில் பௌத்தர்களின் எண்ணிக்கை வெறும் 1072 என உள்ளது. இதன் அர்த்தம் ஆங்கிலேயர் ஆட்சிக் காலத்தில் நடந்த புத்த மீட்டுருவாக்க முயற்சி ஒரு பகுதி படித்த மாந்தர் வட்டாரத்தில் நடந்ததாக இருந்ததே தவிர வெகு மக்கள் இயக்கமாக மாறவில்லை என்பது.

15

ஆங்கிலேயர் காலத்தைத் திரும்பிப் பார்த்தால்...

சாம்ராஜ்ஜிய காலத்தில் எழுந்த சைவ, வைணவக் கோயில்களை நாயக்க மன்னர்கள் பராமரித்தார்கள், விரிவுபடுத்தினார்கள், புதிதாக சிலவற்றையும் கட்டினார்கள். காரணம் அடிப்படையில் இவர்களும் நிலப்பிரபுத்துவ மன்னர்கள் என்பதால் அந்த மதங்களே இவர்களின் மதங்களாகவும் இருந்தன. ஆங்கிலேயர்கள் காலம் அப்படி அல்ல. அவர்கள் முற்றிலும் அந்நியர்கள் என்பது மட்டுமல்லாது, அவர்களுடைய மதமே வேறு. அதையெல்லாம் தாண்டி அவர்கள் முதலாளித்துவம் எனும் ஒரு நவீன உற்பத்தி முறையின் அரச பிரதிநிதிகள்.

அது தோன்றிய ஐரோப்பாவில் 'மதச்சார்பற்ற அரசு' எனும் ஒரு புதிய கருத்தியலும் தோன்றியிருந்தது. அதன்படி அரசுக்கும் மதங்களுக்கும் இடையே பிரிவினை வற்புறுத்தப்பட்டது. அரசு என்பது பொதுக்காரியங்களுக்கு, மதம் என்பது தனிமனித நம்பிக்கைகளுக்கு. எனவே பின்னது தனது காரியங்களைத் தானே கவனித்துக்கொள்ள வேண்டுமே தவிர அரசின் ஆதரவைக் கோரக்கூடாது எனப்பட்டது.

அதிலும் பல மதங்கள் இருக்கும் நாட்டில் அதுதான் சரியாக இருக்கும் என்பதும் சுட்டப்பட்டது. எனவே இந்த நிலையில் சைவ, வைணவக் கோயில்களை ஆங்கிலேய ஆட்சியாளர்கள் பராமரிப்பது, விரிவுபடுத்துவது, புதிதாகக் கட்டுவது எனும் கேள்வியே எழவில்லை.

ஆனால், வேறு சில பிரச்னைகள் இருந்தன. ஆங்கிலேயர் ஆட்சியில்தான் முறையான மக்கள்தொகைக் கணக்கெடுப்பு நடந்தது. அது அரசின் பொது நிர்வாகத்துக்குத் தேவைப்பட்டது. அந்தக் கணக்கெடுப்பில் மதங்கள் என வரும்போது இஸ்லாம், கிறிஸ்தவம், சீக்கியம், சமணம், புத்தம், பார்சி, யூதம் தவிர மற்றதையெல்லாம் 'இந்து மதம்' எனும் தலைப்பில் கொண்டுவந்தார்கள். இப்படியாக சைவம், வைணவம், நாட்டார் தெய்வ வழிபாடு மூன்றும் சேர்ந்து ஒரே மதமாகிப்போனது. நடைமுறையில் இந்த மூன்றின் ஆச்சாரங்கள், வழிபாட்டு முறைகள் முன்பு போல தனித்தனியாகத்தான் இருந்தன. ஆனால், அரசின் ஆவணங்களில் இந்து மதம் எனும் பெயர் நிரந்தரமானது. இந்திய மக்களின் மத வாழ்வில் இந்து மதம் என்பதை நிலைநிறுத்தியது ஆங்கிலேயர் ஆட்சியின் ஒரு வினோத பங்களிப்பு.

1857-ல் ஏற்பட்ட சிப்பாய்கள் கிளர்ச்சியையும் மனதில் கொண்டு கோயில் நிர்வாகத்தை தருமகர்த்தாக்கள் எனும் இந்து பெரிய மனிதர்களிடம் ஒப்படைத்தது ஆங்கிலேயர் அரசு. இவர்களில் பெரும்பாலோர் கோயில் சொத்துக்களைச் சுரண்டி வந்தார்கள். இதனால் இந்து பக்தர்களிடமிருந்தே எதிர்ப்பு வந்தது. அப்படியும் ஆங்கிலேயர்கள் அதன் நிர்வாகத்தில் தலையிடத் தயங்கினார்கள். அந்தக் கட்டத்தில்தான் இரட்டை ஆட்சி முறை என்பதன் மூலம் இந்தியர்களுக்கு அரசமைப்பில் ஓரளவு அதிகாரம் தரும் நிலை வந்தது. அதில் கோயில் விவகாரத்தை இந்தியர்களிடம் தந்தார்கள். அப்படியாக 1920-களில் அமைந்த நீதிக் கட்சியின் அரசுதான் கோயில் நிர்வாகத்தை அரசு கண்காணிக்கும் ஏற்பாட்டைச் செய்தது. நீதிக்கட்சியினர் பழுத்த ஆத்திகர்கள்.

மறுபுறத்தில் இந்தக் காலத்தில்தான் காஞ்சி சங்கரமடம் பிரபலமானது. அது இந்து மதம் எனும் சொல்லாடலை

ஏற்றுக்கொண்டே அதனுள்ளே பழைய வேத மதத்தின் கூறுகளைப் பராமரித்தது. எப்படி சைவ, வைணவ மதங்களுக்குள் வேத மதக் கூறுகள் பராமரிக்கப்பட்டனவோ அப்படி இப்போதும். வேதங்கள் பாராயணம், வேத விற்பன்னர்கள் பராமரிப்பு ஆகியவற்றில் அது அக்கறை காட்டியது. வானமாமலை ஜீயர் மடம் தென்கலை வைணவ மடம் என்றாலும் அதுவும் வேதக் கல்வி பராமரிப்புக்கு முக்கியத்துவம் கொடுத்தது.

இந்த நிலையில் சைவ சித்தாந்த மரபில் வந்த திருவாவடுதுறை ஆதீனம் தமிழாசிரியர்களையும், தமிழ் இலக்கியங்களையும் பாதுகாக்கும் பணியைச் செய்தது. தமிழ்த் தாத்தா உ. வே.சா.வின் பழந்தமிழ் நூல்கள் பதிப்புக்கு உதவியது சரித்திர முக்கியத்துவம் வாய்ந்தது. அதிலும் சமண நூலாம் சீவக சிந்தாமணியையும், புத்த நூலாம் மணிமேகலையையும் பதிப்பிக்க ஆதீனம் உதவியது அதன் பரந்த மனப்பான்மையைக் காட்டியது.

அதேசமயத்தில் சைவ மடங்கள் சைவக் கோயில்களை பராமரித்தன என்றால், வைணவ மடங்கள் பெருமாள் கோயிலைப் பராமரித்தன. இந்து மதம் என்று பொதுப் பெயர் இருந்தாலும் சைவ, வைணவ மதங்கள் தங்களின் பழைய பரம்பரையை சிறிதும் மறக்கவில்லை. ஒரு சைவ மடத்துக்கு வைணவரோ, ஒரு வைணவ மடத்துக்கு சைவரோ மடாதிபதி ஆகிவிட முடியாது. மடத்துக்கே இந்தக் கறார்த்தனம் என்றால் கோயிலைப் பற்றிச் சொல்ல வேண்டியதில்லை. அந்தந்தக் கோயிலுக்கான அர்ச்சகர் பரம்பரையினரே அந்தக் கைங்கர்யத்தைச் செய்ய முடியும்.

இந்த வருணாசிரம நிலைப்பாடு கோயில் நுழைவிலும் இருந்தது. கருவறைக்குள் அந்தந்த சாதி அர்ச்சகர்களே நுழைய முடியும். இதரர்கள் அர்த்த மண்டபம், மகா மண்டபம் வரைதான் செல்ல முடியும். நாடார்கள் போன்ற சில சூத்திரரும் பஞ்சமர்களும் கோயிலுக்குள்ளேயே நுழைய முடியாது, கோபுர தரிசனம் மட்டுமே. இந்த நிலையில்தான் தமிழகத்தின் தென்கோடியில் பனையேறி நாடார்கள் மத்தியிலிருந்து அய்யா வைகுண்டர் கிளம்பி ஒரு தனிப் பிரிவைக் கண்டார். வடக்கே அருட்பிரகாச வள்ளலார் வடலூரில் போட்டி சிதம்பரம் அமைத்தார். இரண்டிலும் விக்ரக வழிபாடும் பூசாரித்தனமும் இல்லாதிருந்தது

அவற்றின் தோற்றத்துக்கான காரணம் வருணாசிரம எதிர்ப்பே என்பதைச் சொல்லின.

இந்தத் தனிப் பிரிவுகளை அடித்தட்டு சாதியினர் ஆதரித்தாலும் அவர்களுக்கு சைவ, வைணவ பெருந்தெய்வக் கோயில்களின் பிரம்மாண்டத்தின் மீது ஓர் ஈர்ப்பு இருந்தது. அதற்குள் நுழைகிறவர்கள்தான் உயர்ந்தவர்கள் என்றால் தாங்களும் நுழைந்து தங்களின் உயர்வை நிலைநாட்ட வேண்டும் எனும் தாகம் பிறந்தது. இது மத உரிமையில் வெளிப்பட்ட மனித உரிமை. அப்படித்தான் நாடார்களின் கோயில் நுழைவுப் போராட்டங்கள் 19-ம் நூற்றாண்டின் இறுதியில் வெடித்தன. அவை நேரடிப் போராட்டமாகவும் சட்டப் போராட்டமாகவும் நடந்து தோல்வியில் முடிந்தன. வருணாசிரமப் பழமைவாதம் மிகப் பிடிவாதமாக இருந்தது. தங்களவர்களைத் திரட்ட முடிந்த நாடார்களால் உயர் சாதிக்காரர்கள் மத்தியில் மனித நேயர்களை, மனித உரிமைப் போராளிகளை உருவாக்க முடியவில்லை. அன்றைய தோல்விக்கு அதுவே முக்கிய காரணம்.

இதிலே மாற்றம் நடந்தது 20-ம் நூற்றாண்டில் காங்கிரஸ் தலைமையிலான சுதந்திரப் போராட்டம் வீறுகொண்டெழுந்த போதுதான். அப்போதுதான் நாடார்களும் பஞ்சமர்களும் அந்தக் கேள்வியை காங்கிரசை நோக்கி எழுப்பினார்கள்: ஆங்கிலேயரிடமிருந்து சுதந்திரம் கேட்கிற நீங்கள் எப்போது எங்களுக்கு சுதந்திரம் கொடுப்பீர்கள்? எங்களைக் கோயிலுக்குள் அனுமதிக்க மறுப்பது ஆங்கிலேயர் அல்லவே, காங்கிரசுக்கும் தலைமை தாங்குகிற அதே உயர்சாதி இந்துக்கள்தானே? இந்தக் கேள்விக்கு பதில் சொல்ல முடியாமல்தான் காங்கிரஸ் கோயில் நுழைவுப் போராட்டத்தை நடத்தியது.

காந்தி அதன் வழிகாட்டியாக இருந்தார். 1939-ல் மதுரை மீனாட்சி கோயிலில் நடந்த கோயில் நுழைவுப் போராட்டம் வேத, சைவ, வைணவ மதங்களின் வரலாறைப் புரட்டிப் போட்டது. நந்தனார் முதல் நாடார்கள் வரை நடக்காத அந்தக் காரியம் காங்கிரஸ் தலைவர் வைத்தியநாதய்யர் தலைமையில் இப்போது நடந்தது. ஐந்து பஞ்சமரும் ஒரு நாடாரும் கோயிலுக்குள் வெற்றிகரமாக நுழைந்தார்கள். அதற்கு சட்டபூர்வ பாதுகாப்பு கொடுத்தது மாகாணத்தில் இருந்த ராஜாஜி அரசு.

இந்த நுழைவு இந்து மதத்துக்கு வலு சேர்த்ததே தவிர பலவீனப்படுத்தவில்லை. அதைக் காலப்போக்கில் உணர்ந்த பழமைவாதிகளும் இதை ஏற்றுக்கொண்டார்கள். மத மாற்றத்துக்கு ஒரு காரணமாகச் சொல்லப்பட்டது இப்போது மறைந்துபோனது. மறுபுறம் ஆச்சர்யமான விஷயம் என்னவென்றால் இந்தப் பெருந்தெய்வக் கோயில்களுக்குள் நுழைந்த பிறகும், நாடார்களும் பஞ்சமர்களும் தங்களது குல தெய்வங்களையும் கிராம தேவதைகளையும் கைவிட்டுவிடாதது. அவற்றையும் வணங்கினார்கள், கொண்டாடினார்கள்.

இந்து மதத்துக்குள்ளேயே அவர்களின் மத வாழ்வு பன்மைத் தன்மையானதாக மாறியது. பெருந்தெய்வக் கோயில்களின் கும்பாபிஷேகத்துக்கும் போவார்கள், தங்களது குலதெய்வக் கொடைக்கும் போவார்கள். தங்களைக் காப்பாற்றுகிற தெய்வங்களின் எண்ணிக்கை கூடியதில் அவர்கள் மகிழ்ச்சி கண்டார்கள். 'எந்தச் சாமியாவது காப்பாற்றட்டுமே' என்பதுதான் அவர்களின் நிரந்தர எண்ணமாக இருந்தது.

ஆங்கிலேய ஆட்சியாளர்கள் மதத்தால் கிறிஸ்தவர்கள் என்பதால் அவர்களின் ஆட்சி தங்களின் மதப்பிரசாரத்துக்கு ஏதுவாக இருக்கும் என்று அதற்காகவே வெளிநாடுகளிலிருந்து வந்த மிஷனரிகள் நினைத்திருந்தாலும் நிலைமை வேறாக இருந்தது. தொடர் யுத்தங்களாலும் பல்வேறு தில்லு முல்லுகளாலும் நாட்டைப் பிடித்திருந்ததால் அவர்கள் மீதிருந்த வெறுப்பு அவர்கள் மதத்தின் மீதும் படிந்திருந்தது. எனவே மிஷனரிகளின் வேலை எளிதாக இல்லை. மேலும் இந்தியர்களின் மத உணர்வுகளைத் தீண்டியதால்தான் 1857 சிப்பாய் கிளர்ச்சி ஏற்பட்டது என்பதை உணர்ந்திருந்த ஆட்சியாளர்கள், தம் ஆட்சியைத் தக்க வைத்துக்கொள்ள மத விவகாரங்களிலிருந்து ஒதுங்கியிருந்தார்கள், மிஷனரிகளின் மதமாற்றத்துக்குப் பெரிதாக உதவவில்லை.

இந்த நிலையில்தான் மக்கள் சேவை மூலம் மதமாற்றம் எனும் நிலைபாட்டை மிஷனரிகள் எடுத்தார்கள். இதற்காக கல்வி தானம், மருத்துவ தானம், அன்ன தானம் எனும் மூன்று தானங்களைச் செய்ய முனைந்தார்கள். இது அந்தக் கால சமணத்தை நினைவூட்டுவதாக இருந்தது. களப்பிரர் காலத்தில் சமணர்கள் தந்த அந்த தானங்கள், சாம்ராஜ்ஜிய

காலத்தில் அவர்களது அழிவோடு அற்றுப் போயின. அடுத்து வந்த காலங்களில் இந்த தானங்கள் எல்லாம் உயர் வருணத்தவருக்கே எனப்பட்டது. அவையில்லாமல் பெரும்பாலான சூத்திரர்களும் ஒட்டுமொத்த பஞ்சமர்களும் வாடி வதங்கினால் அதுவெல்லாம் அவர்களின் முன்ஜென்ம வினை என்று சர்வசாதாரணமாகக் கடந்து சென்றனர்.

ஆங்கிலேயர் காலத்திலே மிஷனரிகள் இந்தத் தானங்களைத் தந்தது அவர்கள் மீதும் அவர்களது மதத்தின் மீதும், ஏன் ஆட்சியாளர்கள் மீதும் ஒரு புது பிரியத்தை உருவாக்கியது தமிழர்களுக்கு. இதைப் பார்த்து இந்தச் சேவைகளுக்கு ஊக்கம் தந்தனர் ஆட்சியாளர்களும். இதனால் தமிழர்கள் ஒரு புதுக் கல்வியையும், ஒரு நவீன மருத்துவத்தையும் பெற்றார்கள். மெக்காலேயின் திட்டம் ஆங்கிலக் கல்வியே, அதன் நோக்கம் ஆங்கிலேய ஆட்சியாளர்களுக்கான குமாஸ்தாக்களை உருவாக்குவதே என்றாலும் அது பழைய சம்ஸ்கிருத மற்றும் தமிழ்க் கல்வியைவிட நவீனமானதாக இருந்தது. அதிலேதான் அறிவியல், வரலாறு போன்ற பாடங்கள் இருந்தன.

அதைவிட முக்கியம் அதுதான் சாதி மற்றும் பால் வேறுபாடின்றி கல்வி தந்தது. சாம்ராஜ்ஜிய, நாயக்கர் காலங்களில் இல்லாத பெண் கல்வி இப்போது வந்தது. விந்தையான விஷயம் என்னவென்றால், ஆங்கிலக் கல்வியை உயர் வருணத்தவரும் படு வேகமாகப் பற்றிக் கொண்டார்கள்- அது ஆங்கிலம் கற்ற கிறிஸ்தவர்களுக்கு அரசு பதவிகளைப் பெற்றுத் தருவதைக் கண்டதும்.

வைத்திய சாஸ்திரம் தமிழர்களுக்கு புதிது இல்லைதான். சமண முனிவர்கள் தொடங்கி சித்தர்கள் வரை அதில் தேர்ச்சிபெற்றிருந்தார்கள். ஆனால் ஆங்கில வைத்தியம் அதனினும் அறிவியல்பூர்வமானதாக இருந்தது. அதை ஏற்க முதலில் தயங்கியவர்களும் அது பலன் தருவதைக் கண்டதும் அதை நோக்கிச் செல்லத் தொடங்கினார்கள்- குறிப்பாகக் கொள்ளை நோய்கள் வந்த காலத்தில். நவீன மருத்துவக் கல்வியும் மருத்துவமனைகளும் தோன்றின மிஷனரிகளின் புண்ணியத்தால். பிரசவம் பார்ப்பதற்காகப் பெண் மருத்துவர்களை உருவாக்கினார்கள் மிஷனரிகள்.

தாதுவருஷப் பஞ்சம் போன்ற கொடூரப் பஞ்சங்களை

இந்தக் காலத்தில் தமிழர்கள் சந்தித்தார்கள். அப்போது உதவி செய்ய இந்து மதத் தலைவர்களோ தருமகர்த்தாக்களோ முன்வரவில்லை. கிறிஸ்தவ மிஷனரிகள் முன்வந்தார்கள். அந்தக் கருணை கண்டு மதம் மாறியவர்களை 'சோற்றுக் கிறிஸ்தவர்கள்' என்று கேலி மட்டும் செய்தார்கள் இந்து மதத்தின் மனுவாதிகள். சோற்றுக்காக மாறினார்கள் என்றால் அதைக்கூடக் கொடுக்காமல் அவர்களைச் சாகடிக்கப் பார்த்தது இந்த மனுவாதிகள்தானே என்று சரித்திரம் கேட்டபடி நகர்ந்து சென்றது.

இவ்வளவு தானங்கள் தந்து மிஷனரிகள் பெற்ற பலன் என்ன? அவர்கள் நினைத்தபடி கிறிஸ்தவத்துக்கு மக்கள் மாறினார்களா? மாறினார்கள். ஆனால் அப்போதும் மெட்ராஸ் மாகாணத்தில் கிறிஸ்தவர்கள் லட்சக்கணக்கில்தான் இருந்தார்கள், அப்போதும் கோடிக்கணக்கில் இருந்தது இந்துக்களே. இதன் அர்த்தம் இந்த தானங்களைப் பெற மத மாற்றத்தை முன்நிபந்தனையாக மிஷனரிகள் வைக்கவில்லை என்பதுதான். நாங்கள் சேவை செய்வோம், அதைப் பார்த்து எங்கள் மதத்துக்கு வந்தால் வரவேற்போம், வராவிட்டாலும் பரவாயில்லை சேவையைத் தொடர்வோம்-இதுதான் மிஷனரிகளின் நிலைப்பாடாக இருந்தது. அதனால்தான் ஆங்கிலேயர் ஆட்சிக் காலத்தில் இந்து-கிறிஸ்தவ மோதல் பெரிதாக எழவில்லை.

தமிழக முஸ்லிம்களில் தமிழ் பேசும் முஸ்லிம்கள், உருது பேசும் முஸ்லிம்கள் என இரு பிரிவினர் உண்டு. முன்னவரே அதிகம். அவர்கள் தென் மாவட்டங்களிலும் பின்னவர் வட மாவட்டங்களிலும் பொதுவாக வாழ்ந்தார்கள். இரு சாராரும் முஸ்லிம் மதமாற்றத்தில் பெரிதாக இறங்கவில்லை, அதற்காக வெளிநாடுகளிலிருந்து மிஷனரிகள்போல யாரும் வரவும் இல்லை. இந்தக் காலத்தில் மதராஸா எனும் இஸ்லாமியப் பள்ளிகளை நிறுவி தங்களவர்களுக்கு மதக் கல்வி தருவதிலேயே குறியாக இருந்தனர் முஸ்லிம் பெரு வணிகர்கள். ஆங்கிலக் கல்வியில் கவனம் செலுத்தாததால் அரசு நிர்வாகத்திற்குள் நுழைய முடியவில்லை. இதைத் தாமதமாகவே உணர்ந்தனர். அங்கொன்றும் இங்கொன்றுமாக ஆங்கிலக் கல்வி நிறுவனங்களை ஆரம்பித்தனர்.

இப்படிப்பட்ட சூழலில்தான் தாவூத் ஷா என்பவர்

கிளம்பி இஸ்லாமில் செய்ய வேண்டிய சீர்திருத்தங்கள் பற்றி பேசினார். அவை: இஸ்லாமின் ஏகக் கடவுள் கோட்பாட்டுக்கு எதிரான தர்கா வழிபாடு கூடாது, குரானை தமிழாக்கம் செய்ய வேண்டும், வெள்ளிக்கிழமை போதனைகளைத் தமிழில் வழங்க வேண்டும், உலாமாக்களின் ஆதிக்கம் கூடாது, ஆங்கிலக் கல்வியை முஸ்லிம் ஆண்-பெண் இரு பாலருக்கும் தரவேண்டும் போன்றவை. ஆரிய சமாஜம் என்பது கிளம்பி பிற மத வெறுப்புப் பிரசாரத்தில் இறங்கியது. அதைத் தொடர்ந்து சுத்தி என்கிற பெயரில் அவர்களை இந்து மதத்துக்கு மாற்றவும் முனைந்தது. அதன் தாக்கம் 1926-ல் தமிழகத்திலும் கேட்கத் துவங்கியது. அதற்கு எதிராகக் களம் இறங்கினார் ஷா.

இன்னொருபுறம் பெரியாரின் சுயமரியாதை இயக்கமும் இதே காலத்தில்தான் இங்கே புறப்பட்டிருந்தது. அதன் வருணாசிரம எதிர்ப்பை ஆதரித்த ஷாவால் பின்னாளில் அது அனைத்து மதங்களையும் எதிர்க்கத் தொடங்கியதை ஏற்க முடியவில்லை. எனவே, அதை முதலில் ஆதரித்த ஷா பின்னர் மறுக்கத் துவங்கினார்-இஸ்லாமுக்கும் ஆபத்து என்று கூறி. ஆக, இஸ்லாமானது இந்தக் காலத்தில் தற்காப்பு நிலையில்தான் இருந்ததே தவிர இந்துக்களைத் தன் பக்கம் மாற்றுகிற வலுவில் இல்லை. 1857 சிப்பாய்கள் கிளர்ச்சியைத் தொடர்ந்து ஆங்கிலேய ஆட்சியாளர்களும் பொதுவாக முஸ்லிம் எதிர்ப்பு மனோநிலையில்தான் இருந்தார்கள்.

1920 கிலாபத் இயக்கத்தை காங்கிரசோடு சேர்ந்து முஸ்லிம்கள் நடத்தியதால் அந்த எதிர்ப்பு அதிகரித்ததே தவிர குறையவில்லை. அதை மாற்றுவதில் ஒரு சில முஸ்லிம் தலைவர்கள் ஈடுபட்டிருந்தார்களே தவிர இஸ்லாமை பிறரிடம் பரப்புகிற வேலையில் அவர்கள் அனேகமாக இறங்கவில்லை எனலாம். அதனால்தான் 60 ஆண்டுகளுக்குப் பின்னும் மெட்ராஸ் மாகாணத்தில் முஸ்லிம்கள் தொகை பெரிதாக உயரவில்லை. 6% ஆக இருந்து 8% ஆக உயர்ந்தது, அவ்வளவே.

இந்தக் காலத்தில் புத்தத்தை மீட்டெடுக்கும் ஒரு முயற்சி நடந்தது. சிங்காரவேலர், பண்டிதர் அயோத்திதாசர், பேராசாரியர் லட்சுமி நரசு ஆகியோர் அதில் ஈடுபட்டனர். பண்டிதர் இதற்காகவே 'தமிழன்' என்றொரு ஏட்டை

நடத்தினார். பழங்காலத் தமிழர்களை பூர்வ பௌத்தர்கள் என்றவர் தமிழ் இலக்கியங்களிலிருந்து புத்தத்தை எடுத்துரைக்கும் அரிய முயற்சியில் இறங்கினார். இதற்காக அவற்றை மறுவாசிப்புச் செய்தார்.

வருணாசிரம எதிர்ப்பு எனும் நடைமுறை நோக்கிலிருந்து பண்டிதர் பௌத்தத்தைப் பார்த்தார் என்றால், பகுத்தறிவுவாத மதம் எனும் சித்தாந்த நிலையிலிருந்து அதை அணுகினார் நரசு. 1914-ல் பண்டிதர் மறைந்தார் என்றால் 1920களிலே சிங்காரவேலர் கம்யூனிஸத்தின் பக்கம் திரும்பிவிட்டார். 1934-ல் தான் காலமாகும்வரை தனது நோக்கிலிருந்து புத்தத்தைப் பரப்பும் முயற்சியில் ஈடுபட்டிருந்தார் நரசு. ஆனால் தமிழ்ப் புத்தம் எனப்பட்டது அறிவுஜீவிகள் வட்டாரத்தில் புழங்கிய ஒரு சித்தாந்தமாக இருந்ததே தவிர மக்கள் இயக்கமாக மாறவில்லை. அதனால்தான் 1941 மக்கள்தொகை கணக்கெடுப்பில் அது ஓராயிரம் பேராக நின்றிருந்தது.

நாயக்கர் காலத்திலேயே இருந்த தமிழ்ச் சமணமானது ஆங்கிலேயர் காலத்திலும் தொடர்ந்தது. ஆனால் அது தேங்கிப் போயிருந்தது. 1881-ல் 25 ஆயிரம் பேராக இருந்த சமணர்கள் 1941-ல் 30 ஆயிரம் பேராக மட்டுமே உயர்ந்திருந்தனர். அதைப் பரவலாக்க எந்த முயற்சியும் நடந்ததாகத் தெரியவில்லை. தங்களது தனித்தன்மையைக் காத்துக்கொள்வதே அவர்களுக்குப் பெரும்பாடாக இருந்திருக்கும். காரணம் இந்து மதம் எனும் அந்தப் பொதுப் பெயர் பலதையும் விழுங்கிச் செரிக்க முயன்றது. எனினும் மக்கள்தொகைக் கணக்கெடுப்பில் இவர்கள் தனித்துக் காட்டப்பட்டிருப்பது அந்தப் போராட்டம் நடந்ததன் அடையாளம் எனலாம்.

மொத்தத்தில் ஆங்கிலேயர் காலத்தில் தமிழர்களின் மதவாழ்வு இந்து மதம், இஸ்லாம், கிறிஸ்தவம் எனும் மூன்றுக்குள் அடங்கிவிட்டதாகத் தோற்றம் காட்டுகிறது. ஆனால், உற்றுப் பார்த்தால் இந்து மதம் என்பபட்டதே பல பிரிவுகளின் கூட்டமைப்பாக இருந்தது. அதற்குள் சைவம், வைணவம், நாட்டார் தெய்வ வழிபாடு எனும் மூன்று தனித்த பிரிவுகள் தம் போக்கில் செயல்பட்டன. வைணவத்துக்குள்ளும் தென்கலை, வடகலை எனும் பிரிவுகள் இருந்தன. ஒருபுறம் உயர் வருணத்தவர் தத்தம்

கடவுளரையே வணங்கி வந்தார்கள் என்றால் புதிதாக கோயில் நுழைவு உரிமை பெற்ற சூத்திரர்கள், பஞ்சமர்களுக்கு அப்படியெல்லாம் வேறுபாடு தெரியவில்லை. அவர்கள் சிவன் கோயிலுக்கும் போனார்கள், பெருமாள் கோயிலுக்கும் போனார்கள். சிவராத்திரிக்கும் கண் விழித்தார்கள், ஏகாதசியில் பெருமாள் கோயிலின் சொர்க்கவாசல் திறப்புக்கும் போனார்கள். சைவர்களுக்கு கைலாய பதவி, வைணவர்களுக்கு வைகுண்ட பதவி எனும் வேறுபாடு எல்லாம் அவர்களுக்கு இல்லை. மரணத்துக்குப் பிறகு ஏதாவதொன்றில் இடம் கிடைத்தால் போதும் என்று போனார்கள்.

இந்தப் பாகுபாடு காட்டா மனப்பான்மை உயர் வருணத்தவருக்கும் மெல்லப் பரவியது. சாம்ராஜ்ஜிய காலத்தில் ஆரம்பித்த தீவிர சைவ, வைணவ வேறுபாடு மறையத் தொடங்கியது. சிவன், பெருமாள் இருவரையும் வணங்குகிற பழக்கம் இருதரப்புக்கும் வரத் தொடங்கியது. கருவறை உரிமை மற்றும் வழிபாட்டு முறைமையில் மட்டும் அந்த வேறுபாடு இப்போதும் கறாராகப் பின்பற்றப்பட்டது என்றாலும் மொத்தத்தில் இந்து மதத்துக்குள் பன்மைத் தன்மை அதிகரிக்கவே செய்தது.

16

இந்தியர் ஆட்சி

1947 ஆகஸ்டு 15 அன்று இந்தியாவுக்குச் சுதந்திரம் கிடைத்தபோது மெட்ராஸ் மாகாணத்தில் ஆட்சியிலிருந்தது காங்கிரசின் ஓமந்தூர் ராமசாமி ரெட்டியார். காங்கிரசுக்குள் ஏற்பட்ட குழுவாதத்தால் அவரது பதவிக்கு ஆபத்து வந்தது. 1949-ல் முதல்வரானது பி.எஸ்.குமாரசாமிராஜா. 1950 ஜனவரி 26-ல் புதிய அரசியல் சாசனம் நடப்புக்கு வந்ததால் அவர் மெட்ராஸ் மாநிலத்தின் முதல்வரானார், அதாவது மாநிலத்தின் முதல் முதல்வரானார். 1952-ல் வயது வந்த அனைவருக்கும் வாக்குரிமை எனும் அடிப்படையில் நடந்த முதல் தேர்தலில் குமாரசாமி ராஜா தோற்றது மட்டுமல்லாது காங்கிரசுக்கு மாநிலத்தில் தனிப் பெரும்பான்மையும் கிடைக்கவில்லை. வேறு சில சிறு கட்சிகளின் ஆதரவைத் திரட்டி முதல்வரானார் ராஜாஜி.

அப்போது சட்டமன்றத்தில் பிரதான எதிர்க்கட்சியாக இருந்தது கம்யூனிஸ்டு கட்சி. 1949-லேயே பெரியாரின் திராவிடர் கழகத்திலிருந்து அண்ணாவின் திராவிட முன்னேற்றக் கழகம் தோன்றியிருந்தாலும் அது அந்தத் தேர்தலில் போட்டியிடவில்லை. ஆனால், அது காங்கிரசை எதிர்த்து வந்தது. இந்த நிலையில் ‘குலக்கல்வித் திட்டம்’ என்று விமர்சிக்கப்பட்ட ஒன்றை அமல்படுத்த முனைந்தார் ராஜாஜி. அதற்கு காங்கிரசுக்குள்ளேயே எதிர்ப்பு இருந்தது. எதிர்க்கட்சிகளைப் பற்றிச் சொல்லவே வேண்டியதில்லை. அப்படியும் முதல்வர் பிடிவாதமாக இருந்ததால் முடிவில் அவர் பதவி விலக வேண்டியதாயிற்று.

காமராஜர்

அடுத்து முதல்வராகப் பதவி ஏற்றார் காமராஜர். இது நடந்தது 1954-ல். தனது அமைச்சரவையில் தாழ்த்தப்பட்ட வகுப்பைச் சார்ந்த பி.பரமேஸ்வரனுக்கு அறநிலையத்துறையை அவர் கொடுத்தது சனாதனத்தை நாசூக்காகக் கேலி செய்வதாக இருந்தது. இதற்குச் சற்று முந்தைய காலத்தில்தான் மெட்ராஸ் மாநிலத்திலிருந்து ஆந்திரா பிரிந்து சென்றிருந்தது. 1956-ல் நடந்த மாநிலங்கள் மறு சீரமைப்பின்படி மொழிவாரி மாநிலங்கள் உருவாயின. அதனால் மெட்ராஸ் மாநிலமானது இப்போது தமிழ் பேசும் பகுதிகளைக் கொண்ட மாநிலமானது. ஆனாலும் பெயர் என்னவோ மெட்ராஸ் மாநிலம்தான்! இதற்கு ‘தமிழ்நாடு’ எனப் பெயர் வைக்க வேண்டும் என்று உண்ணாநிலைப் போராட்டம் நடத்தினார் விருதுநகர் சங்கரலிங்கனார். அவர் உயிர் பிரிந்ததுதான் மிச்சமே தவிர பெயர் மாற்றம் நடக்கவில்லை. அதற்கும் ஆட்சி மாற்றம் தேவையாக இருந்தது.

அப்போது காமராஜர்தான் அரசிலும் அரசியலிலும் ஆளுமை செலுத்தி வந்தார். காலமெல்லாம் காங்கிரசிலிருந்த ராஜாஜி 1959-ல் சுதந்திரா கட்சி என்று தனிக் கட்சி கண்டு அதிலிருந்து விலகினார். அப்போது அவருக்கு வயது 80. அந்த வயதில் புதுக்கட்சி ஆரம்பித்தவர் வரலாற்றில் அவர்தான்! காமராஜரும் 1963-ல் முதல்வர் பதவியிலிருந்து விலகி அகில இந்திய காங்கிரஸ் தலைவர் ஆனார். இதற்கிடையில் தி.மு.க தேர்தல் அரசியலில் குதித்திருந்தது. 1957 தேர்தலில் போட்டியிட்டு சட்டமன்றத்தில் 15 இடங்களையும், 1962 தேர்தலில் போட்டியிட்டு 50 இடங்களையும் வென்றிருந்தது. இப்போது போட்டி காங்கிரசுக்கும் தி.மு.கவுக்கும் இடையில்தான் என்று ஆகிப்போனது.

இந்த நிலையில்தான் 1965 முதல் மத்திய அரசின் ஆட்சி மொழியாக இந்தி மட்டுமே எனும் நிலை வந்து கொண்டிருந்தது. இந்த இந்தித் திணிப்பை தி.மு.க கடுமையாக எதிர்த்தது. 1964-ல் கம்யூனிஸ்ட்கட்சி இரண்டாகப் பிளவுபட்டு உதயமாகியிருந்த மார்க்சிஸ்டு கட்சியும் எதிர்த்தது. சரித்திரம் காணா மாணவர் போராட்டம் வெடித்தது. மாநிலத்திலிருந்த காங்கிரசின் பக்தவத்சலம் அரசு

படு முரட்டுத்தனமாக நடந்துகொண்டு மாணவர்களைச் சுட்டுத் தள்ளியது. போதாக்குறைக்கு அரிசிப் பஞ்சம் வேறு தலைவிரித்தாடியது. இந்தச் சூழலில்தான் 1967 தேர்தலில் காங்கிரஸ் தோற்கடிக்கப்பட்டு அண்ணா தலைமையிலான தி.மு.க ஆட்சி உதயமானது. அப்போதுதான் 'தமிழ்நாடு' எனும் பெயர் பெற்றது தமிழர்களின் மாநிலம்.

அண்ணா

1969-ல் அகால மரணமடைந்தார் அண்ணா. அடுத்து முதல்வரானார் கலைஞர். இதே காலத்தில் காங்கிரஸ் இரண்டாக உடைந்தது. ஒரு பிரிவுக்கு பிரதமர் இந்திரா தலைவர் என்றால், மற்றொரு பிரிவுக்கு காமராஜர் உள்ளிட்ட மூத்தோர்கள் தலைவர்கள். முன்னது இந்திரா காங்கிரஸ் என்றும், பின்னது ஸ்தாபன காங்கிரஸ் எனறும் அழைக்கப்பட்டது. தமிழ்நாட்டில் ஸ்தாபன காங்கிரசே வலுவாக இருந்தது-காமராஜர் தலைமை தாங்கியதால். இந்தச் சூழலில் 1971-ல் நாடாளுமன்றத்துக்கும் சட்டமன்றத்துக்கும் சேர்த்து நடந்தது தேர்தல் தமிழ்நாட்டில். இதில் தி.மு.க அமோக வெற்றிபெற்றது. அதனோடு சேர்ந்திருந்தது இந்திரா காங்கிரஸ். தோற்றுப்போனது ஸ்தாபன காங்கிரஸ்-சுதந்திரா கூட்டணி. ஆம் இதுவரை பரம வைரிகளாக இருந்த காமராஜரும் ராஜாஜியும் இப்போது சேர்ந்திருந்தார்கள்!

மத்தியில் புது வலுவோடு ஆட்சிக்குத் திரும்பியிருந்த பிரதமர் இந்திராவுக்கு, தனது கட்சி தமிழ்நாட்டில் பலவீனமாக இருந்தது உறுத்திக்கொண்டேயிருந்தது. இந்தக் கட்டத்தில்தான் மதுவிலக்கை ரத்து செய்தது கலைஞர் அரசு. அது பெண்களுக்கு பிடிக்காத விஷயம். தி.மு.கவில் பொருளாளராக இருந்த எம்.ஜி.ஆருக்கு பெண்கள் மத்தியில் பெரும் செல்வாக்கு. ஊழல் குற்றச்சாட்டுகளும் கலைஞர் ஆட்சி மீது கிளம்பின. இந்தச் சூழலில் கணக்கு கேட்க ஆரம்பித்தார் எம்.ஜி.ஆர். ஓர் உறையில் இரு கத்திகள் இருக்க முடியாது என்பது உறுதியானது. 1972-ல் தி.மு.க-விலிருந்து எம்.ஜி.ஆர். வெளியேற்றப்பட்டார். நல்லதாய்ப் போயிற்று என்று அண்ணா தி.மு.க எனும் புதுக்கட்சி ஆரம்பித்தார் அவர்.

கலைஞர்

மக்கள் மத்தியில் எம்.ஜி.ஆருக்கே செல்வாக்கு என்பதை 1973-ல் நடந்த திண்டுக்கல் நாடாளுமன்ற இடைத்தேர்தல் நிரூபித்தது. அதில் அ.தி.மு.க வெற்றிபெற்றது மட்டுமல்ல தி.மு.க-வை மூன்றாவது இடத்துக்குத் தள்ளியது. இரண்டாவதாக வந்தது ஸ்தாபன காங்கிரஸ். நான்காவதாக வந்தது இந்திரா காங்கிரஸ். தமிழ்நாட்டின் பிரதான அரசியல் சக்தி அ.தி.மு.க.தான் என்றானது. ஆனாலும் அது ஆட்சிக்குவர இன்னும் நான்கு ஆண்டுகள் காத்திருக்க வேண்டியிருந்தது. காரணம் இடையில் வந்த அவசர நிலை ஆட்சி.

ஒரு நீதிமன்றத் தீர்ப்பால் தனது பிரதமர் பதவிக்கு ஆபத்து வந்தபோது நாட்டுக்கே ஆபத்து எனச் சொல்லி 1975-ல் அவசர நிலை ஆட்சியைக் கொண்டுவந்தார் இந்திரா. ஜனநாயக உரிமைகள் முடக்கப்பட்டன. அதை தி.மு.க எதிர்த்தது என்றால் அ.தி.மு.க ஆதரித்தது. இதே ஆண்டில் இன்னொரு சோகமும் நடந்தது-காமராஜர் காலமானார். அதைத் தொடர்ந்து ஸ்தாபன காங்கிரசில் ஒரு பெரும் பிரிவு இந்திரா காங்கிரசில் இணைந்தது. 1976-ல் கலைஞர் அரசு டிஸ்மிஸ் செய்யப்பட்டு தமிழகத்தில் கவர்னர் ஆட்சி அமல்படுத்தப்பட்டது.

எந்தவொரு தைரியத்திலோ 1977-ல் நாடாளுமன்றத் தேர்தலை நடத்தினார் இந்திரா. அதில் வட மாநிலங்களில் எல்லாம் இந்திரா காங்கிரஸ் படுதோல்வி, தென் மாநிலங்களில் மட்டும் வெற்றி. தமிழகத்தில் அது வெற்றிபெற்றதற்கு காரணம் அ.தி.மு.க-வோடு கூட்டுவைத்திருந்தது. ஆனாலும் மத்தியில் ஆட்சியில் அமர்ந்தது எதிர்க்கட்சிகள் பலவும் சேர்ந்து உருவாக்கியிருந்த ஜனதா கட்சி; பிரதமர் மொரார்ஜி தேசாய். அதே ஆண்டு நடந்த சட்டமன்றத் தேர்தலில் இந்திரா காங்கிரசைக் கழட்டி விட்டுவிட்டு மார்க்சிஸ்டு கட்சியோடு உடன்பாடு கண்டு ஆட்சியைப் பிடித்தது அ.தி.மு.க. நடிகர் எம்.ஜி.ஆர். முதல்வர் எம்.ஜி.ஆர் ஆனார்.

அன்று முதல் தமிழக அரசியல் தி.மு.க, அ.தி.மு.க எனும் இரு துருவ அரசியலானது. இன்று வரை அதுதான் நிலைமை. மூன்றாவது மாற்று எனச் செய்யப்பட்ட எந்த

ஜெயலலிதா

முயற்சிக்கும் வெற்றி கிடைக்கவில்லை. 1987-ல் எம்.ஜி.ஆர். மறைந்து அ.தி.மு.க.வின் தலைவியாக ஜெயலலிதா வந்த பிறகும் அதுதான் நிலைமை. 2016-ல் ஜெயலலிதா மறைந்து எடப்பாடியார் வந்த பிறகும் அதுதான் நிலைமை.

ஆனால் மத்தியில் அதிமுக்கியமான தொரு மாற்றம் நிகழ்ந்திருந்தது. இந்திரா மற்றும் ராஜீவின் படுகொலைகளைத் தொடர்ந்து காங்கிரஸ் பலவீனப்பட்டுப் போனது. சோனியா தலைமையில் அது மீண்டெழுப் பார்த்தாலும், 2004 முதல் 2014 வரை மன்மோகன்சிங் தலைமையிலான காங்கிரஸ் அரசு நடந்தாலும் அதன் சரிவைத் தடுக்க முடியவில்லை. 2014-ல் மோடி தலைமையில் பா.ஜ.க தனிப் பெரும்பான்மையுடன் ஆட்சியில் அமர்ந்தது மட்டுமல்லாது 2019-ல் மீண்டும் ஆட்சியைப் பிடித்தது.

இந்த மாற்றம் ஒரு கட்சி போய் இன்னொரு கட்சி ஆட்சிக்கு வரும் சாதாரண மாற்றம் அல்ல. மாறாக ஒரு மத்திம மார்க்க கட்சியின் இடத்தில் ஒரு தீவிர வலதுசாரிக் கட்சி சப்பணமிட்டு அமர்ந்த பரபரப்பு காட்சி. அதிலும் இது மதசார்பற்ற குடியரசுக்குப் பதிலாக 'இந்து ராஷ்டிரம்' எனும் மதசார்பு அரசை விரும்புகிற கட்சியின் ஆட்சி. அதன் தனித்துவமான தாக்கம் தமிழக அரசியலிலும் எதிரொலிக்கவே செய்தது. இந்தச் சூழலில் தமிழர்களின் மத வாழ்வு எப்படி இருந்தது என்பதைக் காண்போம்.

17

இந்து மதம்

சுதந்திர இந்தியாவில் இந்து மத சனாதனிகளுக்கு ஓர் அதிர்ச்சி காத்திருந்தது. இந்தியர்களின் ஆட்சி ஏற்பட்ட சில மாதங்களிலேயே அது நடந்தது. 1947 அக்டோபரில் அந்த சட்டம் மெட்ராஸ் மாகாண சட்டசபையில் நிறைவேறியது. அதன் பெயர்: மெட்ராஸ் தேவதாசி (நேர்ந்துவிடுதல் தடை) சட்டம். இந்துக் கோயில்களில் தேவதாசிகளை நேர்ந்துவிடுவதை, அதாவது பொட்டுக்கட்டுவதை இது தடை செய்தது. சாம்ராஜ்ஜியவாதிகளின் காலத்தில் உருவான வழமை, ஆயிரம் ஆண்டுகளாக இருந்த நடைமுறை சட்டரீதியாக முடிவுக்கு வந்தது. தமிழர்களுக்கான சுதந்திரப் பரிசு அது.

ஆனால் இது எளிதாக நடந்துவிடவில்லை. ஒரு நெடிய போராட்டம் தேவைப்பட்டது. சட்டமன்றத்திலும் நடந்தது, வீதி மன்றத்திலும் நடந்தது. முன்னதன் பிரதிநிதி டாக்டர் முத்துலெட்சுமி ரெட்டி என்றால், பின்னதன் பிரதிநிதி மூவலூர் ராமாமிர்தம் அம்மையார். இருவருமே தேவதாசி மரபுக் குடும்பங்களிலிருந்து வந்தவர்கள், அந்தக் கொடுமையைக் கண்ணாரக் கண்டவர்கள்.

பெண்கள் சட்டசபை உறுப்பினராக முடியாது என்றிருந்த காலத்தில், நீதிக்கட்சி ஆட்சியில் அதில் திருத்தம் கொண்டுவரப்பட்டு முத்துலெட்சுமி ரெட்டி மெட்ராஸ் மாகாணக் கவுன்சிலுக்கு உறுப்பினராக நியமிக்கப்பட்டார் 1927-ல். அங்கே 1930 வரை பணியாற்றினார். அப்போதுதான்

தேவதாசி ஒழிப்பு மசோதா என்பதை அவர் சபையில் தாக்கல் செய்தார். இதற்காக பல நூறு தேவதாசிகளைப் பேட்டி கண்டு அவர்தம் கருத்துகளைக் கேட்டறிந்தார். ஆனால் அவர்களில் சிலரே மசோதாவை எதிர்த்தார்கள் என்பது மட்டுமல்லாது எஸ்.சத்தியமூர்த்தி போன்ற காங்கிரஸ் தலைவர்களும் எதிர்த்தார்கள்.

"என்னை வெளிப்படையாக எதிர்க்கத் துணிவில்லாத தேவதாசிகள் ஒன்றிரண்டு போலிச் சங்கங்களை உருவாக்கிக் கொண்டு அவற்றின் மூலமாக எனது மசோதாவை சட்டமாகாமல் தடுக்க அரசாங்கத்திற்கு மனு கொடுத்து வருகிறார்கள், மக்கள் மத்தியில் தரமற்ற பிரசுரங்களை விநியோகித்து வருகிறார்கள்" என்று குறிப்பிட்டிருக்கிறார் முத்துலெட்சுமி.

பழக்கதோஷம் என்பது எவ்வளவு ஆபத்தானது என்பதற்கு இதுவோர் உதாரணம். அவமானகரமான வாழ்வு, பாலியல் நோய் வரும் ஆபத்துள்ள வாழ்வு என்றாலும் அதைக் கைவிட அவர்கள் தயங்கினார்கள். அதைக் கைவிட்டால் பிழைக்க வேறு வழி என்ன எனும் பயமும் சேர்ந்திருக்கும். கவுன்சில் உறுப்பினர்களைப் பொறுத்தவரை அவர்களில் சிலர் மரபு, கலை பாதுகாப்பு போன்ற வாதங்களை முன்வைத்தார்கள். அதற்கு முத்துலெட்சுமி வைத்த எளிய பதில்: "உங்களுக்கு அக்கா தங்கைகள் இல்லையா? பெண்கள் இல்லையா? மனைவி இல்லையா? உங்கள் குடும்பத்திலிருந்து எந்தப் பெண்களையாவது இதுபோன்ற தொழிலுக்கு அனுப்புவீர்களா? என்று சட்டசபையில் நான் கேட்டபோது அது ஸ்தம்பித்து நின்றுவிட்டது, ஆண் சகோதரர்கள் தலைகுனிந்து விட்டார்கள்" என்று பின்னாளில் எழுதியுள்ளார் அம்மையார்.

நியாயம்தானே, பாரம்பர்யத்தை விடக்கூடாது என்று, ஆடல்பாடல் கலைகளைப் பாதுகாக்க வேண்டும் என்று தாசி தொழிலுக்கு இவர்களது பெண்களை அனுப்புவார்களோ? இந்த மனித உரிமைப் போராளியின் நியாய ஆவேசத்தின் முன்னால் அவர்களது மனசாட்சியும் மிரண்டுபோனது. முடிவில் அம்மையார் கொண்டுவந்து தீர்மானம் நிறைவேறியது.

ஆனால், மக்களின் கருத்தறிய வேண்டும் என்று அதைச்

சுற்றுக்கு விட்டார்கள். இதற்கிடையில் காந்தி கைதானதைத் தொடர்ந்து தனது பதவியை ராஜினாமா செய்துவிட்டார் முத்துலெட்சுமி. இப்படியாக ஒரு சுற்று போராட்டம் முடிவுக்கு வந்தது.

தாசிகள் மோசவலை

இந்தக் கட்டத்தில் ராமாமிர்தம் அம்மையார் புறப்பட்டார். தனது பொது வாழ்வை காங்கிரசில் தொடங்கியவர் வெகு சீக்கிரத்திலேயே பெரியாரின் சுயமரியாதை இயக்கத்தால் ஈர்க்கப்பட்டார். முத்துலெட்சமி ரெட்டியாரின் முயற்சிகளையும் கவனித்து வந்தார். அவற்றின் விளைவாக எழுந்ததுதான் 1936-ல் வெளிவந்த அவரது நாவல் 'தாசிகள் மோசவலை அல்லது மதிபெற்ற மைனர்'. தனது படைப்பு பற்றி எழுத்தாளர் சொன்னது: "இந்நாவல் புழுங்கிய மனதில் தோன்றிய எனது உணர்ச்சியின் பயனாக எழுந்த ஒன்றாகும். தேவதாசி முறை ஒழிந்து அச்சமூகம் முன்னேற்றம் அடைய வேண்டும். அவர்களால் கூடா ஒழுக்கத்தில் ஈடுபட்டுத் தங்கள் வாழ்க்கையில் மண்ணை அள்ளிப்போட்டுக் கொள்வதோடு, மனைவி மக்களையும் திண்டாடச் செய்யும் வாலிபர்களின் வாழ்க்கை சிறந்து விளங்க வேண்டும் என்பதே இந்நாவலின் குறிக்கோளாகும். இதில் அனுபவ உண்மைகளே எடுத்துக் கூறப்பட்டுள்ளன."

உலகை உய்விக்க வேண்டும் எனும் நோக்கோடு எல்லாம் இலக்கியம் படைக்கக்கூடாது எனக் கூறும் சுத்த சுயப்பிரகாசங்கள் உண்டு. ராமாமிர்தம் அம்மையார் அவர்களைப் பற்றியெல்லாம் கவலைப்படாது, தான் கண்ட ஓர் அவல வாழ்வை, காலங்காலமாக அது நடந்தும் மேட்டிமை எழுத்தாளர்களால் கண்டுகொள்ளப்படாத அந்தப் பரிதாப வாழ்வை அன்றே தனது எழுத்துக்கு கருப்பொருளாக்கினார்.

தேவதாசி ஒழிப்பு பற்றி அன்று தேவதாசிகள் மத்தியில் எதிர்ப்பும் ஆதரவுமாக பல கருத்தோட்டங்கள் இருந்ததை நாவல் பதிவு செய்தது. சட்டசபையில் இதுபற்றி பேச்சு வந்ததை செய்தித்தாளில் படித்த தாசி போகச்சிந்தாமணி எரிச்சலோடு கூறினாள்: "நம்ம ஜாதி முறையைக் கெடுக்க டாக்டர் முத்துலெட்சுமி தோன்றினாள். அவளோடு சில சிறுக்கிகள் சேர்ந்துகொண்டு கூத்தடிக்கிறார்கள். இவர்கள்

நம் ஜாதியை இழிவாய்ப் பேசுகிறதனால்தானே சில காலிகள் இழிவாய் எழுதுகிறார்கள்."

அதேநேரத்தில் ஒழிப்புக்கு ஆதரவான தாசிகளும் இருந்தார்கள். அவர்களில் ஒருவர் விவேகவதி. கதை மாந்தர்களுக்குத் தரப்படும் பெயர்களிலும் தர வித்தியாசம் இருந்தது! இந்த விவேகவதி தாசித் தொழில் பிடிக்காமல் வீட்டை விட்டு வெளியேறி, ஒழிப்புப் போராட்டத்தில் ஈடுபட்டார். இது டாக்டர் முத்துலெட்சுமியின் வாழ்வில் உண்மையில் நடந்தது. நாமக்கல்லின் தாசி குலத்தைச் சார்ந்த மூன்று இளம் பெண்கள் அந்தத் தொழிலில் இறங்கப் பிடிக்காமல் டாக்டரிடம் அடைக்கலமாய் வந்து சேர்ந்தார்கள். அவர்களுக்காகவே அவ்வை இல்லம் என்ற ஒன்றை சென்னை மைலாப்பூரில் ஆரம்பித்தார் டாக்டர்.

நாவலில் இந்த விவேகவதியின் செயல்பாடாக இப்படி வருகிறது: "தாசி என்ற பெயருக்கு காரணபூதமான பொட்டு என்ற சின்னத்தை அறுத்து, குறிப்பிட்ட புருஷர்களைத் திருமணம் புரியும் ஏற்பாடு செய்துவந்தாள். இரண்டொரு தீவிர சமூகச் சீர்திருத்த நோக்கமுடைய தோழர்களின் உதவியால் பொட்டறுப்புச் சங்கம் காணப்பட்டது. சில தாசிப் பெண்கள் பொட்டை அறுத்துவிட்டுக் கலப்பு மணம் செய்ய முன்வந்தனர்."

பொட்டுக் கட்டுவது என்பதுதான் தாசி முறைமைக்கான புனித அங்கீகாரம். அதாவது கடவுளே கணவராகிறார். பொதுவாக இந்தச் சடங்கு கோயிலில் நடக்கும். அதனால் அந்தக் கோயிலின் தாசி ஆவாள். வரலாற்றில் முதன்முதலாக, புனிதமாகக் கருதப்பட்ட அந்தச் சின்னத்தை சில தாசிகளே அறுத்தெறிய முன்வந்த அதிசயம் நிகழ்ந்தது. அது இந்து சனாதனிகள் மத்தியில் பெரும் சலசலப்பை ஏற்படுத்தியது. பாரம்பர்யம் பறிபோகிறது என்று அவர்கள் பதறினார்கள். ஆனால், படைப்பாளி இதன் கொடூர முகத்தை அம்பலப்படுத்தினார்.

ஓர் இளம் ஜமீன்தாருக்கு திருமணம். விழாவில் நடனமாட வந்த தாசியிடம் மயங்கி மாப்பிள்ளை அவளோடு சென்று விட்டார். மனைவி விக்கித்து நின்றாள். அந்தப் பெண்ணும் இந்துதானே, அவளுக்குச் செய்யப்பட்ட அநீதி இந்து மதத்திற்குச் செய்யப்பட்டதாகாதா என்று கேட்காமல்

கேட்டது நாவல். நியாயவான்களின் மனசாட்சியைத் தட்டி எழுப்பிக்கொண்டிருந்தது ராமாமிர்தத்தின் படைப்பு.

அந்த 1937-ல்தான் மாகாணத்தில் ராஜாஜியின் காங்கிரஸ் அரசு அமைந்தது. அதனிடம் சுற்றுக்கு விடப்பட்ட டாக்டர் முத்துலெட்சுமியின் மசோதா வந்து சேர்ந்தது. இரண்டு ஆண்டுகள் ஆட்சி நடத்தினார் ராஜாஜி. ஏற்கெனவே விவரித்ததுபோல மதுரை மீனாட்சி கோயில் நுழைவுக்கு ஆதரவு அளித்தார். ஆனால் தேவதாசி ஒழிப்புக்கு ஆதரவு தரவில்லை. கோயிலுக்குள் பஞ்சமரை அனுமதித்தவர் அங்கிருந்து தாசிகளை வெளியேற்ற அனுமதிக்கவில்லை!

தனது சுயசரிதையில் டாக்டர் முத்துலெட்சுமி குறிப்பிட்டார்: "நம் நாட்டின் சுதந்திரத்திற்காக நிறைய தியாகங்களை ராஜகோபாலாச்சாரியார் செய்திருந்தாலும் சமூகச் சீர்திருத்தத்தைப் பொறுத்தவரை, முக்கியமாக பெண் விடுதலையைப் பொறுத்தவரை அவர் ஒரு பழைமைவாதி, மாற்றத்தை விரும்பாதவர்." இதுதான் அன்றைய நிலை. அதனால்தான் இன்னும் காத்திருக்க வேண்டியிருந்தது.

தேவதாசி ஒழிப்புச் சட்டம்

ஓமந்தூரார் முதல்வராக இருந்த காலத்தில்தான் ஒருவழியாக அந்த மசோதா சட்டமானது. 1948 ஜனவரியில் அது அரசிதழில் வெளியானது. அதன் நோக்கமாக இப்படிக் கூறப்பட்டது: "மெட்ராஸ் மாகாணத்தின் சில பகுதிகளில் பெண்களை 'தேவதாசிகள்' என இந்து கடவுளருக்கு, விக்ரகங்களுக்கு, கோயில்களுக்கு மற்றும் இதர மத நிறுவனங்களுக்கு நேர்ந்துவிடும் நடைமுறை இன்னும் உள்ளது. இது தொன்மையானதாக, தொடக்கத்தில் சுத்தமானதாக இருந்தாலும் அப்படி நேர்ந்துவிடப்பட்ட பெண்களில் பலரை பாலியல் தொழிலுக்கு இட்டுச் சென்றுள்ளது. எனவே, இந்த நடைமுறைக்கு முடிவுகட்ட வேண்டியது அவசியமாகும்." விஷயத்தை கச்சிதமாகச் சொன்னது. பழைய கதை எப்படியும் இருக்கலாம், தற்போதைய யதார்த்தம் என்ன? எனவே முற்றுப்புள்ளி வைக்கவேண்டும் என்றது.

எனவே ஷரத்து 3(1) சொன்னது: "அந்தப் பெண் சம்மதித்திருந்தாலும் இல்லாவிட்டாலும் தேவதாசி என ஒரு பெண்ணை நேர்ந்துவிடுவது சட்டவிரோதம், குற்றம் என

அறிவிக்கப்படுகிறது. ஆகவே, அப்படி நேர்ந்துவிடப்பட்ட பெண் சட்டபூர்வ திருமணம் செய்துகொள்ள இயலாதவள் என்பது இல்லை.” தேவதாசிக்கு திருமணம் செய்யும் உரிமை இல்லை, எனவே அந்தப் பெண் காலம் முழுக்க கன்னியாக இருக்க வேண்டும் அல்லது பல பேருடன் உறவுகொள்ள வேண்டும். பொதுவாகப் பின்னதுதான் நடக்கும் என்று சொல்ல வேண்டியதில்லை. இயற்கை உணர்வு வேலை செய்யும் அல்லவா? இப்படித்தான் தந்திரமாக இந்த தாசி முறையைக் காப்பாற்றி வந்தார்கள். அதை ஒழித்து அந்தப் பெண்களுக்கும் திருமண உரிமை தந்தது இந்தச் சட்டம்.

ஷரத்து 3(3) சொன்னது: “எந்தவொரு கோயில் அல்லது இதர மத நிறுவனங்களது இடத்தில் அல்லது அங்கு பிரதிஷ்டை செய்யப்பட்டுள்ள இந்து கடவுள், விக்ரகம், பூஜைப்பொருளின் ஊர்வலத்தில் அல்லது அவற்றின் திருவிழா அல்லது சடங்கில் கும்ப ஆரத்தியோடோ, இல்லாமலோ பெண்கள் நடனம் ஆடுவது இதன்மூலம் சட்ட விரோதம் என அறிவிக்கப்படுகிறது.” அந்தக் காலத்தில் தேவதாசிகள்தான் இப்படி ஆடுவார்கள். அது அந்தத் தொழிலை வளர்த்து வந்தது. அதனால்தான் அதுவும் தடை செய்யப்பட்டது.

இப்படித் தடைசெய்யப்பட்ட செயல்களைச் செய்யும் பெண்கள் அல்லது அவற்றைச் செய்விப்போருக்கு அதிகபட்சம் ஆறு மாதச் சிறைத்தண்டனை என்றும் சொன்னது இந்தச் சட்டம். இப்படியொரு சட்டம் வந்த பிறகுதான் தமிழ்நாட்டில் தேவதாசி முறை ஒழிந்தது. கோயில்கள் உண்மையிலேயே சுத்தமாயின. சாமி தரிசனத்துக்குப் போய் தாசி தரிசனம் பெற்று கெட்டு ஒழிகிற ஆபத்து மறைந்தது. இதனால் பாலியல் தொழில் ஒழிந்ததா என்றால் இல்லைதான், அது வேறு ரூபங்கள் எடுத்தது உண்மைதான். ஆனால் அதற்கு இந்து மதப் புனிதம் சேர்க்கப்பட்டிருந்த அபத்தம் ஒழிந்தது. அதனால் இந்து மதத்தின் மதிப்பு உயர்ந்ததே தவிர குறையவில்லை. அதனால்தான் அன்று அதை எதிர்த்த சநாதனிகளும் பின்னர் ஒழிப்பை ஏற்றார்கள்.

தேவதாசி முறையை ஒழித்தால் கலைகள் ஒழிந்துபோகும் என்று சில அரசியல்வாதிகள் காட்டிய பூச்சாண்டியும்

பொய்த்துப்போனது. அது ஒழிந்ததால்தான் பாடலும் ஆடலும் பொதுவானது. அவற்றுக்கு என்று ஒரு தனி சாதி தேவையில்லை என்பதை இன்றைய வாழ்வு நிரூபித்து நிற்கிறது. பல ஆண்களும் பெண்களும் அந்தக் கலைகளில் இறங்கினார்கள். கலைகளுக்கு என்று ஒரு சாதிதான் என்றிருந்தால் தமிழர்களுக்கு இசைஞானி இளையராஜா கிடைத்திருக்கமாட்டார்.

சபரிமலை ஐயப்பன்

தமிழர்களின் மதவாழ்வு விநோதமானது, அதற்கு எத்தனை கடவுள்கள் இருந்தாலும் திருப்தியில்லை, புதிய கடவுள் உதித்தால் அதை உற்சாகமாக வரவேற்றார்கள். அப்படித்தான் இங்கே சபரிமலை ஐயப்பன் வழிபாடு இந்தக் காலத்தில் பிரபலமானது. 1940-களில் நாடக உலகில் கொடிகட்டிப் பறந்தவர் நவாப் ராஜமாணிக்கம். ஒரு நாடகத்தில் நவாபாக நடித்து பெயர் பெற்றதால் அவரின் பெயரில் அது சேர்ந்துகொண்டது. இவர் அந்தக் காலத்திலேயே தீவிர ஐயப்ப பக்தர். தனது ஸ்ரீ மதுரை தேவி பாலவினோத நாடக சபா மூலம் எந்த நாடகம் போட்டாலும் சுவாமி ஐயப்பன் படத்தை வைத்து பூஜை செய்த பின்புதான் ஆரம்பிப்பார்.

இப்படிப்பட்டவர் 'ஐயப்பன்' நாடகத்தையும் போட்டார். அதில் புலிப்பால் எடுக்க ஐயப்பன் காட்டுக்குப் போகிற காட்சியில் நிஜமான புலியையும் புலிக்குட்டிகளையும் பயன்படுத்தினார். சினிமா இன்னும் அரிதாகவே இருந்த அந்தக் காலத்தில் நாடகம்தான் மிகப்பெரிய வெகுமக்கள் கலை, எனவே இந்த நாடகத்திற்குக் கூட்டம் அலை மோதியது. தனது நாடகத்தின் மூலம் ஐயப்பனின் அருமை பெருமைகளையும், அவரை வணங்க மாலை போடும் விரத முறையையும் மக்கள் மத்தியில் பிரபலப்படுத்தினார்.

இந்தக் கட்டத்தில் 1949-50-ல் சபரிமலை கோயிலில் பெரும் தீ விபத்து நடந்தது. அதில் ஐயப்பன் விக்ரகம் சிதையவும் புதிது ஒன்று செய்துவைக்கப்பட்டது. இதில் தமிழ்நாட்டின் பி.டி.ராஜனுக்கு ஒரு முக்கியப் பங்களிப்பு இருந்தது. நீதிக்கட்சியின் தலைவர்களில் ஒருவராகிய இவர் சிறிது காலம் மெட்ராஸ் மாகாணத்தின் முதல்வராகவும் இருந்திருக்கிறார். இவரது சொந்த ஊர் கேரளாவை

ஒட்டியுள்ள உத்தமபாளையம். அங்கே இவர் நிலக்கிழார். நீதிக்கட்சியை திராவிடர் கழகம் என்று அரசியலற்ற அமைப்பாகப் பெரியார் மாற்றியதை ஏற்காது அதைத் தொடர்ந்து நடத்தி வந்தவர். ஆக சமூக-அரசியல்ரீதியாகச் செல்வாக்கு மிக்கவர்.

இவரது பேரரும், மதுரையின் தி.மு.க எம்எல்ஏவுமான பி.டி. ஆர்.பழனிவேல் தியாகராஜன் சமீபத்தில் ஒரு பேட்டியில் கூறினார்: “எனது தாத்தா பி.டி.ஆர்.தான் 1950களில் ஐயப்பனின் புதிய சிலையை சுவாமிமலையில் செய்து, தமிழகத்தின் பல ஊர்களுக்கு எடுத்துச் சென்று மக்களை தரிசிக்க வைத்து, சபரிமலைக்குக் கொண்டுபோனார். பழநி மலை அடிவாரத்தில் அதற்கு பூஜை செய்யப்பட்ட புகைப்படம் உள்ளது.”

‘தமிழ்வேள் பி.டி.ராசன்: வாழ்வும் வாக்கும்’ என்ற நூலில் பேராசிரியர் க.ந.சொக்கலிங்கம் கூறினார்: “ஐயப்பன் திருவுருவச் சிலை தமிழகமெங்கும் பல்வேறு ஊர்களுக்கு எடுத்துச் செல்லப்பட்டது. அதற்கு ‘ஐயப்பசாமி திக்விஜயம்’ எனப் பெயரிடப்பட்டது. ஒவ்வோர் ஊரிலும் அங்குள்ள கோயிலில் வைத்து ஐயப்பனுக்கும் கோயில் மூலவருக்கும் ஒரே நேரத்தில் அபிஷேக ஆராதனைகள் நடத்தப்பட்டன. பல கோயில்களில் ஐயப்பனை வைதீகர்கள் அனுமதிக்கவில்லை. ’எல்லைச்சாமியான அய்யனார்தான் ஐயப்பன். எனவே, அவரை அனுமதிக்க முடியாது’ என்றார்கள். பி.டி.ராசன் அந்த எதிர்ப்புகளை எல்லாம் சமாளித்து ஊர்வலத்தை சிறப்பாக முடித்து சபரிமலைக்கு ஐயப்பனை கொண்டு சென்றார்.”

ஐயப்பனை அய்யனார் என்று வைதீகர்கள் கருதியது ஒரு முக்கியமான செய்தி. அய்யனாரை தமிழ்ச் சமணர்கள் வணங்கியதைக் கண்டோம். சமணம் இங்கே வீழ்த்தப்பட்ட பிறகு அதன் முனிவர்கள் முனியசாமி என்றும் அய்யனார் என்றும் துதிக்கப்பட்டார்கள். ஐயப்பன் மலை மீதிருக்கும் தெய்வம், அதிலும் பிரம்மச்சாரி என்பது அவரை அய்யனாரோடு இணைத்துப் பார்க்க ஏதுவாகியிருந்தது. அதனால்தான் வைதீகர்கள் எதிர்த்திருக்கிறார்கள். எப்படியோ நாடகக் கலைஞர் நவாப் ராஜமாணிக்கம், நீதிக்கட்சித் தலைவர் பி.டி.ஆர். முன்முயற்சியில் தமிழர்கள் மத்தியில்

1950களில் பிரபலமாகத் தொடங்கியது ஐயப்ப வழிபாடு.

இந்த நிலையில் எம்.ஜி.ஆர் படங்களின் பிரபல வில்லன் நடிகர் எம் என் நம்பியார் ஐயப்ப பக்தராக வெளிப்பட்டார். அவரது நடிப்பு வாழ்வு நவாப் ராஜமாணிக்கம் நாடகக் கம்பெனியிலிருந்துதான் தொடங்கியது. அவரிடமிருந்து நடிப்புக் கலையை மட்டுமல்லாது ஐயப்ப பக்தியையும் கற்றுக்கொண்டவர் ஆண்டுதோறும் மாலை போட ஆரம்பித்தார். குருசாமியாக வேறு சில நடிகர்களையும் மலைக்கு அழைத்துப் போனார். சினிமாக்காரர்கள் துதித்த ஒரு தெய்வம் சட்டென்று மக்கள் தெய்வமானதில் ஆச்சர்யம் என்ன?

ஒரு மண்டலம் விரதம், அப்போது சுத்தபத்தமாக இருப்பது, அதனால் ஏற்பட்ட மரியாதை என்பதெல்லாம் உழைப்பாளர்களையும் ஈர்த்தது. பிறரின் அங்கீகாரத்துக்காக ஏங்கிய மனிதர்களுக்கு 48 நாட்களாகிலும் அது கிடைத்தது. இதுவெல்லாம் சேர்ந்து தமிழர்கள் மத்தியில் ஐயப்பன் மிகப் பிரபலமாகிப் போனார்.

இதில் இன்னொரு கோணமும் சேர்ந்தது. விரதம் இருக்கும் நாளில் ஆண்கள் கறுப்பு வேட்டி, கறுப்புத் துண்டு அணிந்தார்கள். அதுவரை கறுப்பு பெரியாரது தி.க.வின் நிறமாக இருந்தது. அதை ஐயப்ப பக்தர்கள் எடுத்துக்கொண்டது அந்த இயக்கத்துக்குப் பின்னடைவு என்றார்கள் சனாதனிகள். கறுப்பை துக்கத்தின் அடையாளம் எனச் சொல்லி வந்ததை மறந்துவிட்டு அதை பக்தியின் அடையாளமாக்கிவிட்டீர்களே என்றார்கள் தி.கவினர்!

வேத மதத்துக்கு எதிரான சுயமரியாதைத் திருமணம்

பழைய இந்து சட்டத்தில் பல முற்போக்கான மாறுதல்களோடு ஒரு புதிய இந்து சட்டத்தை நேரு அரசு 1955-ல் கொண்டு வந்தது. ஆனால் அதிலும் இந்து திருமணம் என்றால் அது அக்னியை சுற்றி சப்தபதி எனும் ஏழடி எடுத்துவைக்கும் சடங்கு எல்லாம் இருந்தது. ஏதோ ஒருவகை புரோகிதம் இல்லாத திருமணம் இந்து திருமணம் ஆகாது, அந்த ஜோடிக்குப் பிறக்கும் பிள்ளைகள் சட்டபூர்வ வாரிசு ஆகாது, இதன் காரணமாக தமிழகத்தில் நடந்திருந்த புரோகிதமற்ற சுயமரியதைத் திருமணங்கள் சட்டபூர்வமானவை அல்ல எனப்பட்டது.

இந்தப் பிரச்னையைத் தீர்த்துவைக்க முனைந்தார் முதல்வர் அண்ணா. 1967-ல் இந்து திருமண (சென்னை திருத்தம்) சட்டம் என்பதை நிறைவேற்றினார். இது மூலச் சட்டத்தில் 7ஏ ஷரத்தாக இடம்பெற்றது. அது கூறியது: "சுயமரியாதைத் திருமணம் அல்லது சீர்திருத்த திருமணம் அல்லது வேறு பெயரில் அழைக்கப்படும் இரண்டு இந்துக்களுக்கிடையேயான திருமணம் கீழ்வரும் முறையில் நடத்தப்படும்போது, அதற்கு இந்தச் ஷரத்து பொருந்தும் -அ) மனைவியாக அல்லது கணவனாக ஒருவரை ஏற்றுக் கொள்வதாக இன்னொருவர் சம்பந்தப்பட்டவர்களுக்கு புரியக்கூடிய மொழியில் பிரகடனப்படுத்துதல் அல்லது ஆ) ஜோடியில் ஒருவர் இன்னொருவருக்கு மாலையிடுதல் அல்லது மோதிரம் போடுதல் அல்லது இ) தாலி கட்டுதல்."

இதில் அக்னியைச் சுற்றி சப்தபதி எனும் ஏழடி எடுத்து வைத்தலோ, அதைச் செய்யும் பிராமண புரோகிதமோ இல்லை என்பதைக் கவனிக்கவும். அவை இல்லாவிட்டாலும் இது இந்து திருமணமே, அதாவது சுயமரியாதைத் திருமணமும் இந்து திருமணமே, அவர்களுக்குப் பிறக்கும் பிள்ளைகள் சட்டபூர்வ வாரிசுகளே, எனவே பரம்பரைச் சொத்தில் பாத்தியதை உண்டு. இதன் காரணமாக சுயமரியாதைத் திருமணங்களைத் தயக்கமின்றிச் செய்யும் சூழல் உருவானது. இந்த மண்ணின் வரலாற்றில் பன்னெடுங்காலமாக இருந்த புரோகித முறைமை தனது சட்டபூர்வ உரிமையை இழந்தது.

அக்னி வழிபாடு என்பது வேத மதத்தின் அடிப்படையான கூறு. அதைச் சாட்சியாக வைத்து நடத்தப்படும் திருமணமே புனிதமானது எனக் கருதப்பட்டது. சைவ, வைணவ மதங்கள் வந்த பிறகும் இது மட்டும் கறாராகத் தொடர்ந்தது. அப்படியாக வேத மதமானது தன்னையும், தனது வேத மந்திரங்களை அடிப்படையாகக்கொண்ட புரோகிதத்தையும் காத்து வந்தது. அதை இந்தத் திருத்தச் சட்டம் சர்வசாதாரணமாக நிராகரித்தது. சுயமரியாதைத் திருமணங்கள் இன்னும் குறைவாகவே நடக்கலாம். ஆனால் அவை சட்டபூர்வ அங்கீகாரம் உள்ளவை என ஆக்கியது வேத மதத்துக்கு ஒரு பின்னடைவே.

அனைத்து சாதியினரும் அர்ச்சகராக ஒரு சட்டம்

அனைத்து சாதியினரும் சைவ, வைணவக் கோயில்களுக்குள்

போகலாம் எனும் நிலை வந்தாலும் அனைத்து சாதியினரும் அர்ச்சகராக முடியாத நிலை தொடரவே செய்தது. இதை மாற்றப் போராடி வந்தார் பெரியார். 1970-ம் ஆண்டு குடியரசு தினத்தன்று 'கோயில் கருவறை நுழைவுக் கிளர்ச்சி' நடத்தப்படும் என்று அறிவித்தார். அந்தக் காலத்தில் காங்கிரஸ் கோயில் நுழைவுப் போராட்டம் நடத்தியதைக் கண்டோம். அதன் அடுத்தகட்டமாக கோயில் கருவறை நுழைவுப் போராட்டத்தில் இறங்கினார் பெரியார்.

அப்போது முதல்வராக இருந்த கலைஞர் விரைவில் அதற்கான சட்டம் கொண்டுவருவதாக உறுதிமொழி அளித்ததைத் தொடர்ந்து போராட்டத்தை ஒத்தி வைத்தார். சொன்னபடி அந்த ஆண்டு நவம்பரில் இந்து சமய அறநிலையப் பாதுகாப்பு திருத்த மசோதா கொண்டுவந்து அதைச் சட்டமாக்கினார். அதன்படி அர்ச்சகர்களும் கோயில் ஊழியர்களே எனப்பட்டது. அதற்கான உரிய பயிற்சி பெற்றவரே அந்தப் பணியில் அமர்த்தப்படுவார் என்றது. அந்தப் பயிற்சியை தாழ்த்தப்பட்ட சாதியினர் உள்ளிட்ட சகல சாதியினரும் பெற்று அந்தப் பணியைப் பெறலாம் என்றது.

யார் வேண்டுமானாலும் அர்ச்சகராகலாம் என்று இந்தச் சட்டம் சொல்லவில்லை. அதற்கான பயிற்சியைப் பெற்றவரே ஆக முடியும் என்றது. செய்த மாற்றம், அப்படிப் பயிற்சி பெற அனைத்து சாதியினருக்கும் உரிமை உண்டு என்றதுதான். வைதீகர்களால் இதை ஏற்க முடியவில்லை. அவர்கள் நீதிமன்றத்தை நாடினார்கள். உச்சநீதிமன்றமோ அர்ச்சகர்கள் கோயில் ஊழியர்கள் என்பதையும், அவர்கள் அந்தப் பணிக்கு பரம்பரை உரிமை கொண்டாட முடியாது என்பதையும் ஏற்றுக்கொண்டதே தவிர பயிற்சி பெற்ற அனைத்து சாதியினரும் அர்ச்சகராகலாம் என்பதை ஏற்கவில்லை. அதற்கு அது சுட்டிய அரசியல் சாசன ஷரத்துகள் 25 (1) & 26. அவை மதம் தொடர்பான அடிப்படை உரிமைகள் பற்றியது.

ஆகமங்களால் அங்கீகரிக்கப்படாத ஓர் அர்ச்சகர் தொடுவதன் மூலம் கடவுளின் உருவம் அசிங்கப்படுவதையோ, தீட்டாக்கப்படுவதையோ எந்தவோர் அரசு நடவடிக்கை அனுமதித்தாலும் அது இந்துமத நம்பிக்கையிலும்

பழக்கத்திலும் கடுமையாகத் தலையிடுவதாகும். அதன் காரணமாக அது அரசியல் சாசனத்தின் 25 (1)-ம் பிரிவின் கீழ் செல்லாது: இதுதான் அந்தத் தீர்ப்பின் சாரம். இதன்படி பிறப்பின் அடிப்படையில் அர்ச்சகராவது என்பது இந்துமத நம்பிக்கை என்று கூறியது. பிறப்பின் அடிப்படையில் பேதம் காட்டுவதை இந்து மதத்தின் ஒருகூறாக அங்கீகரித்து அதில் தலையிடுவது மத உரிமையில் தலையிடுவது என்றது. அதாவது அர்ச்சகர் விஷயத்தில் தீண்டாமையானது இந்து மதத்தின் பிரிக்க முடியாத அம்சம் என்றது. தீண்டாமை ஒழிந்துவிட்டதாக எழுதப்பட்டிருந்த அரசியல் சாசனத்தின் பேரிலேயே இப்படியும் தீர்ப்பு வந்தது. மனித உரிமை மறுப்பை மத உரிமையாக பாவித்து மனிதர்களைத் தரம் தாழ்த்தும் போக்கு தொடர்ந்தது.

எனினும், இதைத் தடுக்க தமிழக அரசு இன்னொரு முயற்சி எடுத்தது. 2006-ல் அது வெளியிட்ட அரசாணை இப்படிக் கூறியது: “ஓர் இந்துவாக இருந்து தேவையான தகுதியையும் பயிற்சியையும் பெற்றுள்ள எவரும் இந்துக் கோயில்களில் ஓர் அர்ச்சகராக நியமிக்கப்படலாம்”. அனைத்து இந்துக்களுக்கும் நியாயம் வழங்கும் இந்த ஆணையை எதிர்த்து ஆதி சைவ சிவாச்சாரியார்கள் நலச் சங்கம் வழக்கு போட்டது. அதன் மீதான தீர்ப்பு 2015 டிசம்பரில் வந்தது. உரிய பயிற்சி பெற்ற எந்தவோர் இந்துவும் அர்ச்சகராக நியமிக்கப்படலாம் என்று நீதிமன்றம் சொல்லிவிட்டதாக ஒரு தரப்பினர் சொன்னார்கள். பரம்பரை பாத்தியதை இல்லையே தவிர குறிப்பிட்ட சாதியினரைத்தான் நியமிக்க வேண்டும் எனச் சொல்லியுள்ளது என்றார்கள் இன்னொரு தரப்பினர். “அர்ச்சகர் நியமனத்தில் நீதிமன்ற விளக்கம் முரண்பட்ட பார்வையைக் கொண்டுள்ளது. அது ஒருபுறம் அந்த நியமனம் மதசார்பற்ற நடைமுறை என்றது, மறுபுறம், ஆனாலும் அது மத நடைமுறைப்படி இருக்க வேண்டும் என்றது” என அர்பன் பானர்ஜி எழுதியது சரியெனத் தோன்றுகிறது.

தமிழகத்தில் உரிய அர்ச்சகர் பயிற்சி பெற்ற இந்துக்களின் பல சாதிகளையும் சார்ந்தோர் இந்தத் தீர்ப்புக்குப் பிறகும் ஆகமக் கோயில்களில் அர்ச்சகராகவில்லை. அவர்களது வாழ்வு அந்தரத்தில் தொங்கியது. ஆனால் பக்கத்தில் உள்ள கேரளாவில் மார்க்சிஸ்ட் கட்சித் தலைமையிலான அரசு தலித் உள்ளிட்ட அனைத்து சாதியினரையும் அர்ச்சகராக

நியமித்துள்ளது. அங்கு அதை சநாதனிகளும் ஏற்றார்கள். தமிழகம்தான் இவ்விஷயத்தில் தடுமாறி நின்றது.

மேல்மருவத்தூர் ஆதிபராசக்தி கோயில்

இந்து மதத்தில் சீர்திருத்தங்களைக் கொண்டுவர அரசுத் தரப்பில் இத்தகைய முயற்சிகள் நடந்து வந்த காலத்தில், செங்கற்பட்டு அருகில் உள்ள மேல்மருவத்தூரில் ஆதிபராசக்தி சித்தர் பீடம் எனும் அம்மன் கோயில் புதிதாக எழுந்தது. இதுபற்றி அதன் அதிகாரபூர்வ வலைத்தளம் சொல்வது: "மேல்மருவத்தூர் எனும் இந்தப் புனித பூமியில் தற்போது சித்தர் பீடம் இருக்கும் இடத்தில் ஒரு வேப்ப மரம் இருந்தது. அதனடியில் ஒரு நாகம் வசித்தது. 1960களில் ஒரு நாள் அந்த வேப்ப மரத்திலிருந்து பால் வடிந்தது. அந்தப் பால் அந்த கிராமத்து மக்களின் நோய்களைப் போக்கியது. அந்த மரத்தின் தெய்வீகத் தன்மையை மக்கள் உணரத் தலைப்பட்டனர்.

1966, நவம்பர் 28 அன்று அடித்த புயலில் அங்கிருந்த நாகம் மறைந்து மரமும் வேரோடு சாய்ந்தது. அதிலிருந்து சுயம்பு வெளிப்பட்டது. அதனால்தான் அந்தப் பாலுக்கு மருத்துவ சக்தி வந்தது என்று மக்கள் புரிந்துகொண்டார்கள். அந்த இடம் மிகப் புனிதமானது. அங்குதான் இன்றைய சித்தர் பீடத்தின் கருவறை உள்ளது. ஆதிபராசக்தி சிலையின் முன்னால் வலப்புறத்தில் அந்த சுயம்பு உள்ளது. 1971-ல் முதல் அருள் வாக்கு புனிதர் அடிகளார் மூலம் வெளிப்பட்டது. 'அம்மா பூமிக்கு வந்திருக்கிறாள், அவளை ஆதிபராசக்தியாக வணங்க வேண்டும்' என்பதே அந்த வாக்கு. முதலில் சுயம்பு மட்டுமே பல ஆண்டுகளாக வணங்கப்பட்டு வந்தது. 1977, நவம்பர் 25-ல்தான் அம்மா ஆதிபராசக்தியின் விக்ரகம் கருவறையில் பிரதிஷ்டை செய்யப்பட்டது."

ஆக, வேப்ப மரத்தில் பால் வடிந்ததிலிருந்து ஆரம்பித்து ஒரு பெரிய கோயில் இங்கே உருவாகிப்போனது. உண்மையில் இது 1977க்குப் பிறகுதான் ஆதிபராசக்தி கோயிலாக மாறியது என்பதும் உறுதியாகிறது. இதை உருவாக்கியவர் இதே ஊரில் பிறந்த பங்காரு அடிகளார். பெயர்தான் அடிகளாரே தவிர இவர் உண்மையில் குடும்பஸ்தர். தன்னை 'அம்மா'வின் அவதாரம் எனச் சொல்லிக்கொண்டவர் அருள்வாக்கு சொல்ல ஆரம்பித்தார். அது பலிப்பதாகக் கூறப்பட்டதும்

கோயில் பிரபலமானது.

இந்தக் கோயிலின் தனிச் சிறப்புகள் எவை என்று அடிகளார் வாக்காகவே கேட்போம்: "இங்கு அனைத்து மதத்தினரும், அனைத்து மொழி பேசுபவர்களும் வந்து வழிபடலாம். இங்குள்ள சித்தர் பீடத்தில் கருவறை அம்மனுக்கு அபிஷேக ஆராதனைகளைச் செய்வதிலிருந்து அனைத்து ஆன்மிகப் பணிகளையும் செய்யப் பெண்களை அனுமதித்துள்ளோம். இங்கு தொண்டு செய்கின்ற செவ்வாடை பக்தர்களால் தமிழ் மொழியில் அனைத்து மந்திர வழிபாடுகளும் அபிஷேக ஆராதனைகளும் நடைபெற்றுக் கொண்டிருக்கின்றன."

அனைத்து சாதி ஆண்களும்கூட அர்ச்கராக முடியாத நிலையில் இந்தக் கோயிலில் பெண்கள் அனுமதிக்கப்பட்டார்கள் அர்ச்சனை செய்ய! ஆகமக் கோயில்களில் சம்ஸ்கிருதத்தில்தான் அர்ச்சனை நடந்து வந்தது. தமிழில் நடக்க வேண்டும், தமிழுக்கு அந்தத் தகுதி இல்லையா எனும் குரல் ஓங்கி ஒலித்தது கலைஞர் ஆட்சிக் காலத்தில். அதன் காரணமாக சம்ஸ்கிருதம், தமிழ் இரண்டிலும் அர்ச்சனை நடத்தலாம் என ஆக்கப்பட்டது. ஆனாலும் சம்ஸ்கிருதத்தில்தான் அர்ச்சனை நடக்கிறது. தமிழ் பக்தர்களும் அதற்கு ஆட்சேபணை தெரிவிப்பதில்லை. இந்த நிலையில்தான் மேல்மருவத்தூர் கோயிலில் தமிழில் அர்ச்சனை என்பது முக்கியத்துவம் பெற்றது. 'செவ்வாடை பக்தர்கள்' என்று அடிகளார் கூறியிருப்பது மற்றொரு முக்கியமான செய்தி. இந்தக் கோயிலுக்கு வரும் பெண்கள் சிவப்புச் சேலை உடுத்தி வருகிறார்கள். சிவப்பு இந்தக் கோயிலின் நிறமானது. கறுப்பு வேட்டி எப்படி ஐயப்பனுக்கோ அப்படி சிவப்புச் சேலை ஆதிபராசக்திக்கு. அதுவரை சிவப்பு என்பது கம்யூனிஸ்டுகளின் நிறமாக இருந்தது. இப்போது அதையும் ஒரு கோயில் எடுத்துக்கொண்டது!

விநாயகர் சதுர்த்தி ஊர்வலங்கள்

1980-ல் இந்து முன்னணி எனும் அமைப்பு தமிழகத்தில் தொடங்கப்பட்டது. 'இந்துக்களுக்காக வாதாட, போராட, பரிந்து பேச' அமைக்கப்பட்டது எனக் கூறும் இதை உருவாக்கியவர் இராம.கோபாலன். அதனது அதிகாரபூர்வ வலைத்தளம் அதன் நோக்கங்களாக இப்படிச் சொல்கிறது: "நாத்திகப் பிரசாரத்தை முறியடிப்பதற்காகவும், மத

மாற்றத்தைத் தடுப்பதற்காகவும், இந்து மதத்தின் பெருமைகளை இந்துக்களிடம் புரியவைப்பதற்காகவும் ஆரம்பிக்கப்பட்டது.'' மதமாற்றம் என்பது அரசியல் சாசனம் தந்துள்ள ஓர் உரிமை. அதைத் தடுப்பதைத் தனது குறிக்கோள்களில் ஒன்றாக வெளிப்படையாக அறிவித்துக் கொண்டு ஓர் அமைப்பு வெளிப்பட்டது!

தனது நோக்கங்கள் சிலவற்றை எட்டிவிட்டதாக அது அடுத்துக் கூறுகிறது: "இந்து முன்னணியின் கடும் உழைப்பால் நாத்திகப் பிரசாரம் முறியடிக்கப்பட்டுள்ளது. மதமாற்றம் தடுக்கப்பட்டு வருகிறது. கோவை, திருச்சி போன்ற இடங்களில் எல்லாம் கம்யூனிஸ்டுகள் கொடிகட்டிப் பறந்து நிலை மாறி இன்று தேசிய இயக்கங்கள் கால்பதிக்கத் தொடங்கிவிட்டன. எந்தத் தமிழகத்தில் விநாயகர் சிலை உடைப்பு நடந்ததோ அந்தத் தமிழகத்தில் இன்று விநாயகர் சதுர்த்தி விழா ஊர்வலங்கள் களைகட்டத் தொடங்கி விட்டன." இந்த அறிவிப்புகள் இதன் மத மற்றும் அரசியல் நோக்கங்களைத் தெளிவுபடுத்துகின்றன. இரண்டும் பின்னிப் பிணைந்திருந்தன. இதற்குப் பிற மதங்கள் மட்டுமல்ல சில அரசியல் இயக்கங்களும் எதிரிகள். குறிப்பாக கம்யூனிஸ்டுகள் மற்றும் தி.க, தி.மு.கவினர்.

2010 வரையிலான தனது பணிகளைத் தொகுத்துச் சொல்லும்போது அது இப்படிக் கூறுகிறது: "பிராமணர்கள் ஆரியர்கள், இவர்கள் சூழ்ச்சியால் திராவிடர்களை கொடுமைப்படுத்துகின்றனர் என்றும் (தி.க., தி.மு.கவினர்) பிரசாரம் செய்தனர். கிறிஸ்தவ, முஸ்லிம் மதத்தினருக்கு ஆதரவாகக் குரல் கொடுத்தனர், மதமாற்றத்தை ஆதரித்தனர்." இதன்மூலம் அந்தக் கட்சிக்காரர்கள் மீதான வெறுப்பின் காரணம் புலப்பட்டது, இந்த அமைப்பு இந்துக்களில் யாருக்கானது என்பதும் புரிபட்டது.

தான் விரும்பாத இயக்கங்களை எதிர்க்கவே விநாயகர் சதுர்த்தி ஊர்வலங்களைத் நடத்தியது இந்து முன்னணி. இதை அதுவே இப்படியாக ஒப்புக்கொண்டுள்ளது: "1920-ம் ஆண்டு முதல் திராவிட இயக்கங்களின் தாக்கம் காரணமாக தமிழகத்தில் இந்து விரோத பிரசாரங்கள் பட்டிதொட்டி எங்கும் பரவியது. தமிழகத்தில் இந்து எழுச்சியை உருவாக்குவதற்காக 1983-ல் விநாயகர் சதுர்த்தி

ஊர்வலத்தை திருவல்லிக்கேணியில் இந்து முன்னணி துவக்கியது. தற்போது 50 ஆயிரத்துக்கும் மேற்பட்ட இடங்களில் விநாயகர் சதுர்த்தி விழா நடைபெற்று வருகிறது. மசூதி உள்ள நெடுஞ்சாலைகளில் சுவாமி ஊர்வலங்கள் மேள தாளத்துடன் செல்ல முடியாத நிலை இருந்தது. விநாயகர் சதுர்த்தி ஊர்வலங்கள் மூலமாக, இன்று திருவல்லிக்கேணி போன்ற 4 இடங்களைத் தவிர மற்ற இடங்களில் இந்த ஊர்வலங்கள் மேளதாளத்துடன் மசூதி வழியாகச் செல்லும் சூழ்நிலை உருவாகி உள்ளது.”

ஆக, விநாயகர் மிகச் சக்திவாய்ந்த தெய்வம், அவரை வணங்கினால் நினைத்தது நடக்கும் என்பதற்காக விநாயகர் ஊர்வலத்தை நடத்தவில்லை இந்து முன்னணி. திராவிட இயக்கத்துக்குப் பதிலடி தரும் வகையில் இந்து எழுச்சியை உருவாக்கத்தான் அதை நடத்தியது தெளிவாகிறது. சொல்லப்போனால் விநாயகருக்காக அல்ல, மசூதி உள்ள தெருக்களுக்குள் மேளதாளத்துடன் போகவேண்டும் என்பதற்காகவே விநாயகர் ஊர்வலம் நடத்தப்பட்டது! தமிழர்களின் மத வாழ்வில் விநாயகர் வழிபாடு சைவ சமயத்தின் ஒரு பகுதியாக சாம்ராஜ்ஜிய காலத்தில்தான் வந்தது. அப்போதும் சரி அதற்குப் பிறகும் சரி அவருக்கென்று தனியாக ஊர்வலம் நடத்தியது இல்லை.

1983-க்கு முன்பு வரையிலும் மண் பிள்ளையாரை வீட்டுக்குள்ளே மூன்று நாட்கள் வைத்து வணங்கி, பின்னர் பக்கத்தில் உள்ள நீர்நிலையில் அதைச் சத்தமில்லாமல் கரைத்துவிடுவார்கள். அந்த மரபுக்கு மாறாக, தெருத்தெருவாகப் பெரிய பிள்ளையார்களை வைத்து, அவற்றை ஊர்வலமாக எடுத்துச் சென்றது இந்து முன்னணியே. இதனுடைய நோக்கம் என்ன என்பதை அந்த அமைப்பே பட்டவர்த்தனமாகச் சொல்லியுள்ளது. இதனால் இதுவரை அமைதியின் சொரூபமாகக் கருதப்பட்ட பிள்ளையாரை, அவரது சதுர்த்தியை சமூகப் பதற்றத்தின் காரணியாக மாற்றியது இந்து முன்னணி. இது விநாயகர் துதிக்கோ அல்லது இந்து மதத்துக்கோ பெருமை சேர்த்ததாகக் கூறமுடியாது. அதனால்தான் பெரும்பாலான இந்துக்கள் தம் இல்லங்களில் வணங்கிய சிறு பிள்ளையார் திருவுருவத்தை இந்த ஊர்வலத்தில் சேர்க்காமல் தனியாகக் கொண்டுபோய்தான் கரைத்தார்கள்.

ராமர் பாலத்தை இடிப்பதா?

சேது சமுத்திர கால்வாய் திட்டம் என்பது தமிழர்களின் நீண்ட காலக் கனவாகும். அதனால் கொழும்பு துறைமுகத்தைச் சுற்றிப் போகாமல், கப்பல்கள் குறுக்கு வழியில் பயணிக்க முடியும். இதனால் தூத்துக்குடி துறைமுகம் மட்டுமல்லாது தென்னகமே பலன் அடையும், இதன் தொழில் வளர்ச்சி வேகமாகும். மத்தியில் மன்மோகன் சிங் அரசு இருந்தபோது இந்தத் திட்டத்தை நடைமுறைப்படுத்தும் வேலை ஆரம்பமானது. ஆனால், சீதையை மீட்க ராமர் கட்டிய பாலம் இதனால் இடிபடும் எனச் சொல்லி இந்து முன்னணி எதிர்த்தது; முடிவில் திட்டம் நின்றே போனது.

இதைத் தனது சாதனையாக இப்படிக் கூறியுள்ளது அந்த அமைப்பு: "17 லட்சம் ஆண்டுகளுக்கு முன் ராமர் கட்டிய பாலத்தை இடிக்கக் கூடாது என இந்து முன்னணி அமைப்பாளர் இராம. கோபாலன் அவர்கள் 2005 டிசம்பரில் திருவல்லிக்கேணியில் தனி ஆளாக கையெழுத்து இயக்கத்தை துவக்கினார். 2006 மார்ச்சில் நடந்த ஆர்எஸ்எஸ் பிரதிநிதி சபாவில் இந்த விஷயம் விவாதிக்கப்பட்டு ஆர்எஸ்எஸ் தலைவர் பூஜனிய சுதர்சன்ஜி, நாடு முழுவதும் ஒருநாள் கையெழுத்து இயக்கம் நடத்த அறைகூவல் விடுத்து ஒரே நாளில் 35 லட்சம் கையெழுத்து வாங்கி ஜனாதிபதியிடம் கொடுக்கப்பட்டது. பின் இதற்காக 2007 ஜுலையில் 40 ஆயிரம் பேர் கலந்து கொண்ட மாநாடு நடந்தது. அதே ஆண்டு ராமேஸ்வரத்தில் தென்பாரத மக்கள் கலந்து கொள்ளும் மகா யக்ஞம் நடந்தது. அதிலும் 40 ஆயிரம் பேர் பங்கு பெற்றனர். 2007 செப்டம்பரில் பாரத நாடெங்கும் 71 ஆயிரம் இடங்களில் உண்ணாவிரதப் போராட்டம் நடந்தது. அதே ஆண்டு அக்டோபர் 12-ல் 5,400 இடங்களில் நாடு முழுவதும் சாலை மறியல் போராட்டம் மக்கள் ஆதரவுடன் நடைபெற்றது. டெல்லியில் 10 லட்சம் பேர் கலந்து கொண்ட மாநாடு நடந்தது. இந்தப் போராட்டங்களால் ராமர் பாலம் காப்பாற்றப்பட்டது." அதாவது சேது சமுத்திரம் எனும் வளர்ச்சித் திட்டம் பாதியில் நிறுத்தப்பட்டது. அதற்குத்தான் இவ்வளவு விடாப்பிடியான போராட்டங்கள்-எல்லாம் ராமர் பெயரால்!

17 லட்சம் ஆண்டுகளுக்கு முன்பு கட்டப்பட்ட பாலமாம்! அப்போது பரிணாமம் நடந்துகொண்டிருந்ததே தவிர

இன்னும் முழு மனிதனே பிறக்கவில்லை! சுமார் ஒரு லட்சம் ஆண்டுகளுக்கு முன்புதான் மனிதன் ஆப்பிரிக்காவிலிருந்து உலகின் இதர பகுதிகளுக்கு பரவினான். இந்தத் துணைக் கண்டத்தில் எழுந்த மொஹஞ்சதாரோ-ஹரப்பா நாகரிகமே சுமார் 5,000 ஆண்டுகளுக்கு முந்தையதுதான். அதற்குப் பிறகுதான் ராமாயணம் தோன்றியது.

அதிலும் வடக்கே அயோத்தியில் பிறந்த ராமனின் மனைவி சீதையை தென்கோடியில் இருக்கும் இன்றைய ஸ்ரீலங்காவுக்கு ராவணன் எப்படி தூக்கி வந்திருக்க முடியும்? ராமாயணம் முழுக்க வட இந்தியாவில் நிகழ்ந்தது, அங்குதான் லங்கா எனும் பகுதி இருந்தது என்கிறார்கள் வரலாற்றாளர்கள். தமிழகத்தின் ராமேஸ்வரத்துக்கும் இன்றைய ஸ்ரீலங்காவுக்கும் இடையில் கடலில் இருக்கும் தொடர் மண்மேடுகள் இயற்கையின் விளையாட்டு என்கிறார்கள் விஞ்ஞானிகள். ஆனால், விஞ்ஞானம், வரலாறு, பூகோளம் எதைப் பற்றியும் கவலைப்படாமல் அயோத்தியிலிருந்து ராமேஸ்வரம் வந்து ராமர் கட்டிய பாலம் அது எனச் சொல்லி ஒரு வளர்ச்சி திட்டம் அநியாயமாய் நிறுத்தப்பட்டது. இது எப்படி இந்துக்களுக்கு நன்மை பயக்கும் என்பதுதான் புரியாத புதிர். தென்னகத்தின் தொழில் வளர்ச்சிக்கு உதவும் திட்டம் இங்கே ஆகப் பெரும்பாலாக இருக்கும் இந்துக்களுக்குத்தானே உதவியிருக்கும்?

ஈசா மையத்தின் ஆதியோகி சிவா

தமிழகத்தில் அவ்வப்போது புதிய சாமியார்கள் புறப்பட்டது உண்டு. ரமண மகரிஷி போன்றோரை அது கண்டிருக்கிறது. ஆனால் அவர்கள் தங்களுக்கென தனிக் கோயிலைக் கட்டியதில்லை. சத்குரு ஜக்கி வாசுதேவ் அப்படியல்ல. கோவைக்கு அருகில் உள்ள வெள்ளிங்கிரி மலையடிவாரத்தில் அவர் ஒரு புதிய கோயிலை ஸ்தாபித்தார். 1992-ல் ஈஷா மையம் என்பதை உருவாக்கினார். அதில் யோகா சொல்லிக் கொடுத்தார். தனது மையம் அனைத்து மதத்தவருக்கும் பொதுவானது எனச் சொல்லி வந்தவர் 1999 நவம்பரில் தியான லிங்க யோகா கோயில் என்பதைத் திறந்தார். அங்கே சுமார் 14 அடி உயரத்தில் தியான லிங்கம் எனப்பட்டது பிரதிஷ்டை செய்யப்பட்டிருந்தது. லிங்கம் என்றாலே சைவ மதம். பிறகு எப்படி இவருடையது

அனைத்து மதங்களுக்கும் பொதுவானது? லிங்க வழிபாட்டை அனைத்து மதத்தினரும் ஏற்க வேண்டும் என்பது இவரது ஆசையாக இருந்தது எனலாம்.

யானைகளின் வாழ்விடமாகிய அந்த வனப் பகுதியில் 112 அடி உயரத்தில் 500 டன் எடையுள்ள ஆதியோகி சிவா சிலையை நிறுவினார். பிரதமர் நரேந்திர மோடி 2017 மகா சிவ ராத்திரியில் இதைத் திறந்துவைத்தார். உலகின் மிகப் பெரிய மார்பளவுச் சிற்பம் என கின்னஸ் சாதனை பதிவு சொன்னது. மறுபுறம் இது சுற்றுச்சூழல் பிரச்னையைக் கொண்டுவந்தது. தி இந்து ஏடு (12-7-2018) கூறியது: "சி.ஏ.ஜி எனப்பட்ட மத்திய தலைமை தணிக்கையாளர் கோவையின் ஈசா மையம் யானைகளின் வாழ்விடம்/வழித்தடத்தில் உள்ள அதன் தலைமையகத்தில் மலைப் பிரதேச பாதுகாப்பு ஆணையத்தின் என்ஓசி எனப்படும் ஆட்சேபணை இல்லை எனும் சான்றிதழைப் பெறாமலேயே கட்டுமானங்களைத் தொடர்ந்துள்ளது" என்றார்.

ஆனாலும், என்ன அந்த ஆதியோகி சிவா அங்கே கம்பீரமாக இருக்கிறார். ஆண்டுதோறும் மகா சிவராத்திரி கோலாகலமாகக் கொண்டாடப்படுகிறது. சத்குருவின் ஆனந்த நடனத்தைக் காண அவரின் வெளிநாட்டு பக்தர்கள் உள்ளிட்ட ஆயிரக்கணக்கானோர் அங்கே கூடுகிறார்கள். தமிழர்கள் பழைய கோயில்களைப் புறக்கணிக்காமலேயே புதிய கோயில்ளையும் ஏற்பவர்கள் என்பது நவீன காலத்திலும் நிச்சயமானது. மத வாழ்வில் புதுமைக்கும் பிரம்மாண்டத்துக்கும் தனி ஈர்ப்பு இப்போதும் இருந்தது.

கோயில்களில் ஆடு, கோழி வெட்டத் தடை!

பெருந்தெய்வ வழிபாடும் சிறுதெய்வ வழிபாடும் சேர்ந்ததுதான் இந்து மதம் என்பதைக் கண்டோம். ஆனால் பின்னதன் மீது முன்னது ஆதிக்கம் செலுத்த முனைகிற போக்கும் எழுந்தது. முன்னதற்கு சமூக-பொருளாதார - அரசியல் பலம் இருந்ததால் இந்த முயற்சி அவ்வப்போது நடந்து வந்தது. காஞ்சி சங்கராச்சாரியார் சந்திரசேகரேந்திரரின் வாழ்க்கை வரலாற்று நூலில் இந்தச் செய்தி உள்ளது: "1986-ல் கச்சிமூதூர் டிரஸ்ட் என்பதை சுவாமிகள் ஆரம்பித்தார். இதன்மூலம் சிறு கோயில்களில் பூஜை செய்யும் சிவாச்சாரியார்களுக்கும்

பட்டாச்சாரியார்களுக்கும், கிராம தேவதைக் கோயில்களில் பூஜை செய்யும் பூசாரிகளுக்கும் பூஜைகளைச் சரிவரச் செய்யும் பயிற்சி அளிக்கப்பட்டுள்ளது.”

‘சரிவரச் செய்யும் பயிற்சி’ என்பது பெருந்தெய்வக் கோயில் பூஜை முறையை நாட்டார் தெய்வக் கோயில்களிலும் புகுத்துவதே எனலாம். அங்குள்ள தமிழ் அர்ச்சனை முறைக்குப் பதிலாக சம்ஸ்கிருத அர்ச்சனை முறை, ஆடு கோழி பலியிடலுக்குப் பதிலாக வெண் பொங்கல், சர்க்கரைப் பொங்கல், நைவேத்தியம், முடிவில் அனைத்து சாதி பூசாரிக்குப் பதிலாக பிராமண அர்ச்சகர் என்பதே இதன் இலக்கு என்றால் அது தவறாகாது.

சங்கராச்சாரியார் ஜெயேந்திரர் காலத்தைக் குறிப்பிட்டு கட்டுரையாளர் எஸ்.விஸ்வநாதன் ஃபிரண்ட்லைன் ஏட்டில் (3-12-2004) இப்படி எழுதினார்: ‘‘1991-96 காலத்தில் நூற்றுக்கணக்கான கிராமக் கோயில்களைத் தங்கள் கட்டுப்பாட்டில் கொண்டுவர முயன்றார்கள். நூற்றாண்டுக்கணக்காக வழமையில் இருந்த நடைமுறைகளில் மாற்றம் செய்ய பூசாரிகளின் ஆண்டு மாநாடுகள் உதவின. ஒரே மாதிரியான விதிமுறைகளைக் கொண்டுவருகிறோம் என்ற பெயரில் அதுவரை இந்தக் கிராமியக் கோயில்களுக்கு அந்நியமாக இருந்த வேதச் சடங்குகளை அறிமுகப்படுத்த முயன்றார்கள். சில வல்லுநர்கள் ஆய்வின்படி தென் மாவட்டங்களில் இது பெரிய அளவில் நடைபெற்றது.”

இது தமிழ்நாட்டில் அ.தி.மு.கவின் ஜெயலலிதா முதல்வராக இருந்த காலம். அப்போது சங்கர மடத்துக்கும் அவருக்கும் நல்லுறவு இருந்தது. ஆனால் 1996-ல் அ.தி.மு.க தோல்வியடைந்து மீண்டும் 2001-ல்தான் ஆட்சிக்கு வந்தது. இப்படி இரண்டாம் முறை ஆட்சிக்கு வந்த பிறகுதான் மிகவும் தைரியம் பெற்றவராக 2003, மே மாதம் கோயில்களில் ஆடு கோழி பலியிடக்கூடாது என்று உத்தரவு போட்டார். தமிழ்நாடு விலங்குகள் வதைத் தடுப்புச் சட்டம் என்று 1950-ல் போடப்பட்டிருந்தது. அதன் அடிப்படையில் இந்த உத்தரவு என்றும், மீறுகிறவர்கள் மீது கடும் நடவடிக்கை எடுக்கப்படும் என்றும் கூறினார். இவ்வளவு காலமாக இல்லாமல் இப்போதுதான் உத்தரவு! இதன் பின்னால் சங்கர மடம் உள்ளது எனும் குற்றச்சாட்டு எழுந்தது.

இது கிராமங்களில் குலதெய்வம் கும்பிடுவோரை அதிர்ச்சிக்கு ஆளாக்கியது. ஆடு கோழி பலி கொடுத்து, கறிச்சோறு படைத்து சாப்பிடுவது என்பது காலங்காலமாக நடந்துவந்த விஷயம். முப்பாட்டன் காலத்திலிருந்து தொடரும் செயல். பெருந்தெய்வக் கோயில்களில் பொங்கல் படைத்து சாப்பிடுகிறார்கள், இங்கே கறிச்சோறு படைத்துச் சாப்பிடுகிறார்கள். இது அவரவர் உணவுப் பழக்கத்தைப் பொறுத்த விஷயம். தான் சாப்பிடுவதைத்தான் சாமிக்கும் படைத்தார்கள் தமிழர்கள். இதில் அருவருப்புக் கொள்ள என்ன இருக்கிறது?

ஆனால், முதல்வர் ஜெயலலிதா விலங்குகள் மீது காருண்யம் கொண்டவர்போல இப்படியொரு தடை உத்தரவு போட்டார். கறிக்கடைக்காரர்கள் கடைகளில் அறுக்கிறார்கள் ஆடு கோழிகளை. அங்கே அதைச் செய்யலாம் என்றால் கோயில்களில் ஏன் செய்யக்கூடாது? கிராம மக்களுக்குப் புரியவில்லை, அவர்கள் விக்கித்துப் போனார்கள். பலி கொடுத்தால் அரசு கோபித்துக்கொள்ளும், கொடுக்காவிட்டால் சாமி கோபித்துக்கொள்ளும். யாருக்கு பயப்படுவது? மதுரை பாண்டி கோயில், அழகர் கோயில் பதினெட்டாம்படிக் கருப்பு சன்னதி, மேட்டுப்பாளையம் வனபத்திரக் காளியம்மன் கோயில், திருப்பூர் பாதைக் கருப்பராயன் கோயில் போன்றவற்றில் நூற்றுக்கணக்கில் ஆடுகள் பலி தரப்பட்டு அங்கேயே சமைத்து உண்டுவிட்டு வருவார்கள். அது நடக்காதே என்று மக்கள் ஆவேசம் கொண்டிருந்தார்கள்.

2004 ஏப்ரல்-மே மாதம் மக்களவைத் தேர்தல் வந்தது. மக்களிடமிருந்த அதிருப்தியை உணர்ந்துகொண்ட ஜெயலலிதா அந்த ஆண்டு பிப்ரவரியில் ஓர் அவசரச் சட்டத்தின் மூலம் தடையை வாபஸ் பெற்றார். அப்படியும் அவரது அ.தி.மு.க-பா.ஜ.க கூட்டணி ஓர் இடத்தையும் வெல்லவில்லை. அந்தப் படுதோல்விக்கு ஆடு கோழி பலி தடைச் சட்டமும் ஒரு காரணம் எனப்பட்டது. இதுவெல்லாம் சேர்ந்தோ என்னவோ சங்கர மடத்துடனான ஜெயலலிதாவின் உறவு முறிந்துபோனது. அது, அதே ஆண்டு தீபாவளி நாளில் ஜயேந்திரர் ஒரு கொலை வழக்கில் கைதானதில் வெளிப்பட்டது. இது சநாதனிகளுக்குப் பெரும் அதிர்ச்சியைத் தந்தது. ஆனால், தமிழகத்தின் சாதாரண

இந்துக்கள் இதைப் பெரிதாக எடுத்துக்கொள்ளாததில் சங்கர மடம் அவர்களிடமிருந்து அந்நியப்பட்டிருந்தது புரிபட்டது.

இந்து மதத்துக்குள் சீக்கியம், சமணம், புத்தம்

1950-ல் நடப்புக்கு வந்த சுதந்திர இந்தியாவின் அரசியல் சாசனம் இந்து மதத்துக்கு ஒரு புதிய இலக்கணம் தந்தது. மத உரிமை பற்றிப் பேசும் பகுதி ஷரத்து 25. அந்த உரிமை "பொதுத்தன்மை கொண்ட இந்து மத நிறுவனங்களை இந்துக்களின் அனைத்து வகுப்பார்கள் மற்றும் பிரிவினருக்கு திறந்துவிடுவதை, சமூக நலம் மற்றும் சீர்திருத்தம் செய்வதைத் தடுக்காது" என்றது. அதன் 2 (பி) அதாவது கோயில் நுழைவு அனுமதிச் சட்டங்களை ஏற்றது. ஆனால் அனைத்து சாதியினர் அர்ச்சகர் விஷயத்தில் இதைக் கணக்கில் கொள்ளவில்லை நீதிமன்றம் என்பதைக் கண்டோம்.

இங்கே, இந்துக்கள் என்பது சீக்கியம், சமணம் அல்லது புத்த மதத்தைப் பின்பற்றுவோரையும், அவர்களது மத நிறுவனங்களையும் குறிக்கும் என்றது அதற்கான விளக்கம். இப்படித்தான் இந்த மூன்று மதங்களையும் சர்வசாதாரணமாக உள்வாங்கிச் செரிக்க முயன்றது இந்து மதம். சீக்கியம், சமணம், புத்தம் என்பவை தனித்தனி வரலாறு கொண்டவை. முன்னது பஞ்சாபின் சரித்திரத்தின் பிரிக்க முடியாத பகுதி என்றால் பின்னது இரண்டும் தமிழகத்தில் எத்தகைய தனி வரலாறைக் கொண்டிருந்தது என்பதைக் கண்டுவந்தோம். அதையெல்லாம் கரும்பலகையின் சாக்பீஸ் எழுத்துப் போல அழிக்கப் பார்த்தது இந்த விளக்கம்.

நடைமுறையில் இந்த மூன்று மதங்கள் இப்போதும் தனித்தனியாகத்தான் இயங்குகின்றன என்றாலும் சட்டத்தின் முன்பு இவையெல்லாம் இந்து மதத்தில் அடக்கமே. இப்படியாக இந்து மதம் இன்னும் வலுப்பெற்றது. அதற்கு இப்போது அந்நிய மதங்கள் இரண்டுதான், இஸ்லாம், கிறிஸ்தவம்.

18

இஸ்லாம்

1920களின் கிலாபத் இயக்கம் தொடங்கி சுதந்திரப் போராட்டத்தில் காந்தியின் காங்கிரசோடு இணைந்து இந்த நாட்டு முஸ்லிம்களும் ஈடுபட்டார்கள் என்பதைக் கண்டோம். 'வரலாற்றில் வாழ்பவர்கள்' எனும் நூல் வங்காள நவாப் சிராஜுத் தெளலா முதல் ஜனாப் அமீர் ஹம்ஸா வரையிலான 160 சுதந்திரப் போராட்ட முஸ்லிம் தலைவர்களைப் பட்டியலிட்டுள்ளது. இந்தியாவின் அனைத்துப் பகுதிகளையும் சார்ந்த தீரர்கள் அவர்கள்.

மதராஸ் மாகாணத்திலும் அப்படி முஸ்லிம் தலைவர்கள் வெள்ளையனை எதிர்த்துப் போராடினார்கள். சிலரை நினைவுபடுத்துவோம். இங்கே கம்யூனிஸ்ட் இயக்கத்தை வளர்த்தெடுத்த அமீர் ஹைதர்கான் இன்றைய பாகிஸ்தானில் பிறந்தவர். எங்கோ பிறந்தவர் 1930களில் சென்னை வந்து பி.சுந்தரய்யா போன்றோரை கம்யூனிஸ்ட் ஆக்கினார். அதற்குப் பிறகுதான் இங்கே கம்யூனிஸ்ட் இயக்கம் வலுப்பெற்று ஆங்கில ஏகாதிபத்தியத்தை கிடுகிடுக்க வைத்தது.

திருச்சியில் பிறந்தவர் காஜாமியான் ராவுத்தர். காந்தியின் ஒத்துழையாமை இயக்கத்திலும், கதர் இயக்கத்திலும் பங்கு கொண்டார். அந்தக் காலத்தில் 50 ஆயிரம் ரூபாய் முதலீட்டில் கதர் ஆலை நிறுவி மக்களுக்கு இலவசமாகக் கதராடை வழங்கினார். திருச்சியின் இன்றைய புகழ்பெற்ற ஜமால் முகம்மது கல்லூரி தொடங்கப்படக் காரணமாக இருந்தார்.

உத்தமபாளையத்தில் பிறந்தவர் ஹாஜி கருத்த ராவுத்தர். சதேசி இயக்கத்தில் பங்கு கொண்டவர். தனது ஊரில் கதர்க்கடை ஆரம்பித்தார். திண்டுக்கல் மாவட்ட காங்கிரஸ் மாநாட்டை உத்தமபாளையத்தில் போலீஸ் தடையை மீறி 1922-ல் நடத்திக் கொடுத்தார். அங்குள்ள பிரபல ஹாஜி கருத்த ராவுத்தர் ஹௌதியா கல்லூரி இவர் தொடங்கியதுதான்.

ராமநாதபுரம் மாவட்டம் அபிராமத்தில் பிறந்தவர் அமீர் ஹம்ஸா. இவரது தியாகம் அளப்பரியது. நேதாஜி ஆரம்பித்த இந்திய தேசிய ராணுவத்தில் இவரும் இவரது சகோதரரும் இணைந்தனர். அதனுடைய கொள்கை பரப்புச் செயலாளராக உயர்ந்தார். 1943-ல் நேதாஜி 'ஆஸாத் ஹிந்த் சர்க்கார்' எனும் சுதந்திர அரசை நிறுவியபோது ரூ. 2 லட்சத்து 30 ஆயிரம் ரூபாய்க்கான காசோலையையும் எனது மகன் அமீர் ஹம்ஸாவையும் நாட்டுக்காகத் தங்களிடம் ஒப்படைக்கிறேன் என்று சொல்லிக் கொடுத்தார் இவரது தந்தையார். அந்த நாளில் அது எவ்வளவு பெரிய தொகை என்பதை எண்ணிப் பாருங்கள். அத்தகையவரின் புதல்வரும் நேதாஜியின் ராணுவத்துக்கு அள்ளிக் கொடுத்த வண்ணம் இருந்தார். நேதாஜிக்குப் போடப்பட்ட மாலைகளில் ஒன்றை ரூ. 3 லட்சத்துக்கு வாங்கினார், தான் அணிந்திருந்த வைர மோதிரத்தையும் வழங்கினார். மற்றொரு நிகழ்ச்சியில் தங்க நாணயங்கள் தந்தார்.

ஆங்கிலேய அரசு சும்மா விடுமா? இவருக்கு மரண தண்டனை விதித்தது. எப்படியோ தப்பித்தார். 1960-ல் பர்மாவிலிருந்து இந்தியாவுக்கு அகதியாக வந்து சேர்ந்தவர் இங்கே வறுமையில் வாடி மறைந்தார். இருந்த செல்வத்தை எல்லாம் சுதந்திரப் போருக்குக் கொடுத்துவிட்டு வறுமையை மட்டும் தனக்கு வைத்துக்கொண்டு வாழ்ந்து மறைந்த அந்தத் தியாகத்தை என்னென்பது!

கண்ணியமிக்க காயிதே மில்லத்

1947-ல் இரு நாடுகளாக இந்த பூமி சுதந்திரம் பெற்றபோது அதில் பெரும் பாதிப்புக்கு ஆளானவர்கள் இந்தியாவின் முஸ்லிம்களே. பாகிஸ்தான் எனப் பிரிந்துபோனவர்கள் இந்தியாவின் முஸ்லிம்கள் சிறுபான்மையோராகிப் போவார்களே என்று கவலைப்படவில்லை. தங்களுக்கு தனி நாடு கிடைத்துவிட்டது என்று சந்தோஷமாகக்

காயிதே மில்லத்

கிளம்பிவிட்டார்கள். இந்துக்கள் இந்தியாவில் 80% என்றால் முஸ்லிம்கள் 14%தான், அதிலும் ஆங்காங்கே சிதறிக்கிடந்தார்கள். அதனால் அரசியல் அதிகாரம் இல்லாத சவலைப் பிள்ளைகளாக ஆனார்கள். ஆங்கிலேயர் ஆட்சி காலத்தில் அவர்களுக்கு மத்திய சட்டசபை மற்றும் மாகாண சட்ட சபைகளில் இடஒதுக்கீடு இருந்தது. இந்தியாவின் புதிய அரசியல் சாசனத்தில் அது நீக்கப்பட்டது. அதன் காரணமாக போதிய அளவுக்கான பிரதிநிதித்துவம் நாடாளுமன்றம், சட்டமன்றங்களில் இல்லாமல் போனது.

எனினும் முஸ்லிம்கள் இந்தியாவை அன்றும் இன்றும் என்றும் தம் தாய் நாடு என்று வாழ்ந்தார்கள். முஸ்லிம் லீகின் தலைவராக உயர்ந்திருந்த கண்ணியமிக்க காயிதே மில்லத், திருநெல்வேலி பேட்டையில் பிறந்தவர். காந்தியின் அறைகூவலை ஏற்று கல்லூரி இறுதித் தேர்வைப் புறக்கணித்து காங்கிரசில் சேர்ந்து சுதந்திரப் போரில் குதித்தார். 1936 தேர்தலில் காங்கிரஸ் முஸ்லிம்களுக்கு நீதி வழங்கவில்லை எனப் பட்டு முஸ்லிம் லீகில் இணைந்தார்.

நாடு மதத்தின் அடிப்படையில் பிளவுபட்டதால் பெரும் நெருக்கடிக்கு ஆளானது முஸ்லிம் லீகின் இந்தியப் பிரிவு. அதை முறையாகப் பிரிப்பதற்கான பொதுக்குழுக் கூட்டம் 1948-ல் பாகிஸ்தானில் நடைபெற்றது. அதில் கலந்து கொண்டார் காயிதே மில்லத். பாகிஸ்தான் பிரதமர் லியாகத் அலிகான் இவரிடம் "இந்திய முஸ்லிம்களுக்கு உதவி செய்யத் தயார், என்ன உதவி வேண்டும்?" என்றார். அதற்கு இவர் "நீங்கள் செய்ய வேண்டிய உதவி பாகிஸ்தானில் உள்ள மதச் சிறுபான்மையோரைப் பாதுகாப்பதுதான்" என்றார். அங்கு இந்துக்களின் உரிமை மதிக்கப்படுவது இங்கு முஸ்லிம்களின் உரிமை மதிக்கப்படுவதற்கு உதவி செய்யும் அல்லவா!

இந்திய அரசியல் நிர்ணய சபையில் உறுப்பினராக இருந்தார் காயிதே மில்லத். அங்கே ஆட்சிமொழிப் பிரச்னை விவாதம் வந்தபோது, "இந்தியாவின் பழைமையான மொழிதான் மத்திய அரசின் ஆட்சி மொழியாக வேண்டும் என்றால் அது

தமிழே, அதன் தொன்மையை யாராலும் மறுக்க முடியாது" என்றார். தேர்தல் பிரசாரம் செய்யாமலேயே கேரளத்தின் மஞ்சேரி தொகுதியிலிருந்து நாடாளுமன்றத்துக்கு 1962 முதல் மூன்று முறை தேர்வுசெய்யப்பட்டார். கேரள மக்களின் பிரதிநிதியாக மட்டுமல்லாது இந்திய முஸ்லிம்கள் அனைவரின் பிரதிநிதியாக அவர்களது உரிமைகளுக்கு குரல் கொடுத்து வந்தார். 1967-ல் தமிழ்நாட்டில் அண்ணா தலைமையில் ஆட்சி மாற்றம் நடக்க தி.மு.கவுக்கு உதவி செய்தார்.

சென்னையில் முஸ்லிம்கள் நடத்திவந்த ஒரு கல்லூரிக்கே ஆபத்து வந்தது. அந்த நிலையில்தான் அங்கே புதுக் கல்லூரி உருவாகப் பாடுபட்டார் காயிதே மில்லத். மாநிலத்தின் வேறு ஊர்களிலும் கல்வி நிறுவனங்கள் எழக் காரணமாக இருந்தார். அரசியல் சாசனத்தின் ஷரத்து 30 "மதம் அல்லது மொழி அடிப்படையிலான அனைத்து சிறுபான்மையோரும் தங்களது விருப்பப்படி கல்வி நிறுவனங்களை அமைக்கும் மற்றும் நிர்வகிக்கும் உரிமை உண்டு" என்றது. இதைப் பயன்படுத்தி நாட்டில் கல்வி நிறுவனங்களை முஸ்லிம் பிரமுகர்கள் ஏற்படுத்திவந்தார்கள்.

மீனாட்சிபுரம் மதமாற்றம்

இதற்கிடையில் நாட்டின் அரசியல் வரலாறு விதவிதமான வடிவுகள் எடுத்தது. இந்திராவின் அவசர நிலை ஆட்சி வந்தது. அதன் பின்பு மொரார்ஜி தேசாய் தலைமையில் ஜனதா கட்சியின் ஆட்சி நடந்தது. அதில் இடம்பெற்றிருந்த ஜனசங்கத்தின் சார்பில் வாஜ்பாயும் அத்வானியும் மத்திய அமைச்சர்களாகியிருந்தார்கள். ஆர்எஸ்எஸ்ஸின் வழிகாட்டுதலை ஏற்போர் வரலாற்றில் முதன்முதலாக அரசியல் அதிகாரபீடத்தில் இடம்பெற்றிருந்தார்கள். பின்னர் அப்படி ஆர்எஸ்எஸ்ஸிலும் ஜனதா கட்சியினர் அங்கம் வகிக்கலாமா எனும் பிரச்னை கிளம்பவும் ஜனதா உடைந்தது, 1980-ல் பா.ஜ.க உதயமானது.

இதுவெல்லாம் தமிழக முஸ்லிம்கள் மத்தியில் அச்சத்தையே உருவாக்கி வந்தது. அவர்கள் தற்காப்பு நிலையில் இருந்தார்கள். தங்களது மத மற்றும் கல்வி உரிமைகளைத் தக்கவைத்துக் கொள்வதும், அவற்றைப் பயன்படுத்தி தங்களது வாழ்வை மேம்படுத்துவதுமே அவர்களுக்குப் பெரும்பாடாக இருந்தது.

இதிலே இஸ்லாமைப் பிற மதத்தவர் மத்தியில் பரப்புவது எங்கே? ஆனால் அரசியல் சாசனம் அந்த உரிமையை அவர்களுக்கும் தந்திருந்தது. அதனது ஷரத்து 25 (1) கூறியது: "மனசாட்சி சுதந்திரம் மற்றும் மதத்தை சுதந்திரமாக போதிக்க, பின்பற்ற, பரப்ப அனைவருக்கும் சமமான உரிமை உண்டு." ஆனாலும் அதை அவர்கள் பெரிதாகப் பயன்படுத்தியதாகக் கூற முடியாது.

இந்தக் கட்டத்தில்தான் 1981-ல் அது நடந்தது. நெல்லை மாவட்டத்தில் தென்காசிக்கு அருகில் உள்ள மீனாட்சிபுரம் கிராமம் இந்தியா முழுக்கப் பரபரப்பாகப் பேசப்பட்டது. பின்னாளில் அந்த ஊருக்குச் சென்றுவந்த டைம்ஸ் ஆப் இண்டியா ஏட்டின் நிருபர் (17-4-2019) எழுதினார்: "மீனாட்சிபுரத்தில் உள்ள மசூதி 1994-ல் கட்டப்பட்டது. எந்த இடத்தில் என்றால், எங்கே மதம் மாறுவதற்காக 1981, பிப்ரவரி 19 அன்று 300 குடும்பங்களைச் சேர்ந்த ஆண்களும் பெண்களுமாக 600 பேர் கூடினார்களோ அந்த இடத்தில். அந்த தலித்துகளை இஸ்லாமில் சேர்க்கும் சடங்கை திருநெல்வேலியிலிருந்த தென்னிந்திய இஷாதுல் இஸ்லாம் சபா செய்தது. அந்த ஊர் இப்போது ரெஹமத் நகர் எனப்படுகிறது. அன்று டி.தங்கராஜ் எனப்பட்ட யூசுப் ஒரு தேவர் சமூகப் பெண்ணை மணந்தார்.

இந்த மீறல் அந்த சமூகத்திடமிருந்து எதிர்வினையை உருவாக்கியது. இன்று யூசுப்பின் மகன் முகம்மது அபு ஹலிபா கூறுகிறார்; அவரது தேவர் மாமன்கள் தங்களது குடும்ப நிகழ்வுகளில் பங்கேற்கிறார்கள் என்று. இப்போது தாங்கள் கௌரவத்தோடும் மரியாதையோடும் நடத்தப்படுவதாக முஸ்லிம்கள் கூறுகிறார்கள். அன்று மூக்கன் எனப்பட்ட கையூம் கூறுகிறார்: 'முன்பு பஸ்ஸில் எங்களால் சீட்டில் உட்கார முடியாது'.

இப்போது நிலைமை மாறியிருக்கிறதா என்று சைபுல்லாவிடம் கேட்டதற்கு கொஞ்சம் மாறியிருக்கு என்றார். கருப்பன் தனது தந்தையோடு இஸ்லாமுக்கு மாறியிருக்கிறார். ஆனால் தாய் இந்துவாகத் தொடர்கிறார். "காளியம்மன் கோயிலுக்கு நெல் வசூலிக்க வீடு வீடாகப் போகும்போது என்னைக் கேவலமாக நடத்தினார்கள். எனவே, மதம் மாற முடிவு செய்தேன். இப்போது என்னை 'பாய்' என்று மரியாதையாக அழைக்கிறார்கள்" என்றார்.

இந்த விபரங்கள் அந்த ஊர் தலித்துகள் மதம் மாறியதற்கு சாதியமே காரணம் என்பதைத் தெளிவாக வெளிப்படுத்துகின்றன. இதுபற்றி ஆய்வு செய்து டாக்டர் பட்டம் பெற்றுள்ள விடுதலைச் சிறுத்தைகள் கட்சித் தலைவர் திருமாவளவன் கூறினார்: "அனைத்து மட்டங்களிலும் அந்த மக்கள் சந்தித்த சாதிப் பாகுபாடும் ஒடுக்குமுறையும்தான் மத மாற்றத்துக்குக் காரணம். அவற்றிலிருந்து அவர்களைக் காக்கத் தவறிய அரசும் இணையான முக்கிய காரணம்."

ஆனால் அன்று வேறு ஏதேதோ காரணங்களைக் கூறிக்கொண்டு ஆர்எஸ்எஸ்ஸூம் பா.ஜ.கவும் இந்த மத மாற்றத்தைக் கடுமையாக எதிர்த்தன. வாஜ்பாய் உள்ளிட்ட பல தலைவர்கள் மீனாட்சிபுரம் வந்து கண்டனக் கூட்டம் நடத்தினார்கள். மடாதிபதிகள், சாமியார்கள் பலரும் மத மாற்றத்துக்கு எதிர்ப்புத் தெரிவித்தார்கள். இது வரை இந்த ஊர் தலித்துகள் பற்றி பேசாதவர்கள் இப்போது தாய் மதம் திரும்புமாறு வேண்டுகோள் விடுத்தார்கள். ஆனால், அப்போதும் சாதியத்தை ஒழிப்போம் என்று கூறவில்லை. சாதியம் தொடரும், ஆனாலும் இந்து மதத்தில் தலித்துகள் தொடரவேண்டும் என்பதே அவர்களின் அறிவுறுத்தலாக இருந்தது.

வெறும் அறிவுறுத்தல் மட்டுமல்ல ஆரிய சமாஜத்தை இறக்கிவிட்டு சுத்தி இயக்கமும் நடத்தினார்கள். அப்படியாக சிலரை மீண்டும் இந்து மதத்துக்குக் கொண்டுவந்தார்கள். "சுத்தி என்பது எளிமையானது. ஒரு யாகம் நடத்தப்படும். அதில் சம்பந்தப்பட்டவருக்கு பூணூல் அணிவிக்கப்பட்டு காயத்ரி மந்திரம் சொல்லச் சொல்லுவார்கள். இந்து மதத்தில் இருப்பதாக உறுதிமொழி தரச் சொல்லுவார்கள். புதுப்பெயர் சூட்டப்படும். அவர் இந்துவாகிவிட்டதாக ஒரு சான்றிதழ் தரப்படும். கலெக்டரிடமிருந்து பட்டியல் சாதிச் சான்றிதழ் பெறுவதற்காக அது தரப்படுகிறது. இஸ்லாமுக்கு மாறியதால் அவர் இழந்த எஸ்.சி பயன்பாடுகளை அவர் மீண்டும் பெறுவார். ராமனாதபுரத்தில் ஆர்.எஸ்.எஸ் தொண்டராக இருக்கும் நாகராஜன் "மதம் மாறியவர்கள் திரும்பியதற்கு ஒரு முக்கிய காரணம் எஸ்.சிக்கு அரசு தரும் வசதி வாய்ப்புகள் என்றார்" என்கிறது இண்டியா டுடே (30-4-1991).

ஆக, மீண்டும் இந்து மதம் திரும்பினாலும் மீண்டும்

பட்டியல் சாதிதான். யாகத்தில் பூணூல் போட்டதெல்லாம் வெறும் சடங்குதான்! இந்து மதம் என்றால் சாதியம் இருக்கும் என்றார்கள். அந்த மக்கள் போராடிப் பெற்ற சில உரிமைகளைப் பெறவே அந்த மக்கள் திரும்பியிருக்கிறார்கள். அவை மதம் மாறியவர்களுக்கும் உண்டு என்றால் அவர்களும் திரும்பியிருக்க மாட்டார்கள்.

பாபர் மசூதி இடிப்பும் பம்பாய் படமும்

இப்படியாக இந்தப் புயல் எழுந்து அடங்கிய வேளையில் மத்தியில் இருந்த வி.பி.சிங் அரசு பிற்படுத்தப்பட்ட வகுப்பாருக்கு மத்திய அரசின் பணிகளில் 27% இடஒதுக்கீடு தர வேண்டும் எனும் மண்டல் குழு பரிந்துரையை அமலாக்க முடிவுசெய்தது 1990-ல். அரசுக்கு வெளியிலிருந்து ஆதரவு தந்துகொண்டிருந்த பா.ஜ.கவுக்கு இது பிடிக்கவில்லை. அதேநேரத்தில் அதற்காக அரசைக் கவிழ்த்தால் பிற்படுத்தப்பட்டோரின் கோபத்துக்கு ஆளாக வேண்டும் என்பதை உணர்ந்து, அயோத்திப் பிரச்னையை கையில் எடுத்தது. அங்கு 450 ஆண்டுகளாக இருக்கும் பாபர் மசூதியை இடித்து ராமருக்கு கோயில் கட்ட வேண்டும் என்றது. அதற்காக ஒரு ரத யாத்திரை கிளம்பினார் எல்.கே.அத்வானி.

அது மதக் கலவரத்தை விசிறிவிடுவதைக் கண்டு ரதத்தை தடுத்து நிறுத்தினார் பீகாரின் முதல்வர் லாலு பிரசாத் யாதவ். அதையே காரணமாகக் காட்டி வி.பி.சிங் அரசைக் கவிழ்த்தது பா.ஜ.க. அப்படி ஆரம்பித்த பிரச்னை 1992, டிசம்பர் 6-ல் மசூதியை அவர்கள் இடிப்பதில் முடிந்தது. அதைத் தொடர்ந்து பம்பாய் உள்ளிட்ட நாட்டின் பல இடங்களில் மதக் கலவரங்கள் வெடித்தன, பல நூறு பேர் அநியாயமாக மாண்டுபோனார்கள்.

இதன் தாக்கம் தமிழ்நாட்டிலும் இருந்தது. இங்கிருந்தும் ராமர் கோயில் கட்ட செங்கல் பூஜை நடந்தது, செங்கல்கள் போயின. முதல்வராக இருந்த ஜெயலலிதா கரசேவையை

ஆதரிக்கும் தொனியில் பேசினார். இதுவெல்லாம் தமிழக முஸ்லிம்கள் மத்தியில் பதற்றத்தை உருவாக்கியது. பாபர் மசூதி மீட்டெடுப்பு இயக்கத்தை அவர்கள் நடத்திக் கொண்டிருந்தார்கள். அன்றைக்கிருந்த பதற்றத்தை விவரித்தும், மத நல்லிணக்கத்தை வலியுறுத்தியும் 'பம்பாய்' திரைப்படம் 1995-ல் வந்தது. அதன் மீது தமிழக முஸ்லிம்களுக்கு விமர்சனமும் இருந்தது. இந்துப் பையன் முஸ்லிம் பெண்ணை காதலித்து பம்பாய்க்கு ஓடிவரச் செய்து மணப்பதாகக் காட்டுகிறார்களே, இதையே தலைகீழாக சித்திரித்தப் படம் எடுப்பார்களா என்று கேட்டார்கள். நியாயம்தானே?

கோவை குண்டு வெடிப்புகள்

இதுவரை பம்பாய் உள்ளிட்ட வட இந்தியாவில் நடந்து வந்த வெடிகுண்டு கலாசாரம் கோயம்புத்தூருக்கும் வந்தது. இதுபற்றி 20 ஆண்டுகளுக்குப் பிறகு விகடனில் (14-2-2019) ரா.கௌசல்யா எழுதியது: "கோவையில் நவம்பர் 29, 1997 அன்று செல்வராஜ் என்ற காவலர் மர்ம நபர்களால் கொல்லப்படுகிறார். அதைத் தொடர்ந்து ஏற்பட்ட சம்பவங்கள்தாம் 1998, பிப்ரவரி 14 அன்று குண்டு வெடிப்பு கலவரமாக மாறியது. நான்கு நாட்களில் 18-க்கும் மேற்பட்ட இடங்களில் குண்டுகள் வெடித்தன. இச்சம்பவத்தில் 58 பேர் உயிரிழந்தனர், 252 பேர் படுகாயமடைந்தனர். கோடிக்கணக்கான மதிப்பில் பொருள்சேதம் ஏற்பட்டது. நாடாளுமன்றத் தேர்தல் பிரசாரத்துக்காக எல்.கே. அத்வானி கோவை வருகிறார். அவரின் விமானம் அரை மணி நேரம் தாமதமாக வந்ததால் அவருடைய உயிர் தப்பியது எனலாம்."

கோவை குண்டுவெடிப்பு தொடர்பான ஆவணப் புத்தகத்தை எழுதியிருக்கும் 'மௌனத்தின் சாட்சியங்கள்' ஆசிரியர் சம்சுதீன் ஹீரா கூறினார்: "காவல் அதிகாரி செல்வராஜ் கத்தியால் குத்தப்பட்டு இறந்துவிடுகிறார். அந்தக் கொலையை அடுத்து நிறைய சம்பவங்கள் நடந்தேறின. காவலர்கள் தங்கள் குடும்பத்தினரோடு போராட்டத்தில் ஈடுபட்டனர். காவலர்களும் இந்துத்துவா அமைப்புகளும் இணைந்துகொண்டு பல்வேறு கலவரங்களில் ஈடுபட்டார்கள். கலவரத்தில் சகோதரர்களை இழந்தவர்கள், குடும்பத்தை இழந்தவர்கள் என்று பலர் இருந்தனர். அரசு ஏதும் தங்களுக்குச் செய்யவில்லை என்கிற விரக்தியில்

இருந்தவர்களை எப்படியோ பேசி அல்உம்மா இயக்கத்தில் இணைத்துக கொண்டார்கள். அதன் விளைவாக பிப்ரவரி 14,1998 தொடர் குண்டுவெடிப்பு நடந்தது. பிறகு அல் உம்மா அமைப்பு தடை செய்யப்பட்டது. அதில் இருந்தவர்கள் கைது செய்யப்பட்டு சிறையில் அடைக்கப்பட்டனர். இதில் சில அப்பாவிகளும் கைது செய்யப்பட்டு 10 முதல் 12 ஆண்டுகள் வரை சிறைவாசம் அனுபவித்தார்கள், பிறகு விடுவிக்கப்பட்டார்கள்."

வெடிகுண்டு கலாசாரத்தால் பாதிக்கப்பட்டது அப்பாவிகள் பலர். ஒருவகை மதவெறிக்கு பதில் இன்னொரு வகை மதவெறி அல்ல. நெருப்பை நெருப்பால் அணைக்க முடியாது. மதவெறிக்கு பதில் மத நல்லிணக்கமே. நெருப்பை அணைக்க நீரால்தான் முடியும். இதை மறந்த அல் உம்மாவின் பயங்கரவாதச் செயல்கள் பா.ஜ.கவுக்கே உதவின. அந்த 1998 தேர்தலில் வாஜ்பாய் தலைமையிலான பா.ஜ.க கூட்டணி அரசு மத்தியில் அமைந்துபோனது. அதற்கு அ.தி.மு.க. ஆதரவு! 1999-ல் மீண்டும் தேர்தல், மீண்டும் வாஜ்பாய் தலைமையிலான பா.ஜ.க கூட்டணி அரசு. அதற்கு தி.மு.க ஆதரவு! தமிழகத்தின் முஸ்லிம்கள் தொடர்ந்து பதற்றத்தில் இருத்தப்பட்டார்கள்.

2002 குஜராத் தாக்குதல்

அந்தப் பதற்றம் நியாயமானதே என்பதை 2002-ல் குஜராத்தில் நடந்த தாக்குதல்கள் உணர்த்தின. கோத்ரா ரயில் எரிப்பு கொடூரத்தை தொடர்ந்து, அந்த மாநில முஸ்லிம்கள் மீது கொலைவெறித் தாண்டவம் ஆடப்பட்டது. அரசின் கணக்குப்படியே ஆயிரத்துக்கும் மேற்பட்டோர் மாண்டு போனார்கள், அதில் மிகப்பெரும்பாலோர் முஸ்லிம்கள். அப்போது அங்கே முதல்வராக இருந்தவர் நரேந்திர மோடி. அவர் அமைத்த நானாவதி கமிஷன் அவரைக் குற்றவாளியாக்கவில்லை. ஆனால், அந்தத் தாக்குதலுக்குப் பிறகு சட்டென சட்டசபையைக் கலைத்துவிட்டு தேர்தல் நடந்த பின் மீண்டும் முதல்வரானது அவர்தான் என்பதை எந்தக் கமிஷனாலும் மறுக்க முடியாது.

அந்தத் தேர்தல் முடிவுகள் பற்றி ஆய்வு செய்த ரகீல் தத்திவாலா மற்றும் மைக்கேல் பிக்ஸ் கூறினார்கள்: "பாஜக நிச்சயம் வெற்றிபெறும் அல்லது தோல்வி

அடையும் தொகுதிகளில் வன்முறை இல்லை. ஆனால் இதர மாவட்டங்களில் வன்முறை பயங்கரமாக இருந்தது, அங்கே பா.ஜ.கவின் வாக்கு கணிசமாக உயர்ந்தது.'' (தி வயர் 15-12-2019) இந்த நடப்புகளையும், குஜராத் தாக்குதல் பற்றிய செய்திகளையும், புகைப்படங்களையும், காணொளிக் காட்சிகளையும் கண்டு தமிழக முஸ்லிம்கள் கலக்கமடைந்தார்கள்.

சச்சார் குழுவும் ரங்கநாத் மிஸ்ரா கமிஷனும்

2004-ல் மன்மோகன் சிங் தலைமையிலான காங்கிரஸ் கூட்டணி அரசு அமைந்தபோதுதான் அவர்கள் சற்றே நிம்மதி பெருமூச்சுவிட்டார்கள். அதற்கு கம்யூனிஸ்டுகள் வெளியிலிருந்து ஆதரவு தந்தார்கள். அந்த அரசுதான் முஸ்லிம்களின் வாழ்நிலை பற்றி ஆராய 2005-ல் சச்சார் குழுவை அமைத்தது. 2006-ல் வெளிவந்த அந்த அறிக்கை கூறியது:

“முஸ்லிம்கள் ஐ.ஏ.எஸ் அதிகாரிகளில் 3%, ஐ.எப்எஸ் அதிகாரிகளில் 1.8%, ஐ.பி.எஸ் அதிகாரிகளில் 4%. 2001 மக்கள்தொகை கணக்கெடுப்பின்படி முஸ்லிம்கள் 13% க்கும் மேலே என்பதை மனதில் கொண்டால்தான் இது எவ்வளவு குறைவு என்பது புரிபடும். மத்திய அரசின் இதர துறைகளிலும், மாநில அரசுத் துறைகளிலும் கிட்டத்தட்ட இதே நிலைதான். சகல அளவுகோல்களும் சுட்டிக்காட்டுவது என்னவென்றால் முஸ்லிம்கள் எஸ்.சி./ எஸ். டி யினருக்கு சற்று மேலாகவும், இந்து ஓபிசிகளுக்கு, இதர சிறுபான்மையோருக்கு, பொது இந்துக்களுக்கு (பெரும்பாலும் உயர்சாதியினர்) கீழாகவும் இருக்கிறார்கள். முஸ்லிம்கள் அதிகமாக இருக்கும் மாநிலங்களில், குறிப்பாக மேற்கு வங்கம், பீகார், உ.பி. மற்றும் அஸ்ஸாமில் நிலைமை படுமோசம்.”

சுதந்திர இந்தியா முஸ்லிம்களை நடத்திய விதம் இதுதான். இதை ஒருவிதமாக சச்சார் குழு வெளிப்படுத்தியதைத் தொடர்ந்து 2007-ல் அறிக்கை தந்த ரங்கநாத் மிஸ்ரா கமிஷனானது கல்வியிலும் அரசு வேலைவாய்ப்பிலும் முஸ்லிம்களுக்கு 10% இடஒதுக்கீடு தரவேண்டும்; அவர்களைப் பிற்படுத்தப்பட்டோராகக் கருதி என்றது. அதே ஆண்டில் தமிழகத்தின் கலைஞர் அரசு முஸ்லிம்களுக்கு 3.5% இட ஒதுக்கீடு தந்தது. இந்தக் காலத்தில் தமிழக முஸ்லிம்களுக்கு நடந்த ஒரு நல்ல காரியம் இது.

முத்தலாக் தடைச் சட்டம்

ஆனால், யாரும் எதிர்பாராத வகையில் குஜராத் முதல்வர் மோடி பிரதமர் வேட்பாளராக 2014 தேர்தலில் பா.ஜ.கவால் முன்னிறுத்தப்பட்டார். 'குஜராத் மாடல்', 'வளர்ச்சியின் நாயகன்' எனப்பட்டது. ஆனால் தமிழக முஸ்லிம்களுக்கு உள்ளூர பயமே. 'மோடியா? இந்த லேடியா?' எனக் கேட்ட ஜெயலலிதா தலைமையலான அ.தி.மு.க அந்தத் தேர்தலில் அமோக வெற்றிபெற்றது. ஆனாலும் பயனில்லை. மத்தியில் மோடி பிரதமராகிப் போனார் தனிப் பெரும்பான்மையோடு. விக்கித்துப் போனார்கள் தமிழக முஸ்லிம்கள்.

எதிர்பார்த்தபடி முத்தலாக் தடை மசோதாவைக் கொண்டுவந்தார் 2017-ல். தனது பெரும்பான்மை பலத்தை வைத்து மக்களவையில் அதை நிறைவேற்றியவரால் மாநிலங்களவையில் நிறைவேற்ற முடியவில்லை. 2019 பிப்ரவரியில் அவசரச் சட்டமாக அதைக் கொண்டுவந்தார். அதைச் செய்துகொண்டுதான் அந்த ஆண்டு ஏப்ரல் மே மாதம் மக்களவைத் தேர்தலைச் சந்தித்தார். மீண்டும் தனிப்பெரும்பான்மை பெற்று பிரதமரானதும் அந்த அவசர சட்டத்துக்குப் பதிலாக நாடாளுமன்றத்தில் மசோதா கொண்டுவந்து இரு அவைகளிலும் நிறைவேறச் செய்தார்.

இந்தத் தேர்தலில் அ.தி.மு.க படுதோல்வி கண்டு தி.மு.க அணி வெற்ற பெற்றிருந்தது. அது இரு அவைகளிலும் அதை எதிர்த்தது. ஆனால், மக்களவையில் அ.தி.மு.கவின் ஒற்றை உறுப்பினர் மசோதாவை ஆதரித்துப் பேசி வாக்களித்தார். அப்போது வேலூரில் மக்களவை இடைத்தேர்தல் இருந்தது. அதனால் பதறிப்போன அ.தி.மு.க தலைமை மசோதாவை எதிர்ப்பதாகச் சொன்னது. ஆனாலும் மாநிலங்களவையில் எதிர்த்து வாக்களிக்காமல் வெளிநடப்புச் செய்தது. விளைவு மசோதா நிறைவேறிப் போனது. ஆதரவாக 99 வாக்குகளும், எதிராக 84 வாக்குகளும் விழுந்தன. அ.தி.மு.க.வின் 11 உறுப்பினர்களும், ஐக்கிய ஜனதா தளத்தின் 6 உறுப்பினர்களும் வாக்கெடுப்பில் பங்கேற்று எதிர்த்து வாக்களித்திருந்தால் அது தோற்றுப் போயிருக்கும். அ.தி.மு.க.வின் நிலைப்பாடு தமிழக முஸ்லிம்களை அதிர்ச்சிக்கு ஆளாக்கியது, வேலூரில் அது தோற்றதற்கு இதுவும் ஒரு முக்கிய காரணம்.

திருமணச் சட்டங்களில் திருத்தங்கள் கூடாதா என்று கேட்கலாம். நியாயமான திருத்தங்களை அந்தந்த மக்களின் ஒப்புதலோடு செய்ய வேண்டும். புதிய இந்து திருமணச் சட்டங்கள் 1955-56 காலத்தில் நிறைவேற்றப்பட்டன. யாரால்? இந்துக்களால் நிரம்பியிருந்த நாடாளுமன்றத்தால். இப்போது முஸ்லிம் சட்டத்தில் திருத்தங்கள். யாரால்? இந்துக்களால் நிரம்பியிருந்த நாடாளுமன்றத்தால்! பா.ஜ.கவை ஆதரிக்கக்கூடிய ஒரு சில முஸ்லிம்களைத் தவிர முஸ்லிம் கட்சிகளும் அமைப்புகளும் கடுமையாக எதிர்த்தன. அப்படியும் இந்தச் சட்டம் கொண்டுவரப்பட்டது என்பதுதான் இதிலுள்ள விபரீதம்.

தங்களது எதிர்ப்புக்கான காரணங்கள் என்று அவர்கள் கூறியவை: முத்தலாக் என்பது அடுத்தடுத்த கால இடைவெளியோடு கொடுக்கப்பட வேண்டும், அப்படியாக அவர்கள் மனம்மாற வாய்ப்புத் தரப்பட வேண்டும், அல்லாது ஒரே நேரத்தில் கொடுக்கப்பட்டால் செல்லாது என்பதுதான் ஏற்கெனவே உள்ள நிலை. இந்தச் சட்டமோ ஏதோ முஸ்லிம் பெண்களுக்கு நன்மை செய்வதாகச் சொல்லிக்கொண்டு முஸ்லிம் ஆண்களைச் சிறையில் தள்ளப் பார்க்கிறது. அதற்காகத்தான் இந்த சிவில் விவகாரத்தை மூன்று ஆண்டு சிறைத் தண்டனை என்று கிரிமினல் விவகாரமாக ஆக்கியிருக்கிறது.

இஸ்லாமில் எப்படி ஆண்களுக்கு தலாக் எனும் விவாகரத்து உரிமை உள்ளதோ அப்படிப் பெண்களுக்கு குலா எனும் விவாகரத்து உரிமை உள்ளது. மனைவியும் திருமணத்தை முறித்து இன்னொரு திருமணம் செய்து கொள்ள முடியும். மோடி தலைமையிலான பா.ஜ.க அரசுக்கு முஸ்லிம் பெண்கள் மீது அக்கறை உண்டு என்பதை ஏற்க இயலாது, முஸ்லிம் சமூகத்தின் மீது அவர்கள் எவ்வளவு வன்மத்தோடு இருக்கிறார்கள் என்பதை உலகம் அறியும்.

எனவே தமிழகத்திலும் முத்தலாக் தடைச் சட்டத்துக்கு எதிராக முஸ்லிம்கள் இயக்கம் நடத்தினார்கள். இந்தக் காலம் முழுக்க இதுவொரு பெரிய வேலையாக இருந்தது. இது ஷரியத் எனப்படுகிற இஸ்லாமிய சட்டம் பற்றியது என்பதால் குருமார்களாகிய உலாமாக்களும் களத்தில் இறங்க வேண்டிய கட்டாயத்துக்கு ஆளானார்கள். ஆனால் அனைத்தையும் மீறி அந்தத் தடை சட்டப் புத்தகத்தில்

ஏறிவிட்டது. முஸ்லிம்களுக்கு வேதனையே மிஞ்சியது.

மாட்டுக்கறி உணவுக்கு எதிர்ப்பு

மத்தியில் மோடி அரசு வந்ததிலிருந்தே பசு வதை மற்றும் மாட்டுக்கறி உணவுக்கு எதிர்ப்பு என்ற பெயரில் வட மாநிலங்களில் வன்முறைகள் நடந்தன. வதைக்காகக் கொண்டுபோகிற மாடுகளை ஏற்றிச் செல்லும் லாரிக்காரர்களை கொலை செய்கிற கொடூரம் நடந்தது. 2015-17 ஆண்டுகளில் மட்டும் பத்து முஸ்லிம்கள் அப்படியாகக் கொல்லப்பட்டார்கள். இறைச்சிக்காக வதை செய்வதற்காக சந்தைகளில் மாடுகளை வாங்க, விற்கத் தடை விதித்தது மத்திய அரசின் சுற்றுச்சூழல் அமைச்சகம் 2017-ல்.

பசுவதைத் தடுப்பு அடிமாடுகளையும் வளர்க்கும் கட்டாயத்துக்கு விவசாயிகளைத் தள்ளி ஏற்கெனவே ஒடிந்துபோயிருக்கும் அவர்களின் வாழ்வை ஒரேயடியாக வீழ்த்துவதாகும். மாட்டுக்கறி உண்ணத் தடை என்பது மனிதர்களின் உணவு உரிமை மீது கைவைப்பதாகும். உழைப்பாளர்களுக்கு குறைந்த விலையில் புரதச்சத்து தருவது அதுதான். மாட்டுக்கறி சாப்பிடக்கூடாது என்றவர்கள் ஆட்டுக்கறியை சகாய விலையில் தர ஏற்பாடு ஏதும் செய்யவில்லை. உண்மையில் அவர்களது நோக்கம் மாமிச உணவையே தடுப்பதுதான். அதாவது அவர்களது கலாசாரத்தைப் பிறர் மீது திணிப்பதுதான். இதிலே இன்னொரு விஷயம் என்னவென்றால் மாட்டுக்கறி ஏற்றுமதி மட்டும் கனஜோராக நடந்தது, அதற்குத் தடையில்லை. பிரதான ஏற்றுமதியாளர்கள் பா.ஜ.க ஆதரவாளர்கள் எனும் குற்றச்சாட்டும் எழுந்தது.

இந்த விவகாரம் தமிழகத்திலும் எதிரொலித்தது. தடைக்கு எதிராக மாணவர்கள் போராட்டம் நடத்தினார்கள். சென்னை ஐ.ஐ.டி.யில் மாட்டுக்கறி திருவிழா நடைபெற்றது. அதை ஏற்பாடு செய்த மாணவர்களில் ஒருவர் கடுமையாகத் தாக்கப்பட்டார். "மாட்டுக்கறி வேண்டும் என்பவர்கள் நாய்க்கறி சாப்பிடலாம்" என்று பதிலடி தந்தார்கள் தமிழக பா.ஜ.க தலைவர்கள். இதுவெல்லாம் தமிழக முஸ்லிம்கள் மத்தியில் கலவரத்தை உருவாக்கியது.

மாட்டுக்கறியை ஆட்டுக்கறி போல இயல்பாக பாவித்த உண்பவர்கள் இந்து, இஸ்லாம், கிறிஸ்தவம் என்று மூன்று

மதங்களில் உண்டு என்றாலும் மாட்டுக்கறி சில்லறை வியாபாரத்தில் அதிகம் ஈடுபட்டவர்கள் முஸ்லிம்களே. மாட்டுக்கறிக்கு எதிரான இயக்கம் அவர்களை பொருளாதார ரீதியாக நேரடியாக பாதித்தது. அதுபோல தோல் வியாபாரத்திலும் அவர்களே அதிகம் இறங்கியிருந்தார்கள், அங்கும் கடும் பாதிப்பு.

ஜம்மு-காஷ்மீர் யூனியன் பிரதேசமானது

இந்தியாவில் முஸ்லிம்கள் பெரும்பான்மையாக - 68% ஆக- உள்ள ஒரே மாநிலம் ஜம்மு- காஷ்மீர். அரசியல் சாசனத்தின் பிரிவு 370-ன்படிதான் அன்று அது இந்தியாவோடு இணைந்தது. அதை சர்வசாதாரணமாக ரத்து செய்தது 2019 ஆகஸ்டில் மோடி அரசு. அங்கே தேர்ந்தெடுக்கப்பட்ட அரசு இல்லாத நிலையில், மத்திய அரசின் பிரதிநிதியாம் கவர்னரையே அரசு எனக் கருதி அவரது சம்மதத்தின் பேரில் இந்த வேலை செய்யப்பட்டது. பிரிவு 370-ஐ நீக்க வேண்டும் என்பது பா.ஜ.க சொல்லிவந்த விஷயம்தான்.

ஆனால் அதுவும்கூட அந்த மாநிலத்தை யூனியன் பிரதேசமாகத் தரம் குறைக்க வேண்டும் என்று சொன்ன தில்லை. ஆனால் இப்போது தடாலடியாக அதை உடைத்து இரண்டு யூனியன் பிரதேசங்களாக்கினார்கள். மாநிலத்தின் அரசியல் தலைவர்கள் எல்லாம் வீட்டுக்காவலில் அல்லது சிறையில் அடைக்கப்பட்டார்கள். தகவல் தொடர்புகள் துண்டிக்கப்பட்டன. 144 தடையும் ஊரடங்கும் நிரந்தரமானதுபோல காட்சியளித்தன. மாநிலத்தின் பொருளாதார வாழ்வே முடங்கிப்போனது.

முஸ்லிம்கள் அதிர்ந்துபோனார்கள். தாங்கள் பெரும்பான்மையாக இருக்கிறோம் என்கிற ஒரே காரணத்துக்காக காஷ்மீர் பழிவாங்கப்படுகிறது எனும் எண்ணம் பிறந்தது. மத்திய அரசின் இந்தச் செயல்களை எதிர்த்து தமிழக முஸ்லிம் கட்சிகளும், அமைப்புகளும் இயக்கம் நடத்தின. இந்தச் சமயத்தில் “பிரதமர் மோடியும் உள்துறை அமைச்சர் அமித்ஷாவும் கிருஷ்ணனும் அர்ச்சுனனும்போல, காஷ்மீரை மிக சாதுரியமாகக் கையாண்டிருக்கிறார்கள்” என்று நடிகர் ரஜினிகாந்த் கூறியது அவர்களுக்கு வெந்த புண்ணில் வேல் பாய்ச்சுவதாக இருந்தது.

சிஏஏ - என்பிஆர் - என்ஆர்சி

ஆனாலும் இதுவெல்லாம் உச்சம் அல்ல. அது அடுத்து வந்தது சி.ஏ.ஏ எனும் வடிவில். அதாவது குடியுரிமை திருத்தச் சட்டம். குடியுரிமை பற்றிப் பேசும் நமது அரசியல் சாசனமோ அல்லது 1955-ன் குடியுரிமைச் சட்டமோ அதற்கு மதத்தை ஓர் அம்சமாக அல்லது நிபந்தனையாகக் கூறவில்லை. ஆனால் 2019 டிசம்பரில் மோடி அரசு கொண்டுவந்த திருத்தச் சட்டம் அதைப் புகுத்தியது. அது கூறியது "ஆப்கானிஸ்தான், பங்களாதேஷ், பாகிஸ்தான் ஆகியவற்றிலிருந்து 31-12-2014-ல் அல்லது அதற்கு முன்பாக இந்தியாவுக்குள் வந்த இந்துக்கள், சீக்கியர்கள், பௌத்தர்கள், சமணர்கள், பார்சிகள் அல்லது கிறிஸ்தவர்கள் சட்ட விரோதமாகக் குடியேறியவர்களாகக் கருதப்பட மாட்டார்கள்."

இதில் உள்ள விநோதம் ஆறு மதங்களைச் சேர்த்தவர்கள் இஸ்லாமை மட்டும் விட்டுவிட்டார்கள். மூன்று நாடுகளைச் சொன்னவர்கள் இலங்கை, பர்மா போன்ற இதர பக்கத்து நாடுகளை விட்டுவிட்டார்கள். கேட்டால் அங்கெல்லாம் மத ரீதியான ஒடுக்குமுறை இல்லை என்றார்கள். ஆனால் பாகிஸ்தானில் அகமதியா முஸ்லிம்களும், பர்மாவில் ரோகிங்கியா முஸ்லிம்களும், இலங்கையில் தமிழ் இந்துக்களும் மத ரீதியான அடக்குமுறைகளுக்கு ஆளாகியிருக்கிறார்கள் என்பது உலகறிந்த விஷயம். ஆனால் இந்தத் திருத்தம் முஸ்லிம் நாடுகளை மட்டும் குறிவைத்து இஸ்லாம் மதத்தை மட்டும் விட்டுவிட்டது!

இது இந்திய முஸ்லிம்கள் மத்தியில் தாங்கள் இரண்டாந்தர மக்களாக நடத்தப்படுகிறோம் எனும் எண்ணத்தை ஊட்டியது. இந்த சி.ஏ.ஏ 2020 ஜனவரியில் நடப்புக்கு வந்தது என்றால், ஏப்ரல் முதல் என்பிஆர் எனப்படும் தேசிய மக்கள்தொகை பதிவேட்டுக்கான கணக்கெடுப்பு தொடங்கும் எனப்பட்டது. அதனடிப்படையில் பின்னர் என்ஆர்சி எனப்பட்ட தேசிய குடிமக்கள் பதிவேடு தயாராகும் எனப்பட்டது. இந்த மூன்றையும் சேர்த்துப் பார்க்கும்போது தம்மில் பலரை வெளிநாடுகளிலிருந்து சட்ட விரோதமாக வந்தவர்கள் என்று சொல்லி இந்திய குடியுரிமையை மறுக்கக்கூடும் என்று பயந்தார்கள் இந்திய முஸ்லிம்கள். இந்தப் பயம் தமிழக முஸ்லிம்களையும் பீடித்தது. கேட்டால் "இந்தியர்கள் யாரும் பயப்பட

வேண்டியதில்லை" என்றார் அமித் ஷா. பிரச்னையே யார் இந்தியர் எனத் தீர்மானிப்பதுதான் என்பதை அறியாதவர் போலப் பேசினார்.

சிஏஏ மசோதா சட்டமாக்க உதவினர் மாநிலங்களவையின் அ.தி.மு.க மற்றும் பா.ம.க உறுப்பினர்கள். இரு கட்சியினரும் ஆதரவாக வாக்களித்தனர். மசோதாவுக்கு ஆதரவாக 125 வாக்குகளும், எதிராக 105 வாக்குகளும் விழுந்தன. அ.தி.மு.கவின் 11 உறுப்பினர்களும், பா.ம.கவின் 1 உறுப்பினரும் எதிர்த்து வாக்களித்திருந்தால் மசோதா தோற்றுப்போயிருக்கும். தமிழக எம்பிக்கள் எடுத்த இந்த நிலைப்பாடு மாநில முஸ்லிம்களைப் பெரும் அதிர்ச்சிக்கு ஆளாக்கியது. தங்களது குடியுரிமையைப் பறிக்க முயலும் மசோதாவுக்கு இவர்கள் சிறிதும் தயக்கமின்றி ஆதரவளித்தது அவர்களை நிலைகுலைய வைத்தது.

இந்தியா முழுக்க எழுந்திருந்த சிஏஏ- என்பிஆர் -என்ஆர்சி எதிர்ப்புப் போராட்டத்தில் இவர்களும் தீவிரமாகப் பங்கு கொண்டார்கள். டில்லி ஷாகின்பாக்கில் முஸ்லிம் பெண்கள் நடத்திய தொடர் இருப்புப் போராட்டம் சென்னை வண்ணாரப்பேட்டையிலும் தொடங்கியது. பிறகு தீயாய்ப் பரவி ஒவ்வோர் ஊரிலும் நடந்தது. இதில் முஸ்லிம் குருமார்களும் நேரடியாகப் பங்கேற்றார்கள். முஸ்லிம் கட்சிகள் மற்றும் அமைப்புகளின் கூட்டமைப்பு உருவானது.

தமிழக மக்கள் ஒற்றுமை மேடை எனும் மதம் கடந்த அமைப்பின் சார்பாக வரலாறுகாணா மனிதச்சங்கிலிப் போராட்டம் தமிழகமெங்கும் நடைபெற்றது, பல லட்சம் பேர் பங்குகொண்டார்கள். அதே மேடையின் சார்பாக சென்னையில் பல்லாயிரம் பேர் கலந்துகொண்ட குடியுரிமை பாதுகாப்பு மாநாடு நடைபெற்றது. அதில் பல கட்சித் தலைவர்களும், சமயப் பெரியோர்களும், பத்திரிகையாளர்களும் பங்கேற்றுப் பேசினார்கள். தி.மு.க தலைமையிலான எதிர்க்கட்சிகள் மாபெரும் கையெழுத்து இயக்கம் நடத்தி இரண்டு கோடி பேரின் கையெழுத்துகளைப் பெற்று ஜனாதிபதிக்கு அனுப்பிவைத்தன.

கொரோனாவிலும் வகுப்புவாதம்

தமிழகம் இப்படியாக கொதிநிலையைக் கண்டிருந்த நிலையில்தான் கொரோனா எனும் கொள்ளை நோய்

தமிழகத்தையும் தீண்டியது. இஸ்லாமியக் கூட்டமைப்பும், மக்கள் ஒற்றுமை மேடையும் பொறுப்புணர்வோடு தமது போராட்டங்களை ஒத்திவைத்தன. அந்தச் சமயத்திலும் முஸ்லிம்கள் மீது வன்மம் காட்டின வகுப்புவாத சக்திகள். டெல்லி தப்லிக் ஜமாத் மாநாட்டுக்குச் சென்று வந்த சிலருக்கு தொற்று உறுதி செய்யப்பட்டதால் அந்த நோய் பரவலுக்கு முஸ்லிம்களே காரணம் என்று விஷமப் பிரசாரம் கட்டவிழ்த்துவிடப்பட்டது. அதற்கு எதிராகப் போராட வேண்டிய நிலைக்குத் தள்ளப்பட்டார்கள் இஸ்லாமிய மதத்தினர். நோய்க்கு 'சிங்கிள் சோர்ஸ்' இல்லை, பல சோர்ஸ் என்பது பின்னர் உறுதியானது. மதுரை கோயில், புட்டபர்த்தி சாய்பாபா கோயில், சென்னை கோயம்பேடு என்று பல இடங்களிலிருந்தும் அது கிளம்பியது உறுதியானதும்தான் அந்த வன்மப் பிரசாரம் தணிந்தது.

கடந்த முப்பது ஆண்டுகளாக இஸ்லாமிய சமூகத்தினர் பட்ட பாடு சொல்லத் தரமன்று. அது தறிபடுமோ, தாளம் படுமோ என்ற நிலைதான். அடுக்கடுக்காக, விதவிதமாக அவர்கள் மீது மத ரீதியான ஒடுக்குமுறைகள் ஏவப்பட்டன. அவற்றைச் சமாளித்து மீள்வதே அவர்களுக்குப் பெரும்பாடாக இருந்தது. இதில் தங்களது மதத்துக்குப் புத்துயிர்ப்பு கொடுப்பது, அதைப் பரப்புவது என்பதெற்கெல்லாம் அவர்களுக்கு நேரமே இல்லை எனலாம். எப்படியோ தங்களது இருப்பைத் தக்கவைத்துக் கொண்டார்கள்.

மொழிவாரி மாநிலங்கள் உருவான பிறகு நடத்தப்பட்டது 1961-ம் ஆண்டு மக்கள் தொகைக் கணக்கெடுப்பு. அதன்படி தமிழ்நாட்டில் முஸ்லிம்கள் சுமார் 5.33%. அது 2011-ல் 5.86%. வெறும் 0.5 தான் உயர்வு. ஐம்பது ஆண்டுகளுக்குப் பிறகும் இதுதான் நிலைமை. இதன் பொருள் இஸ்லாம் பரப்புரை பெரிதாக நடக்கவில்லை, மீனாட்சிபுரம் மதமாற்றம் என்பது விதிவிலக்கே தவிர விதி அல்ல என்பதாகும். அதுமட்டுமல்ல முஸ்லிம்கள் பெரும்பான்மையாக எந்த மாவட்டத்திலும் இல்லை. அவர்கள் அதிகமாக இருப்பது ராமநாதபுரம் மாவட்டத்தில்தான். அங்கேயே அவர்களின் தொகை 15.4% தான். எந்த மாவட்டத்திலும் சமூக ரீதியாகவோ அல்லது அரசியல் ரீதியாகவோ நிர்ணயிக்கும் சக்தியாக இஸ்லாம் இல்லை.

இஸ்லாமில் பிரிவுகளும் இணக்கமும்

உலகளவில் இஸ்லாமில் சன்னி, ஷியா எனும் இரு பிரிவுகள் இருப்பதுபோல தமிழகத்திலும் உண்டு. 42 லட்சம் பேராக உள்ள முஸ்லிம்களில் ஷியா பிரிவினர் ஆயிரக்கணக்கில்தான் உள்ளனர். மற்றவர்கள் எல்லாம் சன்னி பிரிவினரே. சென்னை அண்ணா சாலையில் உள்ள ஆயிரம் விளக்கு மசூதிதான் ஷியாக்களின் தலைமையகம். அங்குதான் தமிழக அரசு நியமித்துள்ள தலைமை ஷியா காஜி இருந்து செயல்படுகிறார். சென்னையில் பத்து மசூதிகள் இவர்களுடையவை. சென்னை தவிர தொரப்பாடி, கிருஷ்ணகிரி, ஜெகதேவி, வந்தவாசி போன்ற நகரங்களில் இவர்கள் வாழ்கின்றனர். இவர்களின் தாய்மொழி உருது. சன்னி முஸ்லிம்களோடு ஒப்பிடும்போது கல்வியில் முன்னணியில் உள்ளனர்; 80% பேர் படித்தவர்கள். இவர்களுக்கென ஹுசைனி நல அமைப்பு என்பது 1944 முதல் இயங்கி வருகிறது. அதன்மூலம் விதவைகள், குழந்தைகளுக்கான நலத் திட்டங்கள் நடைபெறுகின்றன.

சிறுபான்மையிலும் சிறுபான்மையினரான ஷியா பிரிவிலும் இரு உள் பிரிவுகள் உண்டு. அவை: போரா மற்றும் கோஜா. போராக்களுக்கு என்று ஜார்ஜ்டவுன் மூர் தெருவில் ஒரு மசூதி உண்டு. இவர்களின் தலைமை குரு அங்குதான் உள்ளார். குஜராத்தியை தாய் மொழியாகக் கொண்ட இவர்களுக்கு என ஒரு நிதி நிறுவனம் உள்ளது. அது போராக்களுக்கு வட்டியில்லாக் கடன் தருகிறது. கோஜாக்களுக்கு சென்னையில் தனி மசூதி இல்லையென்றாலும் ஜமாத் கானாக்கள் உள்ளன. அவை மசூதிபோல செயல்படுகின்றன; அங்கே இவர்கள் கூடிக்கொள்கிறார்கள்.

உலகளவில் உள்ளது அகமதியா எனும் பிரிவு. இஸ்லாமின் அடிப்படைக் கோட்பாடுகளில் ஒன்று நபிகள் நாயகமே இறுதித் தூதர் என்பது, அவரை அடுத்து வேறு தூதர் இல்லை. இருந்தால் அவர் வழியிலான இறை வெளிப்பாடுகளே நவீனமானவையாகி, அவற்றையே கடைப்பிடிக்க வேண்டும் என்றாகி, இஸ்லாம் அர்த்தமிழந்து போகும். ஆனால் அகமதியாக்கள் இன்னொரு இறைத்தூதர் வரக்கூடும் என்றார்கள். அதனால் இவர்களை இதர முஸ்லிம்கள் முஸ்லிம்களாகக் கருதுவதில்லை; அவர்களோடு மண உறவு கொள்வதில்லை. உருதுவை தாய்மொழியாகக் கொண்ட

இவர்களும் மிகக் குறைந்த எண்ணிக்கையில் தமிழகத்தில் இருக்கிறார்கள்.

இத்தகைய சிறு பிரிவுகள் போக மீதியெல்லாம் சன்னிகளே. சன்னி என்பது இறுதித் தூதராம் சன்னாவை, நபிகள் நாயகத்தைக் குறிக்கும். அவரைப் பின்பற்றுவோரே சன்னிகள். ஏற்கெனவே குறிப்பிட்டதுபோல இவர்களில் மொழி ரீதியாக தமிழ் மற்றும் உருது பேசுவோர் உண்டு என்பதோடு, இறையியல் ரீதியான வேறுபாடுகளும் உண்டு. குரானிலும், ஹதீதுகளிலும் சொல்லப்பட்டுள்ளவைக்கு நான்கு விதமாக வியாக்யானங்கள் சொல்லப்படுகின்றன. அவை: ஹனாபி, ஷாபி, மாலிக், ஹம்பல். இவற்றில் ஒன்றைப் பின்பற்றுகிறார்கள். ஹதீதுகள் என்பவை நபிகள் நாயகத்தின் சொற்கள், செயல்கள், அங்கீகாரங்கள் என்று பின்னாளில் பிறர் தொகுத்தவை.

உருது பேசும் சன்னிகள் சிறுபான்மையோர் என்பதை அறிவோம். அவர்களிலும் சையத்துகள், அன்சாரிகள், ஷேக்குகள், பைக்குகள், பத்தான்கள், நவயாத்துகள் எனும் பிரிவுகள் உண்டு. தமிழ் பேசும் சன்னிகளே ஆகப் பெரும்பான்மையோர் என்றாலும் அவர்களிலும் மரைக்காயர்கள், லப்பைகள், பக்கீர்கள், ராவுத்தர்கள் எனும் பிரிவுகள் உண்டு. உருது மற்றும் தமிழ் பேசுவோர்களில் சில பிரிவினர் பிற்படுத்தப்பட்ட வகுப்பாராக அங்கீகரிக்கப்பட்டு அவர்களுக்கு இட ஒதுக்கீடு வழங்கப்படுகிறது.

பிரதான பிரிவுகளாகிய சன்னி, ஷியாவுக்கிடையே நல்லிணக்கம் நிலவுவது தமிழகத்தின் சிறப்புத் தன்மையாகும். 2006-ல் ஐரோப்பாவின் ஊடகங்களில் நபிகள் நாயகம் பற்றி மோசமான கருத்துப்படங்கள் வெளிவந்தபோது, ஈராக்கின் சமாராவில் ஷியா இமாம்களின் புனித கட்டுமானங்கள் சிதைக்கப்பட்டபோது சென்னையில் எதிர்ப்புப் பேரணி நடத்தியது தமிழ்நாடு ஷியா முஸ்லிம் கன்வென்ஷன். அதில் ஷியா மற்றும் சன்னி பிரிவுகளின் தலைவர்கள் பங்கேற்றார்கள். குறிப்பாக அரசின் சன்னி பிரிவு தலைமை காஜியும், தலைமை ஷியா காஜியும் கலந்துகொண்டார்கள். அஜ்மீர் தர்கா நிர்வாகக் குழுவின் தலைவராக ஆற்காடு இளவரசர் நியமிக்கப்பட்டதற்கான பாராட்டு விழா சென்னையில் 2007-ல் நடந்தபோதும் இந்த இரு தலைமை காஜிகள் கலந்துகொண்டார்கள். இந்த இரு நிகழ்வுகளும் ஒற்றுமையைப் பறைசாற்றும் ஓர் உதாரணம்.

19

கிறிஸ்தவம்

ஆட்சியிலிருந்த ஆங்கிலேயர்கள் மதத்தால் கிறிஸ்தவர்கள் என்றாலும் இனத்தால், நாட்டால் அந்நியர்கள் என்று அவர்களை வெளியேற்ற நடந்த சுதந்திரப் போரில் உத்வேகத்தோடு பங்கேற்றார்கள் தமிழக கிறிஸ்தவர்கள். 'தமிழ்நாட்டின் சுதந்திரப் போராட்ட தியாகிகள் யார் யார்' எனும் பட்டியலை வெளியிட்டது தமிழக அரசு 1973-ல். அதில் 104 பேர் கிறிஸ்தவர்கள். இந்தியாவின் இதர பகுதிகளைப் போல இங்கும் விடுதலைப் போரில் அவர்களின் பங்கு கணிசமானது.

மதுரையின் ஜார்ஜ் ஜோசப் பற்றி ஏற்கெனவே பார்த்தோம். காங்கிரசின் ஹரிஜன சேவா இயக்கத்தில் பங்கு கொண்டதும், வைக்கம் போராட்டத்தில் கலந்துகொள்ள வேண்டும் என்று பெரியாருக்கு அவர் கடிதம் எழுதியதையும் கண்டோம். அவரைப் பற்றி மேலும் தெரிந்துகொள்ள வேண்டும். சென்னை கிறிஸ்தவ கல்லூரியில் எம்.ஏ. முடித்து சட்டம் படிக்க லண்டன் சென்றார். அங்கே இந்திய சுதந்திரப் போராட்ட வீரர்கள் பலரோடும் தொடர்பில் இருந்தார். 1909-ல் இந்தியா திரும்பியவர் மதுரையில் தனது வக்கீல் தொழிலை நடத்தினார்.

காங்கிரஸ் தலைவர்களுடனான அவரின் தொடர்பு இப்போது வலுப்பெற்றது. மதுரைக்கு வந்த காந்தி, ராஜாஜி, சீனிவாச ஐயங்கார், காமராஜர் ஆகியோர் இவரது வீட்டில் தங்கியிருக்கிறார்கள். மகாகவி பாரதி தனது 'விடுதலை' பாட்டை இவர் வீட்டிலிருந்தபோதுதான் எழுதினார் எனப்படுகிறது. 'மறவருக்கும் விடுதலை' என்றாரே பாரதி அந்த

மறவர்களை குற்றப்பரம்பரைச் சட்டத்திலிருந்து விடுவிக்க வாதாடியவர், போராடியவர் இந்த வக்கீல். அதனால் அவர்கள் இவரை 'ரோசாப்பூ துரை' எனப் பிரியமாக அழைத்தார்கள். ரவுலட் சட்ட எதிர்ப்பு சத்தியாகிரகத்துக்காக மதுரையில் கூட்டங்கள், உண்ணாவிரதங்கள், ஹர்த்தால்கள் நடத்தினார். ஒத்துழையாமை இயக்கத்துக்கு காந்தி அழைப்பு விடுத்தபோது நல்ல வருமானம் தந்த தனது வக்கீல் தொழிலைக் கைவிட்டார்.

அலகாபாத்திலிருந்து வெளிவந்துகொண்டிருந்த மோதிலால் நேருவின் இன்டிபென்டன்ட் பத்திரிகைக்கும் காந்தியின் யங் இண்டியா பத்திரிகைக்கும் சிறிது காலம் ஆசிரியராக இருந்தார். அதன் காரணமாக தேசத்துரோக வழக்கில் கைதானார். 1929-ல் மதுரைக்கு சைமன் கமிஷன் வந்தபோது அதை எதிர்த்து திருமலை நாயக்கர் மஹாலில் ஆயிரக்கணக்கான பேரைத் திரட்டிப் போராடினார். அவருக்கு உதவியவர் காமராஜர். விருதுநகர் சதி வழக்கில் 1933-ல் காமராஜர் சிக்கவைக்கப்பட்டபோது அவருக்காக வாதாடி விடுவித்தவர் ஜோசப். 50 வயதிலேயே நோய் அவரின் உயிரைப் பறித்துவிட்டது. சுதந்திரத்தை காணாமல் 1938-லேயே அவரது வாழ்வு முடிந்துபோனது.

ஜோசப் செல்லதுரை குமரப்பா

தஞ்சாவூரில் பிறந்த ஜோசப் செல்லதுரை குமரப்பாவும் சென்னை கிறிஸ்தவ கல்லூரியில் படித்தவர்தான். பின்னர் இங்கிலாந்திலும் அமெரிக்காவிலும் பொருளாதாரம் பயின்றார். இந்தியா திரும்பியவர் 1929-ல் காந்தியைச் சந்தித்தார். விரைவிலேயே காந்திய பொருளாதாரவாதியாக மாறினார். 'காந்தியின் உள்வட்ட கிறிஸ்தவர்களில் ஒருவர்' என்று குமரப்பா கருதப்பட்டார். 'இந்தியாவில் பிரிட்டிஷ் ஆட்சியானது கர்த்தரால் விதிக்கப்பட்டது' எனும் கருத்தோட்டத்தை கர்த்தரின் விசுவாசியாக இருந்தும் நிராகரித்தார் குமரப்பா.

அகமதாபாத்தின் குஜராத் வித்யா பீடத்தில் பொருளாதாரப் பேராசிரியராகப் பணியாற்றியவர் 1930-31-ல் உப்பு சத்தியாகிரகத்தின்போது காந்தியின் 'யங் இண்டியா' ஏட்டின் ஆசிரியராக இருந்தார். 1942-ல் நடந்த வெள்ளையனே வெளியேறு போராட்டத்தில் பங்கேற்று

ஓராண்டுக்கு மேலாகச் சிறையில் வாடினார். தனது கடைசி காலத்தை மதுரைக்கு அருகில் டி. கல்லுப்பட்டியில் அமைந்திருந்த காந்தி நிகேதன் ஆசிரமத்தில் கழித்தார், 1960-ல் காலமானார். சுதந்திரப் போராட்டத்தில் தமிழக கிறிஸ்தவர்களின் பங்களிப்பு எத்தகையது என்பதற்கான உதாரணங்களாக இந்த இரு பெரியவர்களின் வாழ்வு கொடுக்கப்பட்டுள்ளது. இருவருமே காந்தியோடு நேரடியாகத் தொடர்பில் இருந்தவர்கள் என்பதால் அன்றைய ஆட்சியாளர்களால் எத்தனை சிரமங்களுக்கு ஆளாகியிருப்பார்கள் என்பதை எளிதில் உணரலாம்.

1947-ல் இந்தியாவுக்கு சுதந்திரம் கொடுத்த ஆங்கிலேய ஆட்சியாளர்கள் அனைவரும் மூட்டை முடிச்சுகளோடு கப்பலேறிவிட்டார்கள் இங்கிலாந்துக்கு. பதவி இழந்தாலும் ஆற்காடு நவாபு இங்குதான் இருந்தார். ஆனால் மதராஸ் கவர்னரோ போயே போய்விட்டார். அப்படித்தான் கவர்னர் ஜெனரல் மவுண்ட் பேட்டனும். போகும்போது ஆங்கிலோ இந்தியர்கள் எனப்பட்ட அந்த கலப்பினத்தவரைக்கூட அழைத்துச் செல்லவில்லை. நாடாளுமன்றத்தில் அவர்களுக்கு நியமன உறுப்பினர் பதவியைக் கொடுத்துவிட்டு கிளம்பிவிட்டார்கள். (அதையும் பா.ஜ.க அரசு நீக்கிவிட்டது) அவர்களுக்கே அந்த கதிதான் என்றால் இதர கிறிஸ்தவர்கள் பற்றிக் கவலைப்படுவார்களோ? மதம் ஒன்று என்றாலும் வெவ்வேறு தாய்நாடு என்பதே இறுதியில் நின்றது. இதை முன்கூட்டியே உணர்ந்துதான் தமிழகத்தின் கிறிஸ்தவர்களும் ஆங்கிலேய ஆட்சியாளர்களை எதிர்த்துப் போராடினார்கள்.

சுதந்திரத்துக்குப் பின்பும் கிறிஸ்தவ மிஷனரிகளின் அபாரமான கல்வி தானம் தொடர்ந்தது. அதற்கான சில உதாரணங்கள்: மதுரையில் முதன்முதலாகப் பெண்களுக்கு என்று 1948-ல் லேடி டோக் பெருமாட்டி கல்லூரியை ஆரம்பித்தவர்கள் அவர்களே. 86 மாணவர்களோடு தொடங்கப்பட்டதில் இப்போது 3,200 பேர். 1953-ல் அங்கே ஃபாத்திமா கல்லூரியை ஆரம்பித்தார்கள். 63 மாணவர்களோடு ஆரம்பிக்கப்பட்டதில் இப்போது மாணவர்கள் 4,134 பேர். தென் மாவட்டங்களில் பெண் கல்வி சிறக்க காரணம் இத்தகைய நிறுவனங்களே. திருச்சியில் 1966-ல் பிஷப் ஹீபர் கல்லூரி தொடங்கப்பட்டது; அது இருபாலருக்கானது.

மண்டைக்காடு கலவரம்

தமிழ்நாட்டின் எந்த மாவட்டத்திலும் கிறிஸ்தவர்கள் கணிசமாக இல்லை. குமரி மாவட்டத்தில் மட்டும்தான் நிலைமை வேறு. அங்கே அவர்கள் 1981 மக்கள்தொகைக் கணக்கின்படி சுமார் 40% ஆக இருந்தார்கள். பரதவர்கள் எனப்படும் மீனவர்கள் மத்தியில் அந்தக் காலத்திலிருந்தே மிஷனரிகள் பணியாற்றியதைக் கண்டோம். அந்த மக்களைப் புறந்தள்ளின வேத, சைவ, வைணவ மதங்கள். ஆகவே அவர்கள் கல்வி மற்றும் சமூக அந்தஸ்து தேடி கிறிஸ்தவத்துக்கு மாறினார்கள். ஆனாலும் அந்த மாவட்டத்தில் மத நல்லிணக்கம் நிலவவே செய்தது. 1980-க்குப் பிறகு அதிலே ஏற்பட்டது மாறுதல். வரலாற்றுத் துறை பேராசிரியர் டாக்டர் சி.காட்வின் சாம் தனது ஆய்வுக் கட்டுரையில் கூறுகிறார்:

"1981 இறுதி வாக்கில் இந்த மாவட்டத்தில் இந்துக்களுக்கும் கிறிஸ்தவர்களுக்கும் இடையே அடிக்கடி மோதல்கள் ஏற்பட்டன. கிறிஸ்துமஸ் தினத்தையொட்டி தக்கலை மற்றும் குலசேகரத்தில் ஒரு சில சம்பவங்கள் நடந்தன, பின்னர் கடற்கரை கிராமங்களுக்குப் பரவின. ஒரு கடற்கரை கிராமமான முடைக்காடுபுதூரில் 1982 மார்ச் 1-ல் ஒரு பெரிய சம்பவம் நிகழ்ந்தது. அங்கு நடந்த போலீஸ் துப்பாக்கிச் சூட்டில் ஆறு மீனவர்கள் உயிரிழந்தனர், 25 போலீசார் உள்ளிட்ட 40 பேர் காயம்பட்டனர். மண்டைக்காடு கோயில் திருவிழாவையொட்டி கிறிஸ்தவ மீனவர்களுக்கும் இந்துக்களுக்கும் இடையில் ஏற்பட்ட மத மோதலைத் தொடர்ந்தே இது நிகழ்ந்தது. மார்ச் 15-ல் மேலமணக்குடி எனும் கடற்கரை கிராமத்திலும் போலீஸ் துப்பாக்கிச் சூடு நடந்ததில் இரண்டு மீனவர்கள் கொல்லப்பட்டார்கள். மார்ச்சுக்கும் டிசம்பருக்கும் இடையில் சுமார் 50 மோதல்கள் நடந்தன, சொத்துக்களுக்கு சேதம் விளைவிக்கப்பட்டது, மனிதர்கள் காயம்பட்டார்கள்."

சுதந்திரத்துக்குப் பிந்தைய தமிழ்நாட்டில் இவ்வளவு பெரிய அளவிலான இந்து-கிறிஸ்தவ மோதல் இதற்கு முன்பு நடந்ததில்லை. 1980-ல் இந்து முன்னணி உருவாகியிருந்ததும், 1981-ல் மீனாட்சிபுரத்தில் தலித்துகள் இஸ்லாமுக்கு மாறியபோது அதை எதிர்த்துப் பெரும் பரபரப்பை ஆர்எஸ்எஸ் பரிவாரம் உருவாக்கியதையும் கண்டோம்.

அந்தப் பின்னணியை மனதில் கொள்ள வேண்டியிருக்கிறது. அப்போது ஆட்சியிலிருந்த எம்.ஜி.ஆர் நிலைமையின் தீவிரத்தை உணர்ந்து மண்டைக்காடு கலவரம் பற்றி விசாரிக்க நீதிபதி வேணுகோபால் கமிஷனை நியமித்தார். அது 1986-ல் அறிக்கை சமர்ப்பித்தது.

அதன் இரு பரிந்துரைகள்: 1. 'மோசடியான மற்றும் தவறான' வழிகளில் நடைபெறும் மதமாற்றங்களைத் தடை செய்ய வேண்டும். 2. ஆர்.எஸ்.எஸ்.சின் 'பயிற்சிகள் மற்றும் அணிவகுப்புகள்' சிறுபான்மை சமூகங்கள் மத்தியில் 'அச்சத்தையும் பாதுகாப்பின்மையையும்' உருவாக்குவதால் அவற்றைத் தடைசெய்ய வேண்டும்.

குமரி மாவட்டத்தில் கிறிஸ்தவர்களின் எண்ணிக்கை உயர்ந்து வருகிறது என்று ஏற்கெனவே சங்பரிவாரம் குற்றம்சாட்டி வந்தது. உயர்ந்து வந்தது உண்மை. 1951-ல் இந்த மாவட்டத்தில் 34.7% ஆக இருந்தது 1981-ல் சுமார் 40% ஆக உயர்ந்திருந்தது. அதற்குப் பிறகும்கூட அது உயர்ந்தே வந்தது. 2011-ல் அது 46.9%. இதற்கான காரணங்களில் ஒன்றாக மதமாற்றம் இருந்திருக்கலாம். ஆனால் மதம் மாற ஓர் இந்தியருக்கு உரிமை இருந்தது. அது அரசியல் சாசனம் தந்த உரிமைகளில் ஒன்று. இதில் 'மோசடியான மற்றும் தவறான' மதமாற்றங்களைத் தடை செய்ய வேண்டும் என்ற பரிந்துரை விநோதமானது. ஒரு மதமாற்றம் சரியானதா, தவறானதா என்பதைத் தீர்மானிக்கும் அதிகாரத்தைப் போலீசுக்குத் தருவது என்பது நடைமுறையில் அந்த உரிமையைப் பறிப்பதாகும். மாநிலத்தில் ஆட்சியிலிருப்போரின் மன நிலையை எதிரொலிக்கும் போலீஸ் இது விஷயத்திலும் அப்படியேதான் இருக்கும் என்பதைச் சொல்ல வேண்டியதில்லை.

இந்த கமிஷன் பற்றி நீதிபதி சந்துருவின் கருத்து குறிக்கத்தக்கது. அது: "சிறுபான்மையோருக்கு பாதகமான ஓர் அறிக்கையை நீதிபதி வேணுகோபால் கமிஷன் தந்தது. உடனே அரசு, வழிபாட்டுத் தலங்களை அமைக்கும் முன்பு மாவட்ட கலெக்டரின் முன் அனுமதியைப் பெறவேண்டும் என்று பஞ்சாயத்து விதிகளை மாற்றியது. பொது இடங்களில் கோயில்கள் கட்டினாலும் இதனால் இந்துக்களுக்குப் பிரச்னை ஏற்படவில்லை, சிறுபான்மையோரைத்தான் இது பெரிதும் பாதித்தது."

பாதிரியார் ஸ்டேன்ஸ் எரித்துக் கொலை

பாபர் மசூதி இடிப்பைத் தொடர்ந்து கிறிஸ்தவர்கள் மீதும், அவர்களது தேவாலயங்கள் மீதும் இந்தியாவில் தாக்குதல்கள் நடந்தன. 1994-1996 காலத்தில் கிறிஸ்தவர்கள் மீதான தாக்குதல் என்று பதியப்பட்ட வழக்குகள் 38 தான். ஆனால் 1997-ல் மட்டும் அவை 128 என்றால், 1998-ல் அவை 90. அந்த ஆண்டின் கிறிஸ்துமஸ் நாளில் குஜராத்தின் டேங் மாவட்டத்தில் தேவாலயங்கள் குறிவைத்துத் தாக்கப்பட்டன. அங்கு நடந்த கொடுமைகள் பற்றி விசாரிக்க இரண்டு கம்யூனிஸ்ட் கட்சிகளின் நான்கு எம்.பி-க்கள் சென்றிருந்தார்கள். தமிழக சிறுபான்மையோர் ஆணையத் தலைவர் பேராயர் எஸ்றா சற்குணம் போயிருந்தார்.

அவர்கள் தந்த அறிக்கைகள் நிலைமையின் விபரீதத்தை உணர்த்தின. 'இந்து ஜாக்ரன் மஞ்ச்' எனும் அமைப்பு அங்கே பேரணி நடத்தியது. அதற்காக அது வெளியிட்ட துண்டுப் பிரசுரங்களில் 'டேங் மாவட்டத்திலிருந்து கிறிஸ்தவர்களை விரட்டுமாறு' அறைகூவல் விடுக்கப்பட்டிருந்தது. அந்தப் பேரணியில் மாவட்ட கலெக்டரும் கலந்துகொண்டு மாலை மரியாதையை ஏற்றுக் கொண்டார்! பேரணி முடிந்ததும் அதில் பங்கேற்றோர் கூட்டம் கூட்டமாகப் பிரிந்து சென்று கிறிஸ்தவ தேவாலயங்களையும் பள்ளிகளையும் தாக்கினார்கள். அப்படி 32 தேவாலயங்கள் தாக்கப்பட்டன. ஆனால் ஒரேயொரு தாக்குதலின் மீதுதான் போலீஸ் நடவடிக்கை எடுத்தது. அரசு நிர்வாகத்துக்கும் தாக்குதல்காரர்களுக்கும் இடையிலான உறவை இது துல்லியமாகக் காட்டியது.

இந்த அதிர்ச்சியிலிருந்து மீள்வதற்குள் 1999, ஜனவரி 22-ல் ஒடிசாவில் அந்த மகா கொடூரம் நிகழ்ந்தது. அங்கே கியோஞ்ஹரில் தொழுநோயாளிகளுக்குச் சேவை செய்துவிட்டு வேனில் உறங்கிக்கொண்டிருந்தார் பாதிரியார் கிரஹாம் ஸ்டூவர்ட் ஸ்டேன்ஸ். அவரின் புதல்வர்கள் 9 வயது பிலிப்பும் 7 வயது டிமோதியும் அதே வேனில் படுத்திருந்தார்கள். அந்த மூவரையும் வேனோடு எரித்துக்கொன்றது பஜ்ரங்தள் எனப்பட்ட மத வெறிக்கும்பல். யானைக்கு வரவேண்டிய மதமும், நாய்க்கு வரவேண்டிய வெறியும் மனிதனுக்கு வந்தால் அவன் எப்படி இரக்கமற்றவனாகிப்போவான் என்பதற்கு சாட்சி அந்தப் படுகொலைகள். பாதிரியாரும் அவரின் பிள்ளைகளும் தீயில்

கருகி துடிதுடித்துச் செத்தார்கள்.

இந்தச் சம்பவங்கள் எல்லாம் தமிழகத்து கிறிஸ்தவர்களைப் பதைபதைக்கச் செய்தன. ஏற்கெனவே இங்கே குமரி மாவட்டத்தில் பிரச்னை எழுந்திருந்ததைக் கண்டோம். வடக்கே புறப்பட்ட இந்தப் புதிய வகுப்புவாத தாக்குதல் எங்கே இங்கேயும் பற்றிப் படருமோ என அச்சப்பட்டார்கள். எனினும் மிஷனரிகள் ஆற்றிய கல்விச் சேவையைத் தமிழர்கள் நன்றியோடு நினைத்திருந்ததால், அவர்கள் அதற்கு மதமாற்றத்தை ஒரு நிபந்தனையாக முன்வைக்காததை உணர்ந்திருந்ததால் இங்கு நிலைமை மோசமாகவில்லை.

கட்டாய மதமாற்ற தடைச் சட்டம்

2001-ல் மீண்டும் அ.தி.மு.க ஆட்சி வந்து ஜெயலலிதா முதல்வரானார். மத்தியில் அப்போது வாஜ்பாய் தலைமையிலான பா.ஜ.கவின் கூட்டணி ஆட்சி நடந்து வந்தது. அதை மகிழ்விக்க வேண்டுமென்று நினைத்தோ என்னவோ 2002-ல் கட்டாய மதமாற்ற தடைச்சட்டம் கொண்டுவந்தார். அதன் ஷரத்து 3 கூறியது: "கட்டாயப்படுத்தியோ அல்லது மயக்கியோ அல்லது மோசடி வழியிலோ எவரையும் எந்தவொருவரும் மதம் மாற்றக்கூடாது." இதிலே உள்ள இந்த மூன்று விஷயங்களையும் எப்படித் தீர்மானிப்பது? அதிலும் போலீஸ் தீர்மானிக்கும் என்றால் அது ஊழலுக்கே வழி வகுக்கும் என்பது நிச்சயம்.

இதிலே "ஒரு சடங்கின் மூலம் ஒருவரை மதமாற்றம் செய்யும் ஒரு மதகுரு அதை ஒரு குறிப்பிட்ட காலத்துக்கு முன்பு மாவட்ட மேஜிஸ்டிரேட்டுக்குத் தெரிவிக்க வேண்டும்" என்றும் அது சொன்னது. இது நிச்சயம் நியாயமான மத மாற்றத்தையும் தடுக்கும் முயற்சி என்பது தெளிவாகத் தெரிந்தது. இந்தச் சட்டத்தை மீறுகிறவர்களுக்கு மூன்று ஆண்டு சிறைத் தண்டனை என்றது அது. அதிலும் மாற்றப்பட்டவர் பெண் அல்லது மைனர் அல்லது எஸ்சி/எஸ்டி பிரிவைச் சார்ந்தவர் என்றால் நான்கு ஆண்டு சிறைத் தண்டனை என்றது. இது அரசியல் சாசனம் வழங்கிய மதம் மாறும் உரிமையை நடைமுறையில் பறிக்கிற வேலை.

இதைச் சிறுபான்மை சமூகத்தவர் மட்டுமல்ல எதிர்க் கட்சிகளும் கடுமையாக எதிர்த்தன. ஆதரித்த ஒரே கட்சி பா.ஜ.க. தனது பெற்றோர் பின்பற்றிய மதத்தையே

அவர்களது பிள்ளையும் ஏன் பின்பற்ற வேண்டும்? வயதுக்கு வந்ததும் பிற மதங்களோடு ஒப்பிட்டுப் பார்த்துத் தனது பெற்றோரின் மதத்தையோ அல்லது சகல மதங்களையோ துறக்கும் உரிமை அவனது அடிப்படை உரிமை. அதைப் பறிக்கும் வேலையில் திராவிட இயக்க கட்சி என்று தன்னை அழைத்துக்கொண்ட ஒரு கட்சியின் தலைவி இறங்கியது அன்று பெரும் பரபரப்பாகிப் போனது.

2004 மே மாதம் நடந்த நாடாளுமன்றத் தேர்தலில் அ.தி.மு.க படுதோல்வி அடைந்ததை அறிவோம். அதற்கு இந்தச் சட்டமும் ஒரு காரணம் என்பதை உணர்ந்த ஜெயலலிதா, அதே மாதத்தில் அந்தச் சட்டத்தை ரத்து செய்யும் அவசரச் சட்டத்தைப் பிறப்பித்தார். ஆனால் அதற்குப் பதிலான சட்டத்தைக் கொண்டுவரவில்லை. 2006-ல் நடைபெற்ற சட்டமன்றத் தேர்தலில் இதுவொரு பிரச்னையானது. அந்தத் தேர்தலில் வெற்றிபெற்று கலைஞர் தலைமையில் ஆட்சி அமைந்த பிறகுதான் அது முழுமையாக ரத்து செய்யப்பட நடவடிக்கை எடுக்கப்பட்டது.

2007-ல் கலைஞர் அரசு முஸ்லிம்களுக்கு 3.5% தனி இட ஒதுக்கீடு தந்தபோது கிறிஸ்தவர்களுக்கும் அப்படித் தந்தது. ஆனால், ஏற்கெனவே கல்வித்துறையில் முன்னேறியிருந்த அந்த சமூகத்துக்கு அது உதவியாக அல்ல, இடையூறாக இருப்பதாகக் கருதப்பட்டது. இதுபற்றி கருத்தரங்கம் நடத்தி அதில் வந்த பொதுக்கருத்தை முதல்வர் கலைஞரைச் சந்தித்து எடுத்துச் சொன்னது, சென்னை ஆர்ச்பிஷப் ஏ.எம். சின்னப்பா தலைமையிலான கிறிஸ்தவர் குழு. அதற்கேற்ப கிறிஸ்தவர்களுக்கான 3.5% தனி இட ஒதுக்கீட்டை ரத்து செய்து, கிறிஸ்தவர்களை முன்புபோல பொது பிற்படுத்தப்பட்டோர் பட்டியலில் சேர்த்தது தி.மு.க அரசு 2008-ல். அதேநேரத்தில், முஸ்லிம்களுக்கான இட ஒதுக்கீடு தொடரும் என்றும் அறிவித்தது. ஆக இட ஒதுக்கீடு என்பது எல்லா சமூகத்துக்கும் வசதியாக இருக்கும் எனச் சொல்ல முடியாது, அது உண்மையிலேயே கல்வி மற்றும் வேலைவாய்ப்பில் பின்தங்கியிருப்போருக்குத்தான் பயனுள்ளதாக இருக்கும் என்பது உணரப்பட்டது.

தமிழகத்திலும் கிறிஸ்தவர்கள் மீது தாக்குதல்கள்

2014-ல் மத்தியில் பா.ஜ.கவின் தனிப்பெரும்பான்மை ஆட்சி

அமைத்திருந்தது. 2016 டிசம்பரில் முதல்வர் ஜெயலலிதா காலமாகியிருந்தார். 2017 பிப்ரவரியில் எடப்பாடி பழனிசாமி அந்தப் பதவியில் அமர்ந்திருந்தார். இந்தச் சூழலில் தமிழகத்திலும் கிறிஸ்தவர்கள் மீது தாக்குதல்கள் கிளம்பின. இதே பிப்ரவரியில் கோவை மாவட்டத்தின் பத்து புராட்டஸ்டென்ட் சர்ச்சுகளில் வழிபாடு நடத்தக் கூடாது என்று அரசு நிர்வாகம் உத்தரவு போட்டது. இவற்றுக்கு கலெக்டர் அலுவலகத்தில் அனுமதி பெறவில்லை என்று இந்து தீவிரவாதிகள் கூறிய புகாரின் பேரில் அரசு எடுத்த நடவடிக்கை இது என்றார் பெந்தகொஸ்தே சபையின் பாதிரியார் ஜான்சன் சத்தியநாதன். (ஆசியா நியூஸ்) வேணுகோபால் கமிஷனின் பரிந்துரைப்படி எம்.ஜி.ஆர் ஆட்சியில் செய்யப்பட்ட அந்தத் திருத்தத்தைக் காட்டியே மக்களின் மத உரிமையில் கை வைக்கப்பட்டது.

'வேர்ல்டு வாட்ச் மானிட்டர்' எனும் அமைப்பு கூறியது: "கிறிஸ்தவர்கள் மீதான தாக்குதல்கள் தமிழ்நாட்டில் 2017-ல் 50 க்கு மேற்பட்டவை நடந்தன. 2018-ன் முதல் இரண்டு மாதங்களில் இங்கே 9 சம்பவங்கள் நடந்துள்ளன என்கிறது ஐக்கிய கிறிஸ்தவ அமைப்பு-காஞ்சிபுரம் மாவட்டத்தில் ஒரு பாதிரியாரின் மர்மச் சாவு உள்ளிட்ட. அதற்கு இரண்டு வாரங்களுக்குப் பிறகு கோவை மாவட்டத்தின் சளீஸ்வரன்பட்டியில் ஓர் 'இல்லத் தேவாலயம்' இந்து முன்னணிக்காரர்களால் தாக்கப்பட்டது. அங்கே 20 ஆண்டு காலமாக கிறிஸ்தவர்கள் கூடிவந்தார்கள். பாதிரியார் ஸ்டீபன் கூறினார்: "இது இந்துக்களின் பகுதி. இங்கு சர்ச் நடத்த உங்களுக்கு என்ன தைரியம்? அமெரிக்காவுக்கோ அல்லது வேறு வெளிநாட்டுக்கோ போங்க, அங்கே உங்க கிறிஸ்துவுக்கு சேவை செய்யுங்க என்று மிரட்டினார்கள்." பின்னர் ஸ்டீபனும் தாக்கப்பட்டார்.

திருச்சி மாவட்டம் முசிறியில் தேவாலயமாக தான் பயன்படுத்தி வந்த கட்டடம் தீயிட்டுக் கொளுத்தப்பட்டது என்றார் பாதிரியார் எட்வின் ஜோசப். இது 2019, பிப்ரவரி 8-ல் நடந்தது என்கிறது மார்னிங் ஸ்டார் நியூஸ். பிப்ரவரி 13 அன்று திருநீர்மலையில் ஒவ்வொரு கிறிஸ்தவர் வீடாகச் சென்று பிரார்த்தனை செய்ய சர்ச்சுக்கு போகக்கூடாது என்று மிரட்டினார்கள் இந்து தீவிரவாதிகள். அவர்களில் 25 பேர் பிப்ரவரி

17-ல் வைரிசெட்டிப்பாளையத்தில் பிராத்தனைக்குச் சென்று கொண்டிருந்த 20 கிறிஸ்தவப் பெண்களை வழிமறித்து கொலை செய்வோம் என மிரட்டி கலைந்துபோகச் சொன்னார்கள் என்கிறது அதே ஊடகம்.

இதே ஆண்டு ஆகஸ்டில் 40 கிறிஸ்தவ யாத்ரீகர்கள் கர்நாடகாவிலிருந்து வேளாங்கண்ணி மாதா கோயிலுக்கு வந்துகொண்டிருந்தார்கள். வேலூர் மாவட்டம் நட்ராம்பள்ளியில் வந்தபோது அவர்கள் தாக்கப்பட்டார்கள் என்கிறது ஆசியா நியூஸ். அவர்கள் மாதாவை ஒரு சின்ன தேரில் வைத்து இழுத்துவந்தார்கள். அது மதம் மாற்றும் வேலை என்று சொல்லி மாதா சிலைக்கு அவமரியாதை செய்தார்கள். 'இதைச் செய்தவர்கள் இந்து முன்னணியினர்' என்றார் சஜன் கே.ஜார்ஜ்.

நேஷனல் ஹெரால்டு (31-10-2019) கூறியது: "இந்த ஆண்டு செப்டம்பர் வரை கிறிஸ்தவர்கள் மீதான தாக்குதல்கள் உ.பி-யில் 60 என்றால் அடுத்து தமிழ்நாட்டில்தான் அதிகம். அங்கே அது 47". இது தமிழ்நாட்டின் கவலையளிக்கும் நிலையைச் சுட்டியது. 2020 தொடக்கத்திலும் இதுதான் நிலைமை. சிஎஸ்டபுள்யூ எனும் அமைப்பு கூறியது: "கோவையில் நடந்த பெந்தகொஸ்தே சர்ச்சுகளின் மூன்றாவது தேசிய மாநாட்டில் கலந்துகொண்டு சொந்த ஊர் திரும்பிய சுமார் 70 கிறிஸ்தவர்கள் தாக்கப்பட்டார்கள் பிப்ரவரி 5-ல். மோட்டார் சைக்கிள்களில் வந்த மூன்று பேர் ஈரோடு அருகே இவர்கள் சென்ற பஸ்ஸையும் மினி வேனையும் மறித்து பயணிகளை மிரட்டினார்கள், வண்டிகளின் கண்ணாடிகளை நொறுக்கினார்கள். அதனால் டிரைவருக்கும் பயணிகளுக்கும் காயம்பட்டது. பயணிகளில் ஒருவரான பாதிரியார் பால்ராஜ் உடனே போலீசை அழைத்தார். அவர்கள் வந்து எப்ஐஆர் பதிவு செய்தார்கள்."

இவையெல்லாம் நவீன தமிழகத்தில் இதுவரை கேட்டிராத சம்பவங்கள். 'வேதக்காரர்கள் வீடு' என்று கிறிஸ்தவர்களை மரியாதையோடும் பிரியத்தோடும்தான் தமிழ் இந்துக்கள் அழைப்பார்கள். அவர்கள் மத்தியிலிருந்தும் வகுப்புவாதிகளை உருவாக்க முடிந்திருந்தது சில சுயநல சக்திகளால். அரசியல் அதிகாரம் அந்த சுயநலவாதிகள் வசம் இருந்ததால் இந்தத் தைரியம் வந்தது எனலாம்.

நிலைமையை நன்கு உணர்ந்த கிறிஸ்தவர்களும் அவர்களின் குருமார்களும் இதர சிறுபான்மையோர் மற்றும் மதநல்லிணக்க விரும்பிகளுடன் சேர்ந்து நின்றனர். சி.ஏ.ஏ சட்டத்தால் கிறிஸ்தவர்களுக்கு பாதிப்பு இல்லை என்றாலும் அவர்கள் பாதிக்கப்பட்ட முஸ்லிம்களுக்காகக் குரல் கொடுத்தனர். தமிழகத்தில் நடந்த ஷாகின்பாக் போராட்டங்களை ஆதரித்தனர். தமிழக மக்கள் ஒற்றுமை மேடை நடத்திய போராட்டங்களில் கிறிஸ்தவ போதகர்கள் பலர் பங்கேற்றனர்.

இத்தனை இடர்ப்பாடுகளுக்கு மத்தியிலும் தங்களது மத வழிபாடுகளையும், கல்விச் சேவையையும் நடத்தினர். மிஷனரி உத்வேகம் என்பது தொடர்ந்தது. அதே பழைய கோட்பாடுதான். எங்களது சேவையால் ஈர்க்கப்பட்டு எங்கள் மதத்துக்கு வந்தால் வரவேற்போம், வராவிட்டாலும் பரவாயில்லை எங்கள் சேவையைத் தொடர்வோம் என்பது தான். முடிவு என்ன? இங்கே கிறிஸ்தவம் பரவியதா? 1961-ல் தமிழகத்தில் கிறிஸ்தவர்கள் 6% என்றால் 2011-ல் அவர்கள் 6.1%. 0.1தான் உயர்வு. இந்த சின்ன உயர்வுக்கும் காரணம் குமரி மாவட்டத்தில் ஏற்பட்ட உயர்வு. வகுப்புவாதிகளின் இவ்வளவு உருட்டல் மிரட்டல்களுக்கும் மத்தியில் தமிழர்கள் கிறிஸ்தவத்தை விட்டுக்கொடுக்கவில்லை.

கிறிஸ்தவத்துக்குள் பிரிவுகளும் பிரச்னைகளும்

உலகில் ரோமன் கத்தோலிக்கர்கள் மற்றும் புராட்டஸ்டென்டுகள் என இரு பிரிவினர் இருப்பது போல, தமிழகத்திலும் உண்டு. இங்குள்ள 44 லட்சம் கிறிஸ்தவர்களில் சுமார் 40 லட்சம் பேர் கத்தோலிக்கர்கள் எனப்படுகிறது. மீதிப்பேர் பல்வேறு புராட்டஸ்டென்ட் பிரிவுகளைச் சேர்ந்தவர்கள். நாடு சுதந்திரம் பெற்ற உடனேயே, அதாவது, 1947 செப்டம்பரில் சிஎஸ்ஐ எனப்பட்ட தென்னிந்திய திருச்சபை உருவாக்கப்பட்டது. ஆங்கிலிகன் திருச்சபை உள்ளிட்ட சில புராட்டஸ்டென்ட் பிரிவுகளின் ஒருங்கிணைப்பு இது. இதன் தொடக்க நிகழ்வு மதராஸின் புனித ஜார்ஜ் கெதட்ரலில் நடைபெற்றது.

தமிழகத்தில் ரோமன் கத்தோலிக்க திருச்சபை, தென்னிந்திய திருச்சபை, பெந்தகொஸ்தே சபை ஆகியவைதான் மிக வலுவானவை. முதல் இரண்டும்தான் நிறைய கல்வி நிறுவனங்களை நடத்துகின்றன. இதில் சிஎஸ்ஐ ஒப்புநோக்கில்

சமூக ரீதியில் சில முற்போக்கான நடவடிக்கைகளை எடுத்திருந்தது. 1984-ல் பெண்களையும் குருமார்களாக ஏற்றிருந்தது, 2013-ல் எக்கோனி புஷ்பலலிதா எனும் பெண்மணியை பிஷப்பாக ஆக்கியிருந்தது.

ஆனால் கிறிஸ்தவத்திலும் சாதிப் பிரச்னை உள்ளது. சாதியம் இந்த மண்ணில் பல நூறு ஆண்டுகளாக வேரூன்றி யிருந்ததால் அதன் தாக்கம் ஐரோப்பாவிலிருந்து வந்த இறையியலிலும் புகுந்துள்ளது. அது லேசுப்பட்டதல்ல.

"39,64,360 கத்தோலிக்கர்களில் 22,40,726 பேர் தலித்துகள் என்றாலும் சர்ச் நிர்வாகத்தில் அவர்களுக்கு முக்கியமான பதவிகள் வழங்கப்படவில்லை" என்கிறது தடம் தேடி எனும் குழுவின் அறிக்கை. அங்குள்ள 18 ஆர்ச் பிஷப்புகளில் 2 பேர்தான் தலித்துகள். இந்தக் குழு உறுப்பினர்களில் ஒருவராகிய ஜி.மேத்யு கூறினார்: 'பல சர்ச்சுகளில் தலித்துகளுக்கு என்று தனி இடுகாடும் சவ வண்டியும் உள்ளது. சர்ச்சுக்குச் செல்லும் பொதுவழியில் அவர்கள் அனுமதிக்கப்படுவதில்லை. சில சர்ச்சுகளில் இறுதிச்சடங்குக்கு தலித் பிணங்கள் அனுமதிக்கப்படுவதில்லை. புன்னைவனம், ராயப்பன் பேட்டை, சிந்தலச்சேரி, பூண்டி, எரையூர் ஆகிய ஊர்களில் தலித்துகள் தம் உரிமைகளுக்காகப் போராடுகிறார்கள். சர்வதேசப் புகழ்பெற்ற வேளாங்கண்ணி மாதாகோயில்கூட இந்தப் போக்குக்கு விலக்கு அல்ல. 2008-ல் விழுப்புரத்தின் எரையூரில் ஏற்பட்ட தகராறு போலிஸ் துப்பாக்கிச் சூட்டுக்கு இட்டுச் சென்றது. இப்போது இந்தப் பிரச்னைக்கு நாங்கள் தீர்வு கண்டிருக்கிறோம்'.

தென்தமிழ்நாட்டின் அருட்தந்தை ஜெகத் கஸ்பர் ராஜ் கூறினார்:

"சர்ச்சிலும் சாதிய மனோநிலை இருக்கிறது என்றாலும் தலித்துகள் முழுமையாக ஒதுக்கப்படுகிறார்கள் என்பது சரியல்ல. முன்னேறிச் செல்வதற்கான குரலையும் வெளியையும் அவர்களுக்கு சர்ச் தந்துள்ளது." (தி இந்து- 6-6-2016).

மத மாற்றத்துக்கு ஒரு முக்கியமான காரணி இந்து மதத்தில் நிலவும் சாதியம் மற்றும் ஆணாதிக்கம். ஒப்புநோக்கில் அதைவிட கிறிஸ்தவம் பரவாயில்லை என்றாலும் இங்கும் அவை இருக்கத்தான் செய்தன. மனித குலத்தின் முழு விடுதலைக்கான திறவுகோல் வேறு எங்கோ இருக்கிறது என்பதையே இது சுட்டிக்காட்டியது.

20

நவீன காலத்தைத் திரும்பிப் பார்த்தால்

சுதந்திர இந்தியாவில் இந்து மதத்தில் ஓரிரு காத்திரமான மத சீர்திருத்தங்கள் நடந்தன. குறிப்பாக தேவதாசி முறை ஒழிப்பு, சுயமரியாதைத் திருமணத்துக்குச் சட்ட அங்கீகாரம் என்பவை அரங்கேறின. ஆனால் உரிய பயிற்சி பெற்ற அனைத்து சாதியினரும் அர்ச்சகராவது நடக்கவில்லை. சொல்லப்போனால் சைவம், வைணவத்துக்கு இடையிலான வேறுபாடுகள்கூட முற்றிலுமாக மறையவில்லை. சைவக் கோயிலில் ஒரு வைணவரோ, வைணவக் கோயிலில் ஒரு சைவரோ இப்போதும் அர்ச்சகராக முடியாது. மடங்களிலும் இதே நிலைதான். ஆனாலும் என்ன எல்லாம் ஒரே இந்து மதமே! இந்த நிலையில் பெண்கள் அர்ச்சகராவது பற்றியோ, மடாதிபதியாவது பற்றியோ பேச்சே எழவில்லை. வினோதம் என்னவென்றால் பெண்கள்கூட இந்தக் கோரிக்கையைப் பெரிதாக எழுப்பவில்லை, பெண்ணுரிமையின் ஒரு முக்கியமான கூறாக இதை நோக்கவில்லை.

அதேநேரத்தில் இதற்கான தாகம் வெவ்வேறு வடிவங்களில் எழுந்தது. இந்தக் காலத்தில் ஐயப்பன் வழிபாடு பிரபலமானது. அது சில பிரபலங்களால் முன்னெடுக்கப்பட்டாலும் அந்த வழிபாட்டில் இருந்த சில தனித்தன்மைகள் மக்களை ஈர்த்தன. ஒரு மண்டலம் விரதம், அதனால் கிடைத்த மரியாதை, வனப்பகுதியில் மலையேறுதல் போன்றவை அதற்கு புதுமையைத் தந்தன. சிலருக்கு கிடைத்த குருசாமி பதவி அனைத்து சாதியினரும் அர்ச்சகராக வேண்டும் எனும் உள்மன விழைவுக்கு ஒரு வடிகாலாக இருந்தது.

சபரிமலையில் இளம் வயது பெண்களையும் அனுமதிக்க வேண்டும் எனும் பிரச்னை எழுந்தபோது கேரளத்தில் அதற்கு ஏற்பட்ட எதிர்ப்புபோல தமிழகத்தில் ஏற்படவில்லை -இங்கிருந்து அங்கு செல்வோர் அதிகம் என்பது குறிக்கத்தக்கது. மக்களவைத் தேர்தலில் கேரளாபோல இங்கே தி.மு.க-கம்யூனிஸ்ட் அணிக்கு பாதிப்பு ஏற்படாதது அதை உணர்த்தியது.

மேல்மருவத்தூர் ஆதிபராசக்தி கோயிலில் பெண்களுக்குத் தரப்பட்ட பூஜா உரிமை அதன்பால் தமிழகப் பெண்களை ஈர்த்தது. தாங்களும் அர்ச்சகர்கள் ஆகவேண்டும், அது விஷயத்திலும் ஆண்களுக்குச் சமமாக நடத்தப்பட வேண்டும் எனும் உள்ளார்ந்த தாகம் சாதாரணப் பெண்களுக்கு இருந்தது என்பதன் வெளிப்பாடு அது எனலாம். கறுப்பு வேட்டியோடு ஆண்கள் சபரிமலைக்குப் போனார்கள் என்றால், சிவப்புச் சேலையோடு பெண்கள் மேல்மருவத்தூர் போனார்கள். அரசியல் இயக்கங்கள் பிரபலமாக்கிய இரு வண்ணங்களை இரு தெய்வங்கள் வசப்படுத்திக்கொண்டது யதேச்சையானதாக இருக்கலாம் என்றாலும் அவற்றுக்கு இதுகாறும் இருந்த அரசியல் தன்மையை மட்டுப்படுத்தவே செய்தது.

அடிப்படையில் இந்த இரு தெய்வங்கள் ஆன்மிக ரீதியாக முன்னெடுக்கப்பட்டன என்றால், திட்டமிட்டு அரசியல் ரீதியாக முன்னெடுக்கப்பட்டது விநாயகர் ஊர்வலம். தேசிய அரசியலுக்காக மராட்டியத்தில் திலகர் முன்னெடுத்த விஷயம் வகுப்புவாத அரசியலுக்காக இங்கே பிரபலப்படுத்தப்பட்டது. பல நூறு பெரிய பெரிய விநாயகர் சிலைகள் ஊர்வலமாக இதற்கு முன்பு எடுத்துச் செல்லப்பட்டதில்லை. 1980-க்குப் பிறகுதான் இது நிகழ்ந்தது. இது ஏற்படுத்திய, ஏற்படுத்தும் பதற்றம் ஆன்மிகத்தை வளர்க்கிறதோ இல்லையோ சிலரின் அரசியலுக்கு ஏதுவாக உள்ளது.

நாட்டார் தெய்வ வழிபாட்டில் ஆடு கோழி வெட்டக்கூடாது என்று அ.தி.மு.க அரசு கொண்டுவந்த சட்டமும்கூட அதை வேத மயமாக்க வேண்டும் எனும் ஆன்மிக அரசியலின் வெளிப்பாடே. ஆனால் அதை தமிழர்கள் ஏற்கவில்லை என்பதை உணர்ந்து அதே அரசு

வாபஸ் பெறவும் செய்தது. பண்பாட்டுத் துறையில் புதிய ஆதிக்கங்களைப் புகுத்துவது அவ்வளவு எளிது அல்ல என்பதற்கு அதுவோர் உதாரணம்.

மொத்தத்தில் வேத மதம், சைவம், வைணவம், நாட்டார் தெய்வ வழிபாடு என்பவற்றின் கூட்டமைப்பாக எழுந்த இந்து மதம் அப்படியாகவே இந்த நவீன காலத்திலும் தொடர்கிறது. அதன் பன்மைத் தன்மையைக் குறைக்க நடந்த முயற்சிகள் வெற்றிபெறவில்லை. மாறாக அந்தக் குணம் கூடியது என்பதையே ஐயப்ப வழிபாடும், மேல்மருவத்தூர் கோயிலும், நாட்டார் தெய்வ வழிபாட்டின் தனித்தன்மை தொடர்ந்ததும் சுட்டின. இதிலே சமணம், புத்தம், சீக்கியம் எனும் மதங்களை இந்து மதத்தின் பிரிவுகள்போல அரசியல் சாசனம் சொன்னது அதன் இந்தத் தன்மையை மேலும் அதிகரிக்கவே செய்தது. இந்து மதமே ஒற்றை மதமாக இல்லாத நிலையில், அதுவே இந்தியர்களின் ஒற்றை மதம் என்றது அர்த்தமற்றதாக இருந்தது.

தமிழகத்தின் பிரதான மதங்கள் மூன்றுதான் 2011 கணக்கெடுப்பின்படி. அதில் இந்துக்கள் 87.58%, கிறிஸ்தவர்கள் 6.1%, முஸ்லிம்கள் 5.86%. மூன்றும் சேர்ந்தால் அனேகமாக மொத்த கணக்கும் முடிந்துவிடுகிறது. ஆனாலும் சமணர்கள் 89,265 பேரும், பௌத்தர்கள் 11,186 பேரும் உள்ளார்கள். தமிழகத்தின் மொத்த மக்கள்தொகை 7 கோடிக்கும் மேலே என்பதைக் கணக்கில் கொண்டால் இங்கே கோடிக்கணக்கில் இருக்கும் ஒரே மதம் இந்து மதமே என்பது புரியும். கிறிஸ்தவமும் இஸ்லாமும் லட்சக்கணக்கில் என்றால் சமணமும் புத்தமும் ஆயிரக்கணக்கில்தான். இதில் ‘இந்து மதத்துக்கு ஆபத்து’ என்பது அபத்தமான குரல் என்பது எளிதில் விளங்கும்.

ஆனாலும் இந்த நவீன காலத்தில்தான் இஸ்லாம், கிறிஸ்தவம் மீது தொடர் தாக்குதல்கள் நடந்தன தமிழகத்திலும். அவை சட்ட ரீதியாகவும் வந்தன, சட்ட விரோதமாகவும் நடந்தன. முத்தலாக் தடைச்சட்டம், குடியுரிமை திருத்தச் சட்டம் என்பவை முஸ்லிம்களைக் குறிவைத்து அகில இந்திய ரீதியில் கொண்டுவரப்பட்டவை என்றால், கட்டாய மதமாற்ற தடைச் சட்டம் மாநில அளவில் கிறிஸ்தவர்களைக் குறிவைத்துக் கொண்டுவரப்பட்டது. ஒரு

மண்டைக்காடு பகவதி அம்மன் கோயில்

தேர்தல் தோல்வியைத் தொடர்ந்து பின்னதை தமிழக அரசு வாபஸ் பெற்றது என்றால் முன்னவை இரண்டும் சட்டப் புத்தகத்தில் சம்மணமிட்டு அமர்ந்துள்ளன.

மீனாட்சிபுரம் மதமாற்றமும், மண்டைக்காடு மதக் கலவரமும் அடுத்தடுத்து நடந்தது ஒரு மத மாற்றத்துக்கான பதில் இன்னாரு மதமாற்றம் அல்ல, மதக் கலவரமே என்று வகுப்புவாதிகள் சொன்னதாக எடுத்துக்கொள்ள வேண்டும். நமது அரசியல் சாசனம் மதமாற்ற உரிமை தந்துள்ளது. ஒரு மதம் தனது பிரசாரத்தின் மூலம் இன்னொரு மதத்தவரை ஈர்த்தால், அந்த இன்னொரு மதம் தனது பிரசாரத்தின் மூலம் அந்த மதத்தவரை ஈர்க்கலாம். இது மதங்களுக்கிடையிலான உரையாடலுக்கும், மதங்களுக்குள்ளேயான சீர்திருத்தத்துக்கும் வழிவகுக்கும். அதற்குத் தயாராக இல்லாதவர்கள் பலாத்காரத்திடம் சரணடைகிறார்கள்.

சரியான பதில் இல்லையென்றால் அவதூறு செய் என்பது சாதாரண மனிதர்களின் மனப்பாங்கு மட்டுமல்ல மதவாதிகளின் மனப்பான்மையாகவும் உள்ளது. முஸ்லிம்களும் கிறிஸ்தவர்களும் சுதந்திரப் போராட்டத்தில் பங்கேற்காதவர்கள் என்கிறார்கள். வரலாறோ அப்படிச் சொல்லுகிறவர்கள்தாம் பங்கேற்கவில்லை, மாறாக முஸ்லிம்களும் கிறிஸ்தவர்களும் மகத்தான பங்களிப்பைச் செய்திருக்கிறார்கள் என்கிறது.

இப்போதும்கூட முஸ்லிம்கள், கிறிஸ்தவர்களின் தேசபக்தி சந்தேகத்துக்குரியது, அவர்களின் புனித பூமி இந்தியாவுக்கு வெளியே இருக்கிறது என்கிறார்கள். புனித பூமி வேறாக இருந்தாலும் தாய்பூமி இதுதான். அதனால்தான் 1947-ல் முஸ்லிம்கள் பாகிஸ்தானுக்குப் போகவில்லை, கிறிஸ்தவர்கள் இங்கிலாந்துக்குப் போகவில்லை. தாய்நாட்டுப் பற்றுக்கு மதம் தடையாக இருக்காது என்பதைத்தான் இரண்டாம் உலகப்போரில் ஈடுபட்ட ஐரோப்பா உணர்த்தியது. அங்கிருந்தோர் எல்லாம் கிறிஸ்தவர்கள். ஆனால் தத்தம் நாடுகளுக்காக மாண்டு விழுந்தார்கள். இங்கும் பாகிஸ்தானுடனான போர்களின்போது இந்தியப் படையிலிருந்த முஸ்லிம்கள் உயிர்த் தியாகம் செய்தார்கள்.

முஸ்லிம்கள் 'பாரத மாதாவை வணங்குவதில்லை' என்கிறார்கள். அவர்கள் அல்லாவைத் தவிர யாரையும், எதையும் வணங்குவதில்லை. 'இறைவனுக்கு இணை வைக்காதே' என்பது இஸ்லாமின் அடிப்படையான இறையியல் கோட்பாடு. அந்தக் கறாரான ஏகத்துவம் வேறு மதங்களில் காணக் கிடைக்காதது. அதனால்தான் அங்கே உருவ வழிபாடு இல்லை. அதனால்தான் நபிகள் நாயகத்தின் உருவத்தைக்கூட அவர்கள் வரைந்துகொள்ளவில்லை. தான் இறை தூதர் என்றாலும் இறைக்கு இணையில்லை, ஆகவே தன்னை வணங்கக்கூடாது என்றார் அவர்.

அதனால்தான் அவரது படம் என்று ஒன்றைப் போடும்போது இஸ்லாமியர்கள் எதிர்க்கிறார்கள். இந்த நிலையில் தாய் நாட்டை கடவுளுக்கு இணையாக வணங்குவது முஸ்லிம் நாடுகளிலும் கிடையாது. தாய்நாட்டின் மீதான நேசத்தை வெளிப்படுத்த அதை வெறுமனே வணங்குவதைத் தவிர வேறு எத்தனையோ வழிகள் இருக்கின்றன-அதன் ராணுவத்தில் பணியாற்றுவது தொடங்கி அதன் ஏழைகளுக்கு சாதி, மத, இன வேறுபாடின்றி சேவை செய்வது வரை. முஸ்லிம்களுக்கு தேசபக்தி பற்றி பாடம் எடுக்கிறவர்கள் தாங்கள் இப்படியாக தேச பக்தியோடு இருக்கிறோமா என்று மனசாட்சியிடம் கேட்டுக்கொள்ள வேண்டும்.

சிறுபான்மை மதத்தவர் அரசியல்வாதிகளால் தாஜா செய்யப்படுகிறார்கள் என்கிறார்கள். அப்படி தாஜா செய்யப்பட்டிருந்தால் அவர்கள் கல்வியிலும் நிர்வாகத்திலும்

மண்டைக்காடு அருகே உள்ள சர்ச்

கூடுதல் இடத்தில் அல்லவா இருக்க வேண்டும்? மத்திய அரசு நியமித்த சச்சார் குழுவும், ரங்கநாத் மிஸ்ரா கமிஷனும் முஸ்லிம்களின் பரிதாப நிலையைத்தானே விண்டுரைத்தன!

ஆனாலும் முஸ்லிம்களும் கிறிஸ்தவர்களும் தொடர் வன்முறைக்கு ஆளாக்கப்பட்டார்கள். வன்முறைக்கு தீர்வு வன்முறை அல்ல என்பதை உணராத சில சிறுபான்மை குழுக்கள் பலாத்கார பதிலடி தந்தார்கள். அது அவர்களுக்குத்தான் பாதகமாக முடிந்தது என்பதே கோவை அனுபவம். பெரும்பான்மை வகுப்புவாதத்தை முறியடிக்கும் ஒரேவழி பெரும்பான்மைக்குள் உள்ள ஜனநாயக சக்திகளுடன் சிறுபான்மையோர் கைகோப்பதுதான். அதுதான் அவர்களுக்கு உரிய பாதுகாப்பை உறுதிப்படுத்தும், உரிமைகளைப் பெற்றுத்தரும். அதை நோக்கியே வாழ்வு செல்கிறது என்பதை சிஏஏ-என்பிஆர்-என்ஆர்சி எதிர்ப்பு போராட்டங்கள் உணர்த்தி நின்றபோது, கொரோனா வந்து ஆட்டையைக் குலைத்துவிட்டது.

இன்னொரு விஷயம். இந்து மதம் மட்டுமல்ல இஸ்லாமும் கிறிஸ்தவமும்கூட பன்மைத்தன்மை கொண்டவைதாம். முன்னதில் சன்னி, ஷியா பிரிவுகள் என்றால், பின்னதில் கத்தோலிக்கம், புராட்டஸ்டென்ட் பிரிவுகள். இந்த ஒவ்வொன்றுக்குள்ளும் உட்பிரிவுகள்! இந்த இரண்டு

மதங்களும் உலக அளவில் பரந்திருக்கக்கூடியவை. அத்தகையவற்றிலேயே இன்னும் பன்மைத் தன்மை நிலவுவது மத வாழ்வு என்றாலே பன்மைத்தன்மைதான் என்பதையோ அல்லது மனிதர்கள் என்றாலே பன்மைத் தன்மைதான் என்பதையோ காட்டுகிறது. பன்மையை நாடும் மனித குணம்தான் மத வாழ்விலும் அதைச் சாதித்திருக்கிறது.

அதுவே தமிழர்களிடமும் குதூகலமாக வெளிப்பட்டுள்ளது. இவர்களிடம் இந்து, கிறிஸ்தவம், இஸ்லாம் என்று மூன்று பெரிய மதங்கள் என்பது வெறும் தோற்றமே. ஒவ்வொன்றுக்குள்ளும் சில பிரிவுகள். ஆகவே பல மதப் பிரிவுகள் மத்தியில்தான் தமிழனின் மதவாழ்வு வேக நடைபோடுகிறது. 'எந்தச் சாமியாவது காப்பாற்றட்டுமே' எனும் அவனது ஆவலாதியை அவ்வளவு எளிதில் சாய்த்துவிட முடியாது. ஒற்றை மதக்காரர்களின் கனவு.. ஒரு கனவாகவே தொடரும்.

அந்தக் காலத்தில் சமணம், புத்தத்தை வீழ்த்தியதுபோல இந்தக் காலத்தில் இஸ்லாம், கிறிஸ்தவத்தை வீழ்த்தப் பார்க்கிறார்கள். இந்தக் காலம் அந்தக் காலம் அல்ல என்பது மட்டுமல்ல அப்போதும்கூட வேத மதம், சைவம், வைணவம், நாட்டார் தெய்வ வழிபாடு என்று நான்கு மதங்கள் நின்றனவே தவிர ஒற்றை மதமல்ல. ஒற்றை மதம் என்பது மனித குலத்தின் நிகழ்ச்சி நிரலிலேயே இல்லை என்பதுதான் தமிழர்களின் வாழ்வு உணர்த்தும் மகத்தான உண்மை.

உதவிய நூல்கள்

1. ஸ்ரீரங்கம் கோயிலொழுகு: பதிப்பாசிரியர் ஸ்ரீ எஸ். கிருஷ்ணஸ்வாமி அய்யங்கார்.
2. Madura Vijaya or Virakamparaya- an historical kavya- Ganga Devi - Edited by G. Harihara Sastri and V. Srinivasa Sastri, 1924.
3. South India and her Muhamadan Invaders - S. Krishnaswamy Aiyangar, 1920
4. History of The Nayaks of Madura -R. Sathyanatha Aiyer
5. The Madura Country: A Manual - Compiled by order of Madras Govt. - James Henry Nelson of Madras Civil Service, 1868
6. திருமலை நாயக்கர் செப்பேடுகள் - தமிழ்நாடு அரசு தொல்பொருள் ஆய்வுத் துறை, 1994
7. History of South India - K.A. Neelakanda Sastri
8. வைணவ புராணங்கள் - டாக்டர் ந. சுப்பு ரெட்டியார்
9. History of Gingee and It's Rulers - C.S. Srinivasachari
10. The Nayaks of Tanjore - V. Vriddhagirisan, 1942
11. கோவிந்த தீட்சிதர் - இந்து தமிழ் 18-2-2016
12. பிரமலைக் கள்ளர் வாழ்வும் வரலாறும் - இரா.சுந்தர வந்தியத் தேவன்
13. அண்ணன்மார் சுவாமி கதை - பொன்னர் சங்கர் முழு வரலாறு - கொங்குநாட்டு வேளாளர் காவியம் - கவிஞர் சக்திக்கனல்
14. தமிழகத்தில் முஸ்லிம்கள் - எஸ்.எம்.கமால்
15. இஸ்லாமும் தமிழ் இலக்கியமும் - முனைவர் பீ.மு. அஜ்மல்கான்
16. இஸ்லாமும் தென்னிந்தியாவும் - இந்திரா பார்த்தசாரதி
17. செந்தமிழ் வள்ளல் சீதக்காதி - டாக்டர் எஸ்.எம். கமால்
18. கம்ப ராமாயணம்
19. History of Christian Missions in Tamil Nadu with special reference to Madurai
20. A History of Christianity in India: The Begginings to A D 1707 -Stephen Neill
21. திருநறுங்கொண்டை வரலாறு - டாக்டர் ஏ. ஏகாம்பரநாதன் - தொல்லியல் துறை சென்னை பல்கலைக்கழகம்
22. சித்தாமூர் வரலாறு - டாக்டர் ஏ. ஏகாம்பரநாதன்
23. History of Tamil Nadu: People and Culture - K.K.Pillai
24. Social History of the Tamils (1707-1947) - P.Subramanian
25. Nadars of Tamil Nadu: Political Culture of a community in change - Robert L Hardgrave JR
26. Hindu Manners, Customs and Ceremonies - Abbe J.A.Dubois
27. Pujya Sri Mahaswamy Divya Charitram-Sri Sambamoorthi Shastrigal, Kuppuswamy Iyer, 'Sollin Selvan' P.N. Parasuraman - Kanchi Kamakoti Peetam
28. The Role of Christian Missionaries in Madras Presidency - A Historical Study - Dr.S.Reddeppa
29. History of Education in the Madras Presidency - S.Sathianathan, 1894

30. Role of Christian Missionaries in Madras Presidency TNSLERT
31. Women Doctors and Women hospitals in Madras- Ramya Raman and Anantanarayanan Raman.
32. ஸ்ரீவானமாமலை மடம்: தோற்றமும் வளர்ச்சியும் - டாக்டர் செ.லஷ்மி நாராயணன் -வெளியீடு: வானமாமலை மடம்.
33. தருமபுர ஆதீன ஸ்தாபகர் ஸ்ரீகுருஞானசம்பந்த சுவாமிகள் வரலாறு - வெளியீடு: தருமபுர ஆதீனம், 1953
34. திருவாவடுதுறை யாதீனத்து மகாவித்துவான் திரிசிரபுரம் ஸ்ரீமீனாட்சி சுந்தரம்பிள்ளையவர்கள் சரித்திரம்- உ.வே. சாமிநாதைய ஐயர் எழுதியது, 1933
35. திருவாவடுதுறை ஆதீன வரலாறு - ச.கிருஷ்ணமூர்த்தி
36. என் சரித்திரம் - உ.வே. சாமிநாதய்யர்
37. The Essence of Buddhism - Prof. P.L.Narasu
38. க.அயோத்திதாசர் ஆய்வுகள் - ராஜ் கௌதமன்
39. தாசிகள் மோசவலை அல்லது மதிபெற்ற மைனர்- மூவலூர் ராமாமிர்தம்.
40. மதுரை நாயக்கர் வரலாறு - அ.கி.பரந்தாமனார்
41. காத்தவராயன் கதைப் பாடல் -பதிப்பாசிரியர் நா.வானமாமலை
42. மதுரை வீரன் அம்மானை-பதிப்பாசிரியர் அ.விநாயக மூர்த்தி
43. முத்துப்பட்டன் வில்லுப்பாட்டு-பதிப்பாசிரியர் நா.வானமாமலை
44. அப்பாண்டைநாதர் உலா- அனந்தவிசயர்
45. அழகர் கோயில் - தொ.பரமசிவன் - பதிப்புத் துறை, மதுரை காமராசர் பல்கலைக்கழகம்
46. அகிலத் திரட்டு - மூல நூல்
47. வைகுண்ட சுவாமிகள் வாழ்வும் வழிகாட்டலும் - இரா. பொன்னு
48. திரு அருட்பா உரைநடைப் பகுதி - ஊரன் அடிகள் பதிப்பித்தது.
49. இராமலிங்க பிள்ளை பாடல் ஆபாச தர்ப்பணம் - மருட்பா மறுப்பு - பு.பாலசுந்தர நாயகர்
50. Famine, Disease, Medicine and the State in Madras Presidency (1876-78) Leela Samy
51. சிங்கார வேலர் வரலாற்றில் அறியாத சில பக்கங்கள்- அ. பகத்சிங் - மார்க்சிஸ்ட், ஜூன் 2017
52. ஒரு பூர்வ பௌத்தனின் சாட்சியம் - ப.மருதநாயகம்
53. க.அயோத்திதாசப் பண்டிதரின் நினைவு நூற்றாண்டு - வெ.வெங்கடாசலம்
54. பெரியார் - தலித்துகள் - முஸ்லிம்கள் - தமிழ்த் தேசியர்கள் - அ.மார்க்ஸ்
55. My Experience as Legislator - Dr. Muthulakshmi Reddy-1930
56. Autobiography - Dr. Muthulakshmi Reddy- 1964
57. The judicial interpretation of temple archaka appointments and State intervention: an unresolved dichotomy - Arpan Banerjee
58. Daud Shah and Socio - religious Reform among Muslims in the Madras Presidency - Sundara Sreenivasa R.Vadlamudi
59. இந்து முன்னணி, தமிழ்நாடு (1980 முதல் 2010 வரை)